NHIỀU TÁC GIẢ
HOA ĐÀM kết tập

DI SẢN
TUỆ GIÁC

HÀNH TRẠNG CỦA BẬC ĐẠO SƯ:
DI NGUYỆN CHO THẾ HỆ TRẺ
VÀ TƯƠNG LAI PHẬT GIÁO

LOTUS MEDIA
Phật lịch 2568 | Dương lịch 2024

**DI SẢN TUỆ GIÁC - HÀNH TRẠNG CỦA BẬC ĐẠO SƯ:
DI NGUYỆN CHO THẾ HỆ TRẺ VÀ TƯƠNG LAI PHẬT GIÁO**

Tập san tưởng niệm Hòa Thượng Thích Tuệ Sỹ
(1945-2023)

Nhiều Tác Giả:
Uyên Nguyên | An Trú Am | Minh Hạnh | Viên Hạnh | Tâm Quảng Nhuận | Quảng Anh | Huệ Thông | Nguyên Linh | Quảng Hoa | Nguyên Nhã | Trí Nhân | Quảng Thế | Nguyên Không | Thiên Nhạn | Diệu Trang | Bửu Thành | Huệ Trí Tâm Định | Tuệ Giác | Hoài Thương | Phổ Ái

Biên Tập:
Nguyên Không | Tâm Thường Định | Nhuận Pháp | Uyên Nguyên

Chân thành tri ân sự cố vấn và hướng dẫn biên tập đề tài của:
Cư sĩ Tâm Huy Huỳnh Kim Quang | Cư Sĩ Tâm Quang Vĩnh Hảo
và Cư sĩ Thị Nghĩa Trần Trung Đạo.

Lotus Media xuất bản tại Hoa Kỳ, 2024

ISBN: 979-8-3304-3220-2

Di ảnh Cố Trưởng Lão Hòa Thượng Thích Tuệ Sỹ
(1945-2023)

MỤC LỤC

LỜI THƯA | *Hoa Đàm* 7

DI SẢN TUỆ GIÁC: Hành Trạng Của Bậc Đạo Sư - Di Nguyện Cho Thế Hệ Trẻ và Tương Lai Phật Giáo | *Uyên Nguyên* 9

ĐẠO TỪ NGÀY VỀ NGUỒN

ÁNH SÁNG TỪ CỘI NGUỒN: Hành Trình Hòa Hiệp và Sứ Mệnh Của Người Đệ Tử Phật Trong Thời Đại Biến Động | **An Trú Am** 31

KHẮC KHOẢI VỀ NGUỒN: Hành Trình Vượt Qua Chướng Ngại Tự Thân và Ngoại Tại Để Thực Hiện Di Nguyện Của Thầy | **Minh Hạnh** 41

VỀ NGUỒN: Giữa Bản Hoài Ban Đầu và Thực Tại Đầy Thách Thức: Sự Thức Tỉnh từ Đạo Từ Của Thầy Tuệ Sỹ Cho Thế Hệ Huynh Trưởng Trẻ GĐPTVN | **Nguyên Nhã** 45

THÔNG TƯ TƯỞNG NIỆM 60 NĂM THÁNH TỬ ĐẠO

DÒNG CHẢY LỊCH SỬ VÀ TINH THẦN VÔ ÚY: 60 Năm Tưởng Niệm Thánh Tử Đạo và Sự Trường Tồn của Phật Giáo Việt Nam | **Viên Hạnh** 53

KẾ THỪA TRUYỀN THỐNG, GIỮ VỮNG CHÁNH PHÁP: GHPGVNTN Trên Hành Trình Vượt Qua Thử Thách và Hy Vọng Tương Lai | **Minh Tâm** 59

ĐÈN TÂM SÁNG GIỮA ĐÊM TỐI: Sứ Mệnh của Huynh Trưởng GĐPTVN Trong Kỷ Nguyên Mới | **Quảng Tịnh** 67

TINH THẦN VÔ ÚY VÀ TRÁCH NHIỆM LỊCH SỬ: Hành Trang Của Huynh Trưởng GĐPTVNHN Trước Thách Thức Hoằng Đạo | **Nguyên Hòa** 85

HUẤN TỪ GỬI HUYNH TRƯỞNG VÀ ĐOÀN SINH
GĐPT VIỆT NAM TRÊN THẾ GIỚI
NHÂN HIỆP KỴ NĂM 2022

HỒI QUANG PHẢN CHIẾU: Sứ Mệnh Tâm Huyết Của Huynh Trưởng GĐPT Trước Ngưỡng Cửa Lịch Sử | **Thiên Nhạn** 95

TÂM NGUYỆN BỒ-ĐỀ VÀ SỨ MỆNH KẾ THỪA: Cảm Nhận về Lá Thư của Cố Hòa Thượng Thích Tuệ Sỹ gởi Các Huynh Trưởng và Đoàn Sinh GĐPTVN nhân Ngày Hiệp Kỵ | **Trí Nhân** 101

TÌNH LAM VẪN MỘT: Vượt Qua Phân Hóa Để Đoàn Kết Phụng Sự Đạo Pháp Và Dân Tộc | **Huệ Trí** 113

THÔNG ĐIỆP PHẬT ĐẢN PHẬT LỊCH 2567

TỪ BÓNG TỐI VÔ MINH ĐẾN ÁNH SÁNG GIÁC NGỘ: Huynh Trưởng GĐPTVN Và Thông Điệp Phật Đản 2567 | **Nhuận Pháp** 129

TIẾNG VỌNG TỪ BI: Sự Thức Tỉnh Và Trách Nhiệm Của Huynh Trưởng
GĐPTVN Trước Sự Chia Rẽ | *Bửu Thành* 139

THÔNG ĐIỆP KHÁNH CHÚC LỄ TIẾT ĐỨC THÍCH TÔN THÀNH ĐẠO

NGUYỆN LỰC GIÁC NGỘ: Hành trình giữ vững mạng mạch
Phật giáo Việt Nam của Huynh trưởng GĐPT | *Tâm Định* 149

ÁNH SAO MAI SOI ĐƯỜNG: Sứ mệnh của Huynh trưởng GĐPTVN trong dòng
chảy Phật giáo và xã hội đương đại | *Quảng Thế* 159

ÁNH ĐẠO DẪN ĐƯỜNG: Sứ mệnh giác ngộ và giáo dục Phật Giáo
trong lòng người Huynh trưởng GĐPT | *Nguyên Linh* 169

ĐẠO PHẬT VỚI THANH NIÊN

HÀNH TRÌNH TỰ THỨC: Đạo Phật Trong Tâm Hồn Thanh Niên | *Diệu Trang* 189

TỪ BÙN SÌNH ĐẾN HƯƠNG SEN: Hành Trình Thanh Niên Phật Tử
dưới Ánh Từ quang | *Tâm Thường Định* 199

SUY NGHĨ VỀ HƯỚNG GIÁO DỤC ĐẠO PHẬT CHO TUỔI TRẺ

BẢN HOÀI CỦA NGƯỜI THẦY VÀ HƯỚNG ĐI
CHO TUỔI TRẺ PHẬT GIÁO: Cái Dũng và Trách Nhiệm Của Huynh Trưởng
Trước Thời Cuộc | *Tâm Quảng Nhuận* 215

HƯỚNG ĐI TRONG ÁNH ĐẠO: Phật Giáo và Sứ Mệnh Giáo Dục
Cho Tuổi Trẻ Việt Nam | *Hoài Thương* 221

SỰ THOÁI TRÀO VÀ THỨC TỈNH: Con Đường Giáo Dục Đạo Phật
Cho Tuổi Trẻ GĐPT | *Tuệ Giác* 225

THƯ GỬI CHƯ THIỆN TRI THỨC TRONG VÀ NGOÀI NƯỚC NHÂN TẾT NHI ĐỒNG VIỆT NAM SUY TƯ HƯỚNG VỀ CÁC THẾ HỆ TƯƠNG LAI

TRÁCH NHIỆM CỦA HUYNH TRƯỞNG GĐPT VIỆT NAM
TRƯỚC THẾ HỆ TƯƠNG LAI | *Quảng Hoa* 245

HUYNH TRƯỞNG GĐPT: SỨ MỆNH DẪN DẮT
VÀ PHỤNG SỰ THẾ HỆ TRẺ | *Quảng Anh* 251

TÂM THƯ CỦA VỤ TRƯỞNG GĐPT VỤ KIÊM TRƯỞNG BAN HƯỚNG DẪN
GĐPTVN TẠI HOA KỲ NHÂN TẾT NHI ĐỒNG, 2024 | *Quang Ngộ* 267

NHƯ ĐÓA HOA LAM TRONG NẮNG SỚM:
Di Sản Từ Bậc Thầy Thích Tuệ Sỹ | *Phổ Ái* 273

TRĂNG LẶN SAU BÓNG NÚI, LỬA ĐẠO SÁNG TRONG TIM:
Khúc Nguyện Tiếp Nối Giữa Sóng Gió Nhân Gian | *Huệ Thông* 277

THAY CHO LỜI HỒI HƯỚNG VÀ TRI ÂN SAU CÙNG | *Hoa Đàm* 295

LỜI THƯA

Tập San Hoa Đàm lần này ra mắt như một ấn bản đặc biệt, là tấm lòng tưởng nhớ kính dâng đến một bậc Thầy, một bậc Đại Sư kiệt xuất của Phật giáo Việt Nam, cố Hòa Thượng Thích Tuệ Sỹ. Thầy không chỉ là Ân Sư của GĐPTVN mà còn là người thầy tinh thần của bao thế hệ trẻ. Cả cuộc đời của Thầy là một hành trình cống hiến cho sự nghiệp văn hóa và giáo dục, một sự nghiệp không chỉ góp phần xây dựng nền móng Đạo Phật Việt Nam mà còn để lại dấu ấn sâu sắc trong nền tư tưởng nhân bản của dân tộc, một dòng suối tri thức vượt qua mọi thời đại.

Những điều Thầy truyền dạy luôn là nguồn động lực và ánh sáng dẫn lối cho chúng con trên con đường tu học và phụng sự. Dẫu đã không còn hiện diện trong cuộc đời này, nhưng mỗi lời dạy của Thầy vẫn luôn vang vọng trong tâm khảm chúng con, như một lời nhắc nhở về trách nhiệm và sứ mệnh của thế hệ trẻ hôm nay. Nhìn lại từng bước chân mà Thầy đã đi qua, chúng con thấy rõ một tấm lòng bao dung, một trí tuệ uyên thâm và một tình thương lớn lao mà Thầy đã dành trọn cho tất cả mọi người.

Hoa Đàm số 18 là sự kết tinh của lòng thành kính và niềm thương nhớ vô biên, như một lời cảm tạ chân thành mà chúng con muốn gửi đến Thầy. Những trang viết này, dẫu chỉ là những hạt cát nhỏ bé, nhưng chúng con tin rằng đây là tất cả những gì chúng con cố gắng để có thể dâng lên Thầy với tấm lòng trong sáng và biết ơn sâu sắc. Như trong tích xưa, cậu trẻ ngây thơ đã dâng lên đức Thích Tôn những hạt cát với lòng thành vô tư, chúng con hôm nay cũng xin được dâng lên Thầy tất cả những nỗ lực và thành quả nhỏ nhoi này.

Chúng con nguyện sống theo lời dạy của Thầy, lấy tình thương và trí tuệ làm nền tảng, biết tri ân và báo ân, không ngừng cố gắng để tiếp nối con đường Thầy đã định hướng. Mỗi ngày trôi qua, sự hiện diện của Thầy trong lòng chúng con vẫn mãi dong đầy, như một ngọn đuốc soi sáng giữa biển đời vô tận.

Tập San Hoa Đàm tuy nhỏ bé, nhưng là tất cả những gì chúng con xin kính dâng, như một niềm tri ân vô hạn đối với Thầy. Xin kính cẩn cúi đầu trước tấm lòng từ bi và những giá trị cao quý mà Thầy đã để lại cho đời. Chúng con nguyện sẽ luôn giữ vững lời dạy của Thầy, để tiếp tục phụng sự cho Đạo pháp và Dân tộc, luôn gắn kết tình Lam và gieo trồng những hạt giống tốt lành cho thế hệ tương lai.

Nam Mô Thường Hoan Hỷ Bồ Tát Ma Ha Tát.

"Ta về một cõi tâm không
Vẫn nghe quá khứ ngập trong nắng tàn
Còn yêu một thuở đi hoang
Thu trong đáy mắt sao ngàn nửa khuya"

TUỆ SỸ,
Thiên Lý Độc Hành, 1

DI SẢN TUỆ GIÁC, HÀNH TRẠNG CỦA BẬC ĐẠO SƯ:
DI NGUYỆN CHO THẾ HỆ TRẺ VÀ TƯƠNG LAI PHẬT GIÁO

UYÊN NGUYÊN

Trong dòng chảy của lịch sử Phật giáo Việt Nam, có những bậc chân tu đã để lại dấu ấn sâu sắc không chỉ qua cuộc đời tu hành, mà còn qua những đóng góp vĩ đại cho nền giáo dục, văn hóa và sự phát triển của dân tộc. Một trong những vị thầy uyên bác và đầy tâm huyết đó, chính là Thầy Tuệ Sỹ. Hành trạng của Người là một biểu tượng cao cả của lòng từ bi, sự kiên định và tinh thần phụng sự, không chỉ với Phật giáo mà còn đối với cả dân tộc Việt Nam.

Hiện diện trong một giai đoạn đầy biến động của lịch sử, Thầy Tuệ Sỹ không chỉ được biết đến với tư cách là một học giả uyên thâm về triết học Đông-Tây, mà còn là một nhà lãnh đạo tinh thần sâu sắc, người đã truyền lửa cho biết bao thế hệ tăng sĩ và thanh niên Phật tử. Sự kết hợp kỳ diệu giữa sự thông tuệ giáo lý Phật đà và tấm lòng yêu thương, hy sinh của Thầy đã tạo nên một hành trình tu chứng và phụng sự đầy ý nghĩa.

Nhưng, cuộc đời và sự nghiệp của Thầy không chỉ là hành trình của một người tu hành, mà còn là một nhân cách lý tưởng, bền bỉ và không sợ hãi để vận động không ngừng nghỉ cho tự do tín ngưỡng, quyền con người và sự trường tồn của nền văn hóa dân tộc. Trải qua nhiều thăng trầm, từ những năm tháng bị cầm tù cho đến những thử thách gian truân trong hành trình hoằng hóa lợi sanh, Thầy luôn kiên trì giữ vững niềm tin và lý tưởng của mình. Chính vì vậy, Thầy đã trở thành nguồn cảm hứng cho biết bao thế hệ tăng sĩ trẻ và thanh niên Phật tử, đặc biệt là các thành viên Gia Đình Phật Tử Việt Nam.

Hôm nay, chúng ta sẽ cùng đi sâu vào các khía cạnh hành trạng của Thầy, chiêm nghiệm về những bài học mà Thầy đã để lại cho thế hệ trẻ. Đặc biệt, chúng ta sẽ khám phá mối quan tâm sâu sắc của Thầy dành cho giới tăng sĩ trẻ cũng như thanh niên Phật tử, những người được Thầy xem là tương lai của Phật giáo Việt Nam. Thầy luôn nhấn mạnh rằng, chỉ khi thế hệ trẻ biết hướng thiện, thấm nhuần giáo lý Phật đà và có tinh thần phụng sự, thì mới có thể giữ vững được truyền thống Phật giáo và phát triển xã hội một cách tốt đẹp.

HÀNH TRẠNG CỦA THẦY TUỆ SỸ

Sinh ra trong một gia đình bình dị giữa lòng đất nước Việt Nam, nơi dòng chảy lịch sử và văn hóa dân tộc luôn đan xen với triết lý nhân sinh của Phật giáo, Thầy Tuệ Sỹ – với tên khai sinh là Phạm Văn Thương – sớm cảm nhận được tiếng gọi của con đường xuất gia. Ngọn lửa tâm linh đã bùng lên từ rất sớm, khi Thầy quyết định chọn con đường tu hành, xa rời những ràng buộc của thế gian, để đi tìm sự giác ngộ và giải thoát khỏi mọi khổ đau.

Hành trình xuất gia của Thầy không chỉ đơn thuần là sự lựa chọn cá nhân mà còn mang theo một sứ mệnh cao cả: giữ gìn và phát huy di sản tinh thần của Phật giáo trong bối cảnh xã hội đang trải qua nhiều biến động. Từ những ngày đầu bước vào con đường tu học, Thầy đã nhanh chóng tỏ ra là một người có trí tuệ sắc bén và tinh thần giới luật nghiêm túc. Được truyền thừa từ những vị thầy uyên bác, Thầy không ngừng trau dồi kiến thức, từ Phật học cổ truyền đến triết học Đông-Tây, tạo nên nền tảng vững chắc cho sự phát triển trí tuệ sau này.

Trong những năm tháng tu học đó, Thầy không chỉ tiếp nhận giáo lý mà còn đi sâu vào nghiên cứu những giá trị văn hóa và tư tưởng dân tộc. Từ đó, Thầy đã dung hợp một cách hài hòa giữa tư tưởng Phật giáo và tinh hoa văn hóa dân tộc Việt Nam. Điều này không chỉ giúp Thầy trở thành một nhà tư tưởng lớn của Phật giáo Việt Nam, mà còn là một biểu tượng của sự kết nối giữa tâm linh và bản sắc dân tộc.

Tuy nhiên, trí tuệ của Thầy không dừng lại ở việc tìm hiểu và tiếp nhận những giá trị văn hóa, triết học của riêng Việt Nam. Thầy đã dành cả cuộc đời mình để tìm hiểu và nghiên cứu sâu rộng các tư tưởng và văn minh lớn của cả Đông và Tây phương. Chính sự dung hợp giữa triết học Đông phương, với những tư tưởng của Khổng Tử, Lão Tử và các triết thuyết Phật giáo, cùng với tinh hoa triết học phương Tây từ

Socrates, Plato, Kant cho đến Nietzsche, đã giúp Thầy mở rộng tầm nhìn vượt ra khỏi biên giới quốc gia và văn hóa dân tộc.

Trong quá trình học tập và nghiên cứu của mình, Thầy Tuệ Sỹ đã thâm nhập vào nhiều trường phái tư tưởng khác nhau, từ triết học siêu hình của Hy Lạp cổ đại đến chủ nghĩa hiện sinh và tư duy hiện đại phương Tây. Chính sự đối thoại giữa các tư tưởng Đông-Tây này đã giúp Thầy phát triển một tầm nhìn sâu rộng, đầy sáng tạo và thấu suốt về bản chất con người và thế giới. Thầy không chỉ nhận diện sự đồng điệu giữa các tư tưởng, mà còn phát hiện những điểm độc đáo riêng biệt của mỗi nền triết học. Điều này không chỉ làm giàu thêm trí tuệ của Thầy, mà còn giúp Ngài có khả năng kết nối và truyền đạt những giá trị phổ quát của nhân loại đến với cộng đồng Phật tử Việt Nam.

Sự thông tuệ của Thầy về các nền văn minh Đông-Tây được thể hiện rõ trong các tác phẩm viết và giảng dạy. Thầy không chỉ nhấn mạnh giá trị của truyền thống văn hóa và triết học Việt Nam, mà còn khuyến khích học trò của mình học hỏi, tiếp nhận và mở rộng tầm nhìn ra thế giới bên ngoài. Với Thầy, việc hiểu biết về văn minh Tây phương không chỉ để so sánh hay đối lập với tư tưởng Đông phương, mà còn để tìm kiếm sự bổ sung và làm giàu thêm cho tri thức nhân loại. Thầy luôn tin rằng, một người học Phật chân chính không chỉ nên giới hạn kiến thức của mình trong một nền văn hóa, mà cần phải biết mở rộng để thấu hiểu và đón nhận những giá trị khác nhau, từ đó đạt đến một sự hiểu biết toàn diện và phổ quát.

Với nền tảng tri thức sâu rộng về cả Đông-Tây, Thầy Tuệ Sỹ đã trở thành một biểu tượng của sự kết nối giữa các giá trị văn hóa và triết học. Thầy không chỉ là một nhà sư Phật giáo Việt Nam, mà còn là một nhà tư tưởng có tầm nhìn toàn cầu, người đã khẳng định rằng Phật giáo không hề tách biệt hay đứng ngoài dòng chảy tư tưởng của nhân loại. Thầy đã đưa ra những phân tích sâu sắc về sự tương đồng giữa những triết lý của Phật giáo và các tư tưởng triết học phương Tây, từ đó mở ra những hướng đi mới trong việc phát triển giáo lý Phật đà phù hợp với bối cảnh hiện đại.

Thầy từng nhấn mạnh rằng, sự gặp gỡ giữa văn minh Đông và Tây không phải là một sự đối đầu mà là cơ hội để học hỏi lẫn nhau. Trong nhiều bài giảng, Thầy đã chỉ ra rằng, nếu Đông phương có một nền triết học sâu sắc về tâm linh và đạo đức, thì Tây phương lại mang đến những khái niệm triết học sắc bén về lý tính và khoa học. Chính sự hòa quyện giữa hai nền tư tưởng này đã giúp Thầy mở rộng tầm nhìn, đưa ra những lời khuyên và giải pháp cho các vấn đề của đời sống hiện đại, cả trong Phật giáo lẫn trong các lĩnh vực xã hội khác.

Nhưng cuộc đời của Thầy không chỉ dừng lại ở việc học hỏi và nghiên cứu. Những thử thách khắc nghiệt mà lịch sử đất nước đã đặt ra cho Thầy cũng chính là những giai đoạn làm sáng tỏ hơn nữa tinh thần bất khuất, lòng kiên định và trí tuệ của Thầy. Trong những năm tháng chiến tranh và sau chiến tranh, Thầy đã đối diện với nhiều gian nan, thậm chí phải chịu sự cầm tù vì niềm tin của mình vào tự do tôn giáo và nhân quyền. Những tháng ngày bị giam cầm không hề làm giảm đi ý chí của Thầy, mà ngược lại, càng khắc sâu thêm lòng từ bi và trí tuệ trong Thầy, giúp Thầy tiếp tục con đường phụng sự đạo pháp và dân tộc một cách mạnh mẽ hơn.

Cuộc đời Thầy như một dòng sông bình lặng, chảy xiết trong sự tĩnh lặng của trí tuệ, mang theo những bài học quý giá không chỉ cho riêng mình mà cho cả thế hệ trẻ sau này. Mỗi trang đời của Thầy là một câu chuyện về sự kiên trì tu tập, về ý chí vượt qua những trở ngại mà thế gian mang đến. Hành trạng ấy, dù thầm lặng nhưng đầy sức mạnh, đã trở thành nguồn cảm hứng vô tận cho biết bao thế hệ tăng sĩ trẻ và thanh niên Phật tử, đặc biệt là những thành viên của GĐPTVN.

Thầy Tuệ Sỹ không chỉ là một nhà tu hành đạo hạnh, một học giả xuất chúng, mà còn là một người thầy đích thực, một vị Đạo sư luôn đặt nặng trách nhiệm đối với thế hệ trẻ. Đối với Thầy, sự học hỏi không bao giờ dừng lại và sứ mệnh của người thầy không chỉ là truyền dạy kiến thức mà còn là khơi dậy trong tâm hồn học trò sự khát khao tìm kiếm chân lý và sự thực hành từ bi.

Thầy từng nói, *"Chúng ta không chỉ học Phật để hiểu, mà còn để sống theo tinh thần Phật đà."* Câu nói ấy như một lời dặn dò cho tất cả chúng ta, rằng hành trình tu học không phải là mục tiêu cuối cùng, mà điều quan trọng là làm thế nào để những hạt giống trí tuệ và từ bi đâm chồi, nảy nở trong cuộc sống hằng ngày.

SỨ MỆNH GIÁO DỤC PHẬT GIÁO

Trong mỗi bước chân của Thầy Tuệ Sỹ trên con đường tu tập, luôn có bóng dáng của sự giáo dục – không chỉ là việc truyền trao tri thức mà còn là sự dạy dỗ về đạo đức, về cách làm người và về cách sống hài hòa với đạo pháp và thế gian. Với Thầy, giáo dục Phật giáo không phải chỉ là một hệ thống các lý thuyết khô khan, mà là con đường dẫn dắt chúng ta đến với sự giác ngộ, giải thoát khỏi những đau khổ và mê lầm. Chính vì thế, Thầy đã dành trọn cả cuộc đời mình cho sự nghiệp giáo dục, từ việc giảng dạy tại các học viện Phật giáo đến việc đào tạo những thế hệ tăng sĩ trẻ bằng cách này hay cách khác.

Thầy luôn nhận thức rằng, để Phật giáo tồn tại và phát triển, điều cốt lõi không chỉ là truyền dạy giáo lý mà còn là việc truyền cảm hứng và khơi dậy trong tâm hồn người học sự yêu thích, khát vọng học hỏi, tu tập và phụng sự. Thầy không chỉ muốn người học hiểu rõ các giáo lý mà còn muốn chúng ta thấm nhuần tinh thần từ bi và trí tuệ để áp dụng vào đời sống, không chỉ để tu tập cho riêng mình mà còn để đem lại lợi ích cho chúng sinh.

Trong những bài giảng của Thầy, Thầy thường nhấn mạnh: *"Sứ mệnh của người tu học không phải là tự tìm sự giải thoát cho riêng mình, mà là giúp đỡ những người khác cùng bước đi trên con đường giác ngộ."* Với triết lý này, Thầy đã không ngừng khuyến khích thế hệ tăng sĩ trẻ hướng đến việc tu học không chỉ vì bản thân mà còn vì cộng đồng, vì xã hội.

Thầy Tuệ Sỹ đã trở thành một trong những nhà giáo dục lớn của Phật giáo Việt Nam, không chỉ bởi sự thông tuệ về mặt tri thức mà còn bởi phương pháp giáo dục đầy nhân văn và từ bi của mình. Thầy luôn coi trọng việc xây dựng mối liên kết giữa Phật giáo và đời sống xã hội, xem đây là con đường duy nhất để đạo pháp có thể thấm nhuần trong lòng dân tộc và tồn tại lâu bền trong bối cảnh xã hội hiện đại.

Thầy cũng luôn nhấn mạnh rằng, giáo dục Phật giáo không chỉ là việc học thuộc lòng các kinh điển hay lý thuyết trừu tượng, mà là sự thực hành, áp dụng vào đời sống hằng ngày. Thầy từng dạy: *"Chỉ khi nào ta biết hòa mình vào đời sống của những người xung quanh, biết nhìn thấy nỗi đau và sự khổ nạn của họ và từ đó biết cách giúp đỡ họ, thì khi ấy ta mới thật sự hiểu Phật pháp."* Lời dạy ấy không chỉ dành cho các tăng sĩ, mà còn là lời nhắc nhở cho tất cả những ai muốn tìm kiếm chân lý và sự giác ngộ.

Trong vai trò người thầy, Thầy không chỉ truyền dạy tri thức, mà còn truyền lửa, truyền niềm đam mê và tình yêu đối với đạo pháp và đời sống. Với Thầy, giáo dục là sự dẫn dắt tinh thần, là mở đường cho thế hệ trẻ tìm ra con đường riêng của mình, dựa trên nền tảng của lòng từ bi, trí tuệ và tình yêu thương.

Sứ mệnh giáo dục của Thầy Tuệ Sỹ không dừng lại ở giới hạn của học đường hay chùa chiền. Thầy đã mang sự nghiệp giáo dục của mình lan tỏa đến mọi tầng lớp xã hội, đặc biệt là thế hệ thanh niên Phật tử. Những bài học từ Thầy không chỉ giúp thế hệ trẻ có cái nhìn sâu sắc hơn về đạo Phật mà còn giúp chúng ta biết cách sống đúng với những giá trị nhân bản, yêu thương và trách nhiệm đối với cộng đồng.

Thầy luôn tin tưởng rằng, giới trẻ là tương lai của Phật giáo và sự trưởng thành của chúng ta sẽ quyết định sự phát triển vững bền của đạo pháp. Đó là lý do vì sao Thầy luôn dành nhiều tâm huyết cho việc đào tạo và trưởng dưỡng thế hệ tăng sĩ trẻ. Thầy đã từng nói: *"Thế hệ trẻ là những ngọn đèn sáng, nếu không được thắp lửa từ bi và trí tuệ, thì Phật giáo sẽ trở nên lụi tàn. Nhưng nếu ngọn đèn ấy được thắp sáng, thì ánh sáng của Phật pháp sẽ lan tỏa khắp nơi."*

Những lời dạy của Thầy không chỉ là những triết lý cao siêu mà còn là những bài học sống động, chân thực, gần gũi với đời sống thường ngày. Thầy luôn khuyến khích thế hệ tăng sĩ trẻ và thanh niên Phật tử tìm cách áp dụng những giáo lý của Phật đà vào cuộc sống thực tiễn, biết làm thế nào để lòng từ bi và trí tuệ thấm nhuần trong từng hành động, từng lời nói và từng suy nghĩ. Đây chính là phương châm giáo dục mà Thầy đã dành trọn cả cuộc đời mình để truyền lại cho các thế hệ sau.

QUAN TÂM ĐỐI VỚI THANH NIÊN PHẬT TỬ

Trong trái tim từ bi và trí tuệ của Thầy Tuệ Sỹ, thanh niên Phật tử luôn chiếm một vị trí đặc biệt. Thầy hiểu rằng, giới trẻ không chỉ là tương lai của Phật giáo mà còn là những người trực tiếp gánh vác và phát huy di sản tâm linh, văn hóa của dân tộc. Đối với Thầy, việc giáo dục và hướng dẫn thanh niên Phật tử không chỉ đơn thuần là việc truyền dạy giáo lý, mà còn là việc khơi dậy trong chúng ta lòng từ bi, trách nhiệm và tinh thần phụng sự cộng đồng.

Trong nhiều bài giảng và thông điệp của mình, Thầy Tuệ Sỹ luôn nhấn mạnh tầm quan trọng của việc nuôi dưỡng đạo đức và trí tuệ cho thế hệ trẻ. Với Thầy, một thanh niên Phật tử không chỉ đơn thuần là người hiểu Phật pháp, mà còn phải biết cách sống đúng theo tinh thần Phật giáo, hòa mình vào xã hội để phụng sự cho gia đình, đất nước và đạo pháp. Tinh thần phụng sự ấy không phải là sự hy sinh mù quáng, mà là sự dấn thân, sống đúng với lẽ phải và tình yêu thương.

Đối với Thầy, thanh niên Phật tử cần được giáo dục không chỉ để trở thành những Phật tử thuần thành mà còn là những con người có trách nhiệm với xã hội, biết nhìn nhận và giải quyết những vấn đề của đời sống hiện đại bằng trí tuệ và từ bi. Thầy từng nói: *"Sự học hỏi giáo lý Phật giáo không phải chỉ để hiểu về con đường giác ngộ của Đức Phật, mà còn là để tìm ra cách sống trong thế giới này, làm thế nào để chúng ta có thể góp phần làm cho cuộc sống này trở nên tốt đẹp hơn."*

Thầy Tuệ Sỹ luôn dành sự khích lệ và niềm tin mãnh liệt vào sức mạnh của tuổi trẻ. Thầy tin rằng, thế hệ thanh niên Phật tử không chỉ là những người thừa kế di sản tâm linh mà còn là những người tạo ra sự đổi thay tích cực cho tương lai. Thầy từng nhấn mạnh rằng, chỉ khi thanh niên Phật tử biết sống và hành động dựa trên tinh thần từ bi và trí tuệ, chúng ta mới có thể trở thành những người thực sự mang lại sự thay đổi cho xã hội.

Trong những lần thuyết giảng cho thanh niên, Thầy luôn khơi dậy trong chúng ta tinh thần tự giác, trách nhiệm đối với bản thân và xã hội. Thầy nhấn mạnh rằng, thanh niên Phật tử không thể tách rời khỏi đời sống cộng đồng, mà ngược lại, phải biết hòa mình vào dòng chảy của cuộc sống, biết đem giáo lý Phật đà ứng dụng vào thực tiễn để tạo ra sự thay đổi tích cực. Thầy nói: *"Người học Phật không chỉ ngồi yên và cầu nguyện, mà phải biết hành động để mang lại sự an lạc cho người khác."*

Đặc biệt, trong thời đại hiện nay, khi xã hội đang đối diện với nhiều thách thức và biến động, Thầy luôn nhắc nhở thanh niên Phật tử về tầm quan trọng của việc giữ vững tinh thần Phật giáo và không để mình bị cuốn theo những cám dỗ của thế giới vật chất. Thầy luôn cảnh báo rằng, nếu không có một nền tảng đạo đức vững chắc, thanh niên Phật tử dễ bị cuốn theo những giá trị ảo tưởng và mất đi phương hướng trong cuộc sống. Chính vì vậy, Thầy luôn đề cao việc giáo dục thanh niên Phật tử về lòng từ bi, trí tuệ và trách nhiệm xã hội.

GĐPTVN là nơi mà Thầy luôn đặt nhiều kỳ vọng và tin tưởng. Thầy xem GĐPTVN như một môi trường giáo dục đặc biệt, nơi mà thanh niên Phật tử không chỉ được học hỏi về giáo lý mà còn được rèn luyện tinh thần đoàn kết, yêu thương và phụng sự. Đối với Thầy, GĐPT không chỉ là một tổ chức giáo dục, mà còn là một gia đình, nơi mà mỗi thành viên đều được nuôi dưỡng trong tình yêu thương và sự bảo bọc của các anh chị em trong Gia Đình Phật Tử.

Thầy luôn nhấn mạnh rằng, các thành viên GĐPT cần biết phát huy tinh thần đồng đội, giúp đỡ lẫn nhau và cùng nhau học hỏi để trưởng thành. Thầy từng nói: *"Trong Gia Đình Phật Tử, chúng ta không chỉ là những người bạn đồng hành, mà còn là những người thầy, người anh hay người chị của nhau. Chỉ khi nào chúng ta thật sự biết yêu thương và giúp đỡ lẫn nhau, thì mới có thể cùng tiến bước trên con đường giác ngộ."*

Sự quan tâm đặc biệt của Thầy đối với GĐPTVN không chỉ dừng lại ở việc hướng dẫn giáo lý, mà còn là việc tạo dựng một tinh thần đoàn kết, biết yêu thương và giúp đỡ nhau giữa các thế hệ. Thầy luôn khuyến khích chúng ta hãy phát huy tinh thần trách nhiệm đối với bản thân, với gia đình và với xã hội. Thầy từng nhắn nhủ nhiều lần: *"Chúng ta học Phật không phải chỉ để hiểu giáo lý, mà còn để thực hành yêu thương và phụng sự trong đời sống hằng ngày."*

Với Thầy, một thanh niên Phật tử lý tưởng không phải là người chỉ biết học hỏi giáo lý mà còn phải biết sống đúng với những giá trị của Phật giáo: lòng từ bi, trí tuệ và sự dấn thân. Thầy luôn nhấn mạnh rằng, sự thành công trong cuộc sống không chỉ được đo bằng tiền bạc hay địa vị, mà còn bằng khả năng chúng ta làm cho thế giới này trở nên tốt đẹp hơn.

MỐI QUAN TÂM ĐẶC BIỆT ĐẾN GĐPTVN

Như đã nói trên, trong suốt quảng đời tu hành và giảng dạy của mình, Thầy Tuệ Sỹ luôn dành một sự quan tâm đặc biệt đến GĐPTVN. Với Thầy, GĐPT không chỉ là một tổ chức giáo dục tôn giáo thuần túy, mà còn là một mái nhà, nơi nuôi dưỡng những tâm hồn trẻ trong bầu không khí của đạo pháp và văn hóa dân tộc. Thầy nhận thức sâu sắc rằng, GĐPT chính là cội nguồn để đào tạo những thế hệ thanh niên Phật tử kế thừa và phát huy tinh hoa Phật giáo, đặc biệt là trong bối cảnh đất nước và thế giới không ngừng đổi thay.

Trong những bài giảng, những lần gặp gỡ GĐPT, Thầy luôn nhấn mạnh rằng GĐPT là nơi kết hợp giữa tinh thần tu học và phụng sự, là mảnh đất để tuổi trẻ gieo trồng những hạt giống từ bi và trí tuệ. Với Thầy, giáo dục trong GĐPT không chỉ là dạy kinh điển hay các nghi thức Phật giáo, mà còn là rèn luyện đạo đức, phát triển nhân cách và tinh thần đoàn kết. Thầy từng nhắn nhủ: *"Trong Gia Đình Phật Tử, các* em không chỉ học Phật, mà còn học làm người, học cách yêu thương và giúp đỡ lẫn nhau."

Thầy luôn coi trọng tinh thần đoàn kết và sự hòa hợp giữa các thành viên trong GĐPT. Thầy cũng đã từng nói: *"Chỉ khi chúng ta biết hòa hợp, biết yêu thương và hiểu nhau, chúng ta mới có thể cùng nhau bước đi trên con đường giác ngộ."* Đây không chỉ là một lời khuyên, mà còn là nguyên tắc mà Thầy muốn truyền đạt cho mọi thế hệ trong GĐPT. Đối với Thầy, tinh thần đoàn kết không phải chỉ là sự đồng lòng trong hành động, mà còn là sự đồng cảm trong tâm hồn, biết lắng nghe và sẻ chia với nhau.

Mối quan tâm của Thầy đối với GĐPT còn được thể hiện qua việc Thầy luôn tìm kiếm những phương pháp giáo dục phù hợp với thời đại. Thầy hiểu rằng, trong bối cảnh hiện đại hóa và toàn cầu hóa, việc giáo dục Phật giáo cho thanh niên cần phải đổi mới, phù hợp với nhu cầu và tâm lý của thế hệ trẻ. Thầy thường xuyên khuyến khích các huynh trưởng và đoàn sinh GĐPT không ngừng học hỏi, sáng tạo và ứng dụng những phương pháp giáo dục tiến bộ, nhưng đồng thời phải giữ vững được giá trị cốt lõi của Phật giáo.

Thầy cũng luôn nhấn mạnh rằng, GĐPT cần phải là nơi kết nối giữa nhà chùa và xã hội. Đối với Thầy, GĐPT không chỉ là nơi để tu học mà còn là cầu nối giữa Phật giáo và đời sống thường nhật. Thầy khuyến khích các đoàn sinh hãy mang tinh thần Phật giáo vào cuộc sống, để giáo lý không chỉ là những bài học trong sách vở mà còn là những hành động cụ thể, là sự yêu thương, chia sẻ và giúp đỡ trong đời sống thường ngày. Thầy nói: *"Nếu chúng ta học Phật mà không biết sống với tinh thần Phật pháp, thì việc học ấy chỉ là sự vô ích. Chúng ta cần phải biết biến những lời dạy của Đức Phật thành những hành động cụ thể, để làm cho cuộc sống này trở nên tốt đẹp hơn."*

Không chỉ quan tâm đến việc giảng dạy, Thầy Tuệ Sỹ còn luôn đề cao vai trò của các huynh trưởng trong GĐPT. Thầy nhận thấy rằng, huynh trưởng không chỉ là người dẫn dắt các đoàn sinh trong tu học, mà còn là người gieo trồng những hạt giống đạo đức, tinh thần trách nhiệm và lòng từ bi vào tâm hồn của thế hệ trẻ. Thầy luôn khuyên các huynh trưởng hãy làm gương sáng cho đoàn sinh, sống một đời sống mẫu mực, giản dị nhưng đầy yêu thương và tinh thần phụng sự.

Thầy cũng không ngừng nhấn mạnh tầm quan trọng của việc đào tạo huynh trưởng. Đối với Thầy, để GĐPT có thể phát triển vững vàng, huynh trưởng cần phải không ngừng nâng cao kiến thức, rèn luyện tinh thần và đạo đức. Thầy từng nói: *"Huynh trưởng không chỉ là người truyền dạy Phật pháp, mà còn là người dẫn dắt, hướng dẫn đoàn sinh trong từng bước đi trên con đường tu học. Chỉ khi nào huynh trưởng thực sự trở thành những người thầy, người bạn đáng tin cậy, GĐPT mới có thể phát triển mạnh mẽ."*

Mối quan tâm của Thầy Tuệ Sỹ đối với GĐPTVN không chỉ là trách nhiệm của một vị thầy trong giáo dục, mà còn là tình thương yêu chân thành đối với thế hệ trẻ. Thầy luôn mong muốn các đoàn sinh GĐPT không chỉ phát triển về mặt kiến thức, mà còn trở thành những người công dân tốt, biết yêu thương, sẻ chia và sống có trách nhiệm với cộng đồng. Đối với Thầy, GĐPT là một gia đình lớn, nơi mà mỗi đoàn sinh đều được nuôi dưỡng trong tinh thần từ bi và trí tuệ, nơi mà các em có thể tìm thấy sự yêu thương, sự đồng hành và sự hỗ trợ lẫn nhau.

Thầy cũng nhắc nhở rằng, GĐPT cần phải phát huy vai trò là cầu nối giữa Phật giáo và xã hội, giúp thanh niên Phật tử không chỉ tu học mà còn có trách nhiệm với đất nước và cộng đồng. *"Một thanh niên Phật tử không thể tách rời khỏi xã hội mà phải biết sống vì người khác, phải biết dùng trí tuệ và lòng từ bi của mình để phụng sự cho lợi ích chung."*

Mối quan tâm đặc biệt của Thầy Tuệ Sỹ đối với GĐPTVN là một minh chứng rõ ràng cho tình yêu thương và sự trăn trở của Thầy về việc nuôi dưỡng và phát triển thế hệ thanh niên Phật tử. Với Thầy, GĐPTVN không chỉ là nơi rèn luyện tinh thần và đạo đức, mà còn là môi trường để thế hệ trẻ học cách sống có trách nhiệm, biết yêu thương và phụng sự cho đời.

*

Cuộc đời của Thầy Tuệ Sỹ là một hành trình trầm lặng nhưng đầy vĩ đại, nơi mà trí tuệ, lòng từ bi và tinh thần phụng sự đan quyện vào nhau, làm nên một bậc thầy đầy đạo hạnh và uyên bác. Qua từng bước đi trên con đường tu học và phụng sự, Thầy không chỉ để lại dấu ấn trong lòng những ai may mắn được tiếp xúc với mình mà còn truyền lại những di sản tinh thần vô giá cho các thế hệ mai sau. Đặc biệt, mối quan tâm sâu sắc của Thầy đối với thế hệ trẻ – từ giới tăng sĩ đến thanh niên Phật tử và đặc biệt là GĐPTVN – là minh chứng rõ ràng cho sự trăn trở và tình yêu thương của Thầy dành cho tương lai của Phật giáo Việt Nam.

Với Thầy, thế hệ trẻ không chỉ là những người thừa hưởng giáo lý Phật đà mà còn là những người góp phần làm nên sự đổi thay tích cực cho xã hội. Trong mỗi lời giảng dạy, Thầy luôn khơi dậy trong lòng thanh niên Phật tử niềm khát vọng sống đúng với tinh thần từ bi và trí tuệ, đồng thời khuyến khích chúng ta biết dấn thân phụng sự cho cộng đồng và đất nước. Thầy tin rằng chỉ khi thanh niên biết học hỏi, rèn luyện và hành động dựa trên nền tảng đạo đức và trách nhiệm, chúng ta mới thực sự trở thành những người kế thừa xứng đáng của Phật giáo và dân tộc.

Đối với GĐPTVN, Thầy đã dành nhiều tâm huyết để xây dựng và phát triển, không chỉ là một tổ chức tôn giáo mà còn là một môi trường giáo dục toàn diện, nơi mà mỗi đoàn sinh được nuôi dưỡng trong tinh thần đạo đức, đoàn kết và yêu thương. Thầy không ngừng khuyến khích các đoàn sinh GĐPT biết sống với trách nhiệm, yêu thương và phụng sự, từ đó góp phần làm cho xã hội trở nên tốt đẹp hơn. Bởi: *"Nếu chúng ta học Phật mà không biết làm cho cuộc sống này trở nên tốt đẹp hơn, thì việc học ấy chỉ là vô ích."*

Tinh thần đoàn kết, lòng từ bi và trí tuệ mà Thầy đã gieo trồng trong GĐPTVN sẽ mãi mãi là ngọn đuốc soi sáng cho các thế hệ tiếp nối. Mỗi đoàn sinh GĐPT, mỗi thanh niên Phật tử cần tiếp tục giữ vững và phát huy những giá trị mà Thầy đã truyền lại, để giáo lý Phật đà không chỉ là một hệ thống lý thuyết mà còn là những bài học sống động, cụ thể trong cuộc sống thường ngày.

Thầy Tuệ Sỹ là hiện thân của một bậc thầy uyên bác, một vị đạo sư đã dấn thân trọn đời cho đạo pháp và dân tộc. Cuộc đời và hành trạng của Thầy không chỉ là một hành trình tu học và phụng sự, mà còn là một minh chứng cho tinh thần bất khuất, lòng kiên định và tình yêu thương vô bờ bến đối với thế hệ trẻ. Mối quan tâm của Thầy đối với giới tăng sĩ trẻ, thanh niên Phật tử và đặc biệt là GĐPTVN, là một di sản vô giá mà Thầy đã để lại cho Phật giáo Việt Nam.

Với sự dẫn dắt của Thầy, GĐPTVN đã và sẽ mãi là một ngôi nhà chung, nơi mà thế hệ trẻ có thể tìm thấy sự an ủi, sự đồng hành và sự hướng dẫn tinh thần trên con đường tu học và phụng sự. Những giá trị mà Thầy đã truyền lại không chỉ là những bài học giáo lý, mà còn là những bài học làm người, làm thế nào để sống một đời sống tràn đầy ý nghĩa và tình yêu thương. Chính vì vậy, sứ mệnh của mỗi thành viên

GĐPT và mỗi thanh niên Phật tử hôm nay không chỉ là tiếp nối những gì Thầy đã làm, mà còn phải biết sống đúng với những giá trị mà Thầy đã truyền dạy, biết làm cho giáo lý Phật đà trở nên sống động và thực tiễn trong cuộc sống.

Hành trạng của Thầy Tuệ Sỹ không chỉ là một cuộc đời của sự hy sinh, mà còn là một cuộc đời của sự gieo trồng những hạt giống đạo đức và trí tuệ vào tâm hồn của biết bao thế hệ thanh niên Phật tử. Và chính những hạt giống ấy sẽ tiếp tục nảy nở, phát triển và lan tỏa, để làm cho Phật giáo Việt Nam mãi mãi trường tồn, để ánh sáng từ bi và trí tuệ của Phật đà mãi mãi soi sáng con đường của các thế hệ sau.

"Ta đi dẫm nắng bên đèo
Nghe đau hồn cỏ rủ theo bóng chiều
Nguyên sơ là dáng yêu kiều
Bỗng đâu đảo lộn tịch liên bến bờ
Còn đây góc núi trơ vơ
Nghìn năm ta mãi đứng chờ đỉnh cao"

TUỆ SỸ,
Thiên Lý Độc Hành, 2

PHỤ BẢN 1

ĐẠO TỪ
NGÀY VỀ NGUỒN

Nam-mô Thập phương Thường trú Tam Bảo tác đại chứng minh

Kính bạch Chư Tôn Trưởng Lão,
Chư Hòa Thượng, Thượng Tọa, Đại Đức Tăng-già,

Thật là một nhân duyên lớn để có ngày hôm nay, nhân duyên lớn để cảm nghiệm uy đức chúng Tăng hòa hiệp; chúng Tăng trong và ngoài nước, từ các châu lục cùng vân tập về trong ngày Hội này, ngày Hội Về Nguồn với tất cả ý nghĩa sâu xa của từ ngữ. Về nguồn, để hòa mình trong dòng suối truyền thống bao dung nhân ái. Về nguồn, để thắp sáng ngọn đèn Chánh pháp, thắp sáng tâm tư của chúng đệ tử Phật bước đi không lạc lối, để không bị mê hoặc bởi hư danh và lợi dưỡng, những cặn bã dư thừa mà quyền lực thế gian ban cho; để không mất tín tâm bất hoại nơi Thánh đạo xuất thế mà sẵn sàng khuất thân nô dịch cho bạo lực thế gian.

Về nguồn, để chúng đệ tử Phật cùng hỗ tương sách tấn, cùng hòa hiệp trong bản thể thanh tịnh của Tăng-già, vì sự tăng ích và an lạc của tự thân và của nhiều người, của Chư thiên và nhân loại.

Mỗi dân tộc có những ngày hội truyền thống đặc biệt cho những biến cố lịch sử vui hoặc buồn, trong vinh quang hoặc khổ nhục. Chúng đệ tử xuất gia của Đức Thế tôn, những người đã dứt khoát với những buồn vui thế tục, chỉ tĩnh tâm cho một niềm vui duy nhất; niềm vui của hỷ lạc phát sinh từ Chúng Tăng thanh tịnh hòa hiệp, để là nơi quy hướng và sở y cho một thế giới bất an bị bao phủ trong hận thù, nghi kị.

Cũng có những thời đại, khi mà những biến cố lịch sử đảo điên của một dân tộc đã lôi cuốn chúng đệ tử Phật cùng chung nghiệp hữu lậu theo dòng xoáy bộc lưu, cùng chìm nổi trong thăng trầm, vinh nhục; cũng có khi mà các Thiền sư, những quân vương và Phật tử anh hùng, đã viết nên những trang sử thắm đượm truyền thống bao dung và nhân ái, nhưng cũng có lúc chúng đệ tử Phật lại chỉ có thể viết nổi những trang sử tối tăm của dân tộc và đạo pháp. Và một phần khác bị ngập sâu trong dòng thác hận thù, nghi kỵ đã chia rẽ dân tộc, khó tìm thấy con đường hóa giải, chúng đệ tử Phật tuy đã không quên lời giáo huấn của Thế Tôn rằng, "Những kẻ ấy không biết rằng nơi đây chúng ta sẽ hủy diệt nên phí công tranh luận hơn thua", rằng " an lạc thay, chúng ta sống không thù hận giữa những người thù hận", tuy vẫn không quên, nhưng giải thích theo hướng khả dĩ biện minh cho thực tế được xem như không thể hóa giải giữa những đệ tử Phật.

Cho nên, ngày Hội hôm nay, bốn chúng đệ tử mà tín tâm chưa thoái hóa nơi Tăng-già, đệ tử của Thế Tôn, những vị chánh hành, trực hành và nhu nhuyến hành; bằng uy đức từ bản thể thanh tịnh và hòa hiệp của Tăng-già, xứng đáng là phước điền cho thế gian, là sở y an toàn để thế gian quy ngưỡng, tránh xa những hiểm nguy đe dọa bởi tham tàn và thù hận. Bởi, từ ngữ Tăng-già được dùng để nói về đệ tử của Thế Tôn hàm nghĩa "kết chặt lại những gì có nguy cơ tan rã bởi dị kiến, dị giới".

Một xã hội mà không có nơi nào để cho tín tâm an trụ, xã hội ấy dễ dàng rơi vào tà kiến điên đảo. Trong một xã hội mà phẩm giá con người không được tôn trọng; trong một xã hội mà quyền lực được dựng lên không còn mục đích hòa giải những mâu thuẫn tranh chấp giữa các thành viên, từ thuở loài người khởi đầu lịch sử đấu tranh vì lợi dưỡng, vì quyền lực. Mỗi con người chỉ là một cọng cỏ yếu ớt gấp mình trước những thế lực tham tàn hung bạo. Không còn nơi nương tựa vững chắc, ngoài những bóng ma chập chờn để bám víu. Một thời, con người được tu dưỡng chánh tín để tự mình là hòn đảo an toàn cho chính mình; một thời giáo nghĩa dẫn vào thể tánh của trí kim cang bất hoại; nay giáo nghĩa ấy được giải thích theo định hướng thời đại; thí, giới, nhẫn, cho một xã hội thu nhập bình đẳng, cho một xã hội an toàn đạo đức và bao dung; các ba-la-mật ấy, từ Bồ-đề nguyện, Bồ-đề hành, của những con người đơn giản biết chia nửa bát cơm, nhường nửa manh áo cho người cùng khổ; các ba-la-mật ấy trong một thời đại, trong một xã hội mất hướng, đã trở thành những bảng hiệu rao hàng. Đức Phật đã từng trả lời Tôn giả Ca-diếp về tương lai của Chánh pháp rằng, khi vàng giả xuất hiện trên thị trường thì vàng thật biến mất. Con thuyền ngoài khơi không bị nhận chìm bởi sóng gió, bởi giông bão, mà bị nhận chìm bởi chính trọng tải của khối hàng hóa đầy trong nó. Cũng vậy, con thuyền Chánh pháp bị nhận chìm không phải do giáo lý lỗi thời, mà do bởi chúng đệ tử Phật chất đầy trong đó bằng hư danh, lợi dưỡng; bằng những giá trị cặn bã của thế gian, pha trộn chánh lý giải thoát và giác ngộ với tin tín, tà giải nông cạn của thế gian, lấy đó làm chuẩn mực để biện minh cho lập trường kiên định không chịu bao dung hòa hiệp với huynh đệ đồng tu.

Ngay từ khởi thủy của xã hội loài người, như Đức Phật đã chỉ rõ, con người đã phải đấu tranh với thiên nhiên để chiếm hữu và tồn tại; đấu tranh với hoàn cảnh, với xã hội, để chiếm hữu, để thống trị, để tồn tại. Lịch sử của mỗi dân tộc, từ những bộ lạc bán khai, cho đến những quốc gia phú cường không hề từ chối tham vọng thống trị và nô dịch các dân tộc nhỏ bé, nhược tiểu. "Ba cõi không yên, như ngôi nhà lửa, đây không phải chỉ là thí dụ ví von, mà mô tả thực trạng thế giới và rõ nhất là những xung đột quốc tế, tranh chấp quyền lực thống trị thế giới, đang là hiểm họa diệt vong của thế giới loài người. Nhiều biện pháp hòa bình được đề nghị, từ các nhà triết học, các nhà tôn giáo, nhưng chính các đề nghị này cũng trở thành đầu mối xung đột, góp phần vào toàn cảnh xung đột càng khốc liệt hơn. Một vài nơi trong kinh điển Phật giáo đã đánh dấu lịch sử tiến hóa và thoái hóa của xã hội loài người, qua các chu kỳ tiểu tam tai với các tai họa chiến tranh, ôn dịch và cơ cần hay nạn đói. Mỗi dân tộc trong một quốc gia cá biệt, trong lịch sử tiến hóa của dân tộc và đất nước mình cũng trải qua từng chu kỳ tiểu tam tai cá biệt. Điều này có thể được chứng minh bằng lịch sử phát triển xã hội của mỗi đất nước. Cho đến khi, chu kỳ tiểu tam tiến lên thành hiện tượng phổ biến toàn cầu, nhân loại đang đứng trước một khúc quanh nghiêm trọng: hoặc sẽ tiến đến hòa bình và tiến bộ, hoặc sẽ bị hủy diệt. Nguyên nhân và hậu quả của nó không phải là những biến cố ngẫu nhiên. Con người sinh ra từ ái dục, được nuôi dưỡng bằng ái dục, nó phải tranh đấu để chiếm hữu và tồn tại; trong đấu tranh, dù với thiên nhiên hay với xã hội loài người, bạo lực luôn luôn được viện đến và con người cần tập hợp thành khối lớn để phát huy bạo lực. Nếu không gây được mâu thuẫn quyền lợi giữa các cộng đồng, giữa các quốc gia, không thể tồn tại những xung đột gay gắt dẫn đến hận thù; và hận thù là chất liệu nuôi dưỡng chiến tranh. Chiến tranh tất yếu dẫn đến hủy diệt. Tham ái sinh thành và nuôi lớn thế gian; chiến tranh hủy diệt thế gian. Vô minh che mờ tri kiến chân thật và rồi con người chỉ biết giết nhau để tồn tại, nhưng không nhận thức được tồn tại cho mục đích gì, sống và chết có ý nghĩa gì trong quan hệ nhân quả. Mọi giải thích từ các tư duy triết học và tôn giáo càng làm cho bức màn vô minh, giáo điều và cố chấp, càng dày thêm và các giải thích ấy lại là nguyên nhân cho những xung đột dẫn đến chiến tranh. Đây là sự thực lịch sử không thể chối cãi.

Nếu con người thấy biết rõ bằng chính con mắt nội tâm trực giác của chính mình, bằng kinh nghiệm chứng ngộ ta là ai trong thế giới này; quy luật nhân quả nào đã dẫn ta đến đây, nơi mà mọi sáng tạo, mọi thành tựu đều dẫn đến hủy diệt. Khi các nhà khoa học hàng đầu của thế kỷ 20 đã phát minh những quy luật vật lý để có thể mang lại cho con người những tiện nghi vật chất khả dĩ làm vơi bớt những khổ nhọc của thân xác; nhưng khi mà thành tựu khoa học đã đạt đến đỉnh cao, các nhà khoa học đã tụ hội về đất nước được xem là đang tiến tới đỉnh cao của thành tựu khoa học và tại đây, họ đã lên tiếng: "Các nhà khoa học chúng ta đã phạm tội ác với nhân loại." Những thành tựu khoa học phi thiện phi bất thiện, nhưng chính từ tâm tham lam, thù hận, si mê, con người đã sử dụng nó như là công cụ để gieo rắc cái ác. Cái ác ấy ngày càng tăng trưởng chưa có dấu hiệu tạm ngưng.

Trong cái ác đang diễn ra có nguy cơ đe dọa hủy diệt thế giới; trong cái cực ác hiếm thấy, hay chưa từng thấy trong lịch sử loài người, thế giới khắp năm châu cũng đang cảm nghiệm những tấm lòng nhân ái, đồng cảm với những khổ đau gây ra từ chiến tranh tàn bạo. Từ hạt giống bao dung nhân ái vừa được gieo ấy, nếu được trưởng dưỡng, nó sẽ hứa hẹn một tương lai thanh bình, an lạc cho một thế giới đại đồng huynh đệ.

Cũng thế, trong cơn đại dịch, một dân tộc đang quằn quại dưới cái ác cực kỳ, của một lớp người bằng vào quyền lực cấu kết phi nghĩa đã bòn rút tận xương tủy của hạng quần chúng thấp hèn; trong cái ác tàn bạo bất nhân ấy, dân tộc này trong tối tăm đã thấy ngời sáng của tình tự bao dung nhân ái, chia sẻ nhau từng bó rau, từng bát gạo. Truyền thống bao dung nhân ái một thời đã đoàn kết toàn khối dân tộc để tồn tại qua những trận chiến hung tàn từ tham vọng quyền lực của nước lớn. Quả thực, dân tộc này, trong bối cảnh lịch sử cá biệt, đã kinh qua một chu kỳ tiểu tam tai, chu kỳ của thảm họa cơ cẩn hay nạn đói, chiến tranh và ôn dịch. Qua đó, cái ác hành và thiện tâm đang là đối lưu của hai dòng thác bộc lưu. Tương lai dân tộc tươi sáng hay tối tăm sẽ được quyết định trong trận chiến thiện ác tương tranh này.

Trong bối cảnh lịch sử đó, Phật giáo Việt Nam sẽ thắp sáng ngọn đèn Chánh pháp để đồng với dân tộc trong lịch sử thăng trầm, vinh nhục; hay chỉ là những cửa hàng rao bán tà tín, tà giáo, cầu khẩn ma quỷ; không chỉ là hiện tượng xã hội phổ biến làm lũng đoạn kinh tế, mà còn ru ngủ, xói mòn sức sống, tự lực vươn lên, của những thế hệ đang lớn.

Chúng đệ tử tại gia được giáo giới thực hành bốn nhiếp sự, để xây dựng cộng đồng hòa hiệp cho một xã hội bình đẳng, cùng nâng cao phẩm giá con người. Chúng đệ tử xuất gia sống chung hòa hiệp bằng sáu pháp khả hỷ, hòa kính, làm sở y an toàn cho một thế giới dẫy đầy biến động hiểm nguy, thường bị nuốt chửng bởi quy luật vô thường hủy diệt. Nhưng khi mà chúng đệ tử Phật không còn biết đến giá trị của những giáo nghĩa ấy, đắm mình trong những giá trị thế tục, tư duy bằng dị kiến, dị giới của thế tục, dẫn đến những mâu thuẫn, tranh chấp; đấy là lúc con thuyền Chánh pháp tự đánh chìm ngoài biển khơi bởi trọng tải của chính nó. Sự thực lịch sử đã chứng minh điều đó. Thực trạng của Phật giáo Việt Nam hiện tại đang góp phần không nhỏ cho những xáo trộn xã hội, đang gieo rắc những tà tín, tà giải, quảng bá lan tràn những thực hành mê tín dị đoan, tin tưởng năng lực phò hộ của cô hồn, của ma quỷ, hơn là tin tưởng vào nghiệp quả.

Sau một thời gian dài, mâu thuẫn, tranh chấp, đã xuất hiện trong các cộng đồng đệ tử Phật, dẫn đến tình trạng phân hóa, chia rẽ trầm trọng đến mức hầu như không có cơ hội hóa giải, dù dẫn chứng một cách trung thực giáo nghĩa từ Pháp và Luật thiện thuyết; các nguyên tắc diệt tránh mà Đức Thế Tôn đã thi thiết, như thảo phú địa, ức niệm tì-ni, cho đến đạo lý sư tư tương thừa, chủng tánh bất đoạn, tất cả chỉ được đánh giá là lời hay ý đẹp trong kinh điển, được lưu trữ trong các thư viện, tàng kinh các.

Vậy nên, kính bạch Chư Tôn Trưởng Lão, ngày Hội hôm nay, ngày Hội Về Nguồn, trong ý nghĩa thiết thực của từ ngữ, Chư Tôn Trưởng Lão cùng tâm ý tương thông, làm sáng tỏ ý nghĩa cứu cánh của Pháp và Luật thiện thuyết, chỉ rõ giá trị hiện thực của giáo nghĩa được hành trì, để cho uy đức từ bản thể thanh tịnh và hòa hiệp của Tăng-già được nêu cao như là dấu hiệu chỉ đường cho một thế giới an lạc không hận thù, không áp bức.

Chư Tôn Đức, từ trong nước và hải ngoại, cùng vân tập hội diện trong ngày Hội hôm nay, mỗi vị có sở hành riêng biệt, tâm tư và hoàn cảnh riêng biệt; cùng chung tâm nguyện Bồ-đề, vì cứu cánh của tự thân trong chuỗi sanh tử lưu chuyển vô thủy vô chung, vì sự tăng ích và an lạc của nhiều người, của mọi loài chúng sanh; ước nguyện Chư Tôn vận tâm bình đẳng, rải tâm từ đến bốn chúng đệ tử, để cho tất cả hãy quên đi cái đúng và cái sai của ta và người, để cho Chánh pháp bừng sáng trong tâm, soi sáng con đường hành đạo, không thoái chuyển tâm nguyện Bồ-đề trong bản nguyện phụng sự dân tộc và nhân loại.

Kính đảnh lễ hiện tiền chư Đại Đức Tăng-già.

Khể thủ vọng bái

Tỳ-kheo Thích Tuệ Sỹ

ÁNH SÁNG TỪ CỘI NGUỒN
HÀNH TRÌNH HÒA HIỆP VÀ SỨ MỆNH CỦA NGƯỜI ĐỆ TỬ PHẬT TRONG THỜI ĐẠI BIẾN ĐỘNG

AN TRÚ AM

Ý NGHĨA CỦA VIỆC QUAY VỀ CỘI NGUỒN

Trong thế giới hiện đại, khi con người đang đối diện với vô vàn thử thách từ sự phát triển không ngừng của khoa học công nghệ, các xung đột quyền lực và khủng hoảng đạo đức, những giá trị tinh thần trở thành nguồn ánh sáng dẫn lối cho những tâm hồn còn băn khoăn tìm kiếm sự bình an. Trong bối cảnh đó, thông điệp "về nguồn" được Cố Hòa thượng Thích Tuệ Sỹ nêu trong bài **"Đạo từ NGÀY VỀ NGUỒN"*** đã khơi dậy một ý thức sâu sắc về tầm quan trọng của việc quay về với cội nguồn tâm linh.

"Về nguồn" trong đạo Phật không chỉ là một hành động vật lý mà còn là sự quay về với những giá trị truyền thống của giáo pháp, quay về với sự thanh tịnh của Tăng-già, nơi mà người đệ tử Phật tìm thấy sự bình an nội tâm và trí tuệ giác ngộ. Trong mỗi bước chân hành đạo, việc hòa mình vào dòng chảy của truyền thống, thắp sáng ngọn đèn Chánh pháp để vượt qua những cám dỗ của danh vọng và lợi lộc thế gian, là một thử thách không nhỏ đối với mỗi cá nhân.

Hòa thượng nhấn mạnh rằng "về nguồn" là cách để người đệ tử Phật tái xác định hướng đi, không chỉ cho bản thân mà còn cho cả cộng đồng. Trong thời đại biến động, khi các giá trị vật chất thường lấn át tinh thần, việc quay về cội nguồn để giữ vững niềm tin vào Chánh pháp

---

* Phụ bản 1

và thanh tịnh hóa tâm hồn trở thành một sứ mệnh lớn lao.

HÒA HIỆP TĂNG-GIÀ: CỘI NGUỒN CỦA CHÁNH PHÁP

Trong bài Đạo từ "NGÀY VỀ NGUỒN", Cố Hòa thượng Thích Tuệ Sỹ đã nhấn mạnh vai trò quan trọng của sự hòa hiệp trong Tăng-già như là cốt lõi của sự tồn tại và phát triển của đạo pháp. "Về nguồn" đồng nghĩa với việc quay về với sự thanh tịnh và hòa hiệp của Tăng-già, nơi mà bản thể thanh tịnh của cộng đồng tu sĩ Phật giáo được duy trì.

Sự hòa hiệp của Tăng-già không chỉ là một biểu tượng của đoàn kết trong nội bộ mà còn là một nơi nương tựa tinh thần cho toàn xã hội. Trong bối cảnh thế giới đầy rẫy những tranh chấp, xung đột và bạo lực, Tăng-già trở thành biểu tượng của sự an lạc và bình an. Hòa hiệp không chỉ là một lý tưởng cao cả mà còn là mục tiêu thực tiễn, nơi mà mỗi đệ tử Phật đóng góp vào việc xây dựng một cộng đồng hòa hợp, không mâu thuẫn, không tranh chấp.

Hòa thượng cũng nhắc nhở rằng, khi Tăng-già không giữ được sự thanh tịnh và hòa hiệp, đó là lúc con thuyền Chánh pháp có nguy cơ bị đánh chìm bởi những thế lực thế gian. Điều này nhấn mạnh tầm quan trọng của việc bảo vệ tinh thần hòa hiệp trong nội bộ Tăng-già và từ đó lan tỏa ra toàn xã hội.

PHẬT GIÁO VÀ THÁCH THỨC CỦA THỜI ĐẠI

Trong dòng chảy lịch sử nhân loại, Phật giáo luôn đóng vai trò như một ngọn đèn soi sáng tâm hồn con người, giúp chúng sinh thoát khỏi sự mê mờ của tham, sân, si. Tuy nhiên, trong thời đại ngày nay, khi thế giới đang đứng trước nhiều biến động lớn về kinh tế, chính trị, xã hội và môi trường, Phật giáo cũng đối diện với những thách thức vô cùng nghiêm trọng. Những xung đột quyền lực, chiến tranh, khủng hoảng đạo đức và sự gia tăng của chủ nghĩa vật chất khiến cho con người ngày càng xa rời các giá trị tâm linh và đạo đức.

Cố Hòa thượng Thích Tuệ Sỹ đã chỉ ra rằng một phần lớn của sự suy thoái này bắt nguồn từ việc con người đánh mất niềm tin vào giá trị tinh thần và sự thanh tịnh của chính mình. Ngài nhấn mạnh rằng, khi vàng giả xuất hiện vàng thật sẽ biến mất; điều này ám chỉ rằng những giá trị chân thật của Phật pháp có nguy cơ bị che lấp bởi những hình thức giả tạo, không đúng với bản chất của giáo lý nhà Phật. Xã hội ngày càng thiên về vật chất và con người dễ bị cuốn vào vòng xoáy của danh vọng, tiền tài, mà quên đi mục tiêu thực sự của cuộc sống – đó là sự giải thoát khỏi khổ đau.

Thách thức lớn nhất của Phật giáo trong thời đại này là làm sao giữ được tinh thần giải thoát và giác ngộ giữa một thế giới đầy cám dỗ. Tăng-già phải đối diện với việc làm thế nào để duy trì sự thanh tịnh và hòa hiệp trong khi các tác động từ xã hội bên ngoài ngày càng mạnh mẽ. Lúc đó, Phật tử tại gia, với vai trò là cầu nối giữa Phật pháp và đời sống thế tục, cũng phải học cách áp dụng giáo lý vào cuộc sống thực tế, không chỉ để tạo ra hạnh phúc cho bản thân mà còn để lan tỏa hạnh phúc và an lạc đến những người xung quanh.

Trong bài Đạo từ "NGÀY VỀ NGUỒN", Hòa thượng nhắc nhở chúng ta về tầm quan trọng của sự thanh tịnh trong từng hành động, từng suy nghĩ của người đệ tử Phật. Sự thanh tịnh ấy không chỉ là cái đẹp của tâm hồn, mà còn là sức mạnh để chống lại những cám dỗ và thách thức từ thế gian. Chỉ khi người đệ tử Phật giữ vững được tinh thần này, chúng ta mới có thể vượt qua những khó khăn trong cuộc sống và từ đó góp phần xây dựng một xã hội an lạc.

Hòa thượng cũng cảnh tỉnh về sự mất phương hướng của xã hội hiện đại, khi mà con người không còn tìm thấy nơi nương tựa tinh thần vững chắc, mà thay vào đó là những giá trị vật chất phù phiếm. Một xã hội mà phẩm giá con người không được tôn trọng, nơi quyền lực và lợi ích trở thành mục tiêu cao nhất, sẽ là môi trường thuận lợi để bạo lực và tranh chấp bùng phát. Phật giáo, với giáo lý về từ bi và trí tuệ, có vai trò đặc biệt quan trọng trong việc giúp con người quay về với giá trị cốt lõi của mình, thoát khỏi vòng xoáy của hận thù và tham vọng.

SỨ MỆNH CỦA NGƯỜI ĐỆ TỬ PHẬT

Trong bối cảnh đầy biến động của thời đại ngày nay, vai trò và sứ mệnh của người đệ tử Phật trở nên quan trọng hơn bao giờ hết. Cố Hòa thượng Thích Tuệ Sỹ đã chỉ ra rằng, mỗi đệ tử Phật, dù là xuất gia hay tại gia, đều có trách nhiệm giữ vững niềm tin vào Chánh pháp và thực hành giáo lý để góp phần xây dựng một xã hội hòa bình và an lạc.

Sứ mệnh của người đệ tử Phật không chỉ là việc tu học nhằm đạt được sự giác ngộ cá nhân, mà còn là việc đưa giáo lý của Đức Phật vào trong đời sống thực tế, giúp xã hội vượt qua những khó khăn và thách thức mà nó đang phải đối diện. Sự hòa hiệp, đoàn kết trong nội bộ Tăng-già là một biểu tượng cho tinh thần hòa hợp và đoàn kết trong cộng đồng xã hội. Bằng cách thực hành những giá trị của Chánh pháp, người đệ tử Phật có thể trở thành nguồn cảm hứng cho những người xung quanh, giúp tất cả vượt qua sự u mê và tìm thấy ánh sáng của từ bi và trí tuệ.

Hòa thượng nhắc nhở rằng, sứ mệnh của người đệ tử Phật không chỉ là việc giữ gìn giáo lý, mà còn là việc đối diện và giải quyết những mâu thuẫn trong cộng đồng. Khi Tăng-già không còn sự hòa hiệp, khi những người đệ tử Phật bị cuốn vào vòng xoáy của hư danh và lợi dưỡng, đó chính là lúc con thuyền Chánh pháp gặp nguy cơ bị chìm đắm. Do đó, trách nhiệm của mỗi đệ tử Phật là phải giữ cho tâm thanh tịnh, tránh xa những cám dỗ của thế gian và luôn hướng tới mục tiêu cao cả là giải thoát và giác ngộ.

KẾT NỐI QUÁ KHỨ VÀ TƯƠNG LAI

Trong hành trình dài của Phật giáo, việc duy trì truyền thống không chỉ là giữ gìn những giáo lý từ quá khứ mà còn là tìm cách phát triển, thích ứng và ứng dụng những giá trị ấy vào thời đại mới. Điều này phản ánh tinh thần "về nguồn" mà Cố Hòa thượng Thích Tuệ Sỹ nêu bật trong Đạo từ "NGÀY VỀ NGUỒN" – một sự trở về với cội nguồn của giáo pháp để thắp sáng con đường cho tương lai.

Phật giáo không phải là một hệ thống giáo lý tĩnh, mà luôn tiến hóa và phát triển qua các giai đoạn lịch sử khác nhau. Từ khi Đức Phật giác ngộ dưới cội Bồ-đề hơn 2,500 năm trước, giáo pháp đã lan truyền từ Ấn Độ sang các quốc gia khác và trong quá trình đó, giáo lý được điều chỉnh phù hợp với văn hóa, tập quán của từng dân tộc. Tuy nhiên, dù ở bất kỳ thời đại hay quốc gia nào, cốt lõi của Phật giáo vẫn luôn là sự giác ngộ và giải thoát.

Hòa thượng Thích Tuệ Sỹ nhắc nhở rằng việc quay về với cội nguồn không chỉ đơn giản là bảo vệ giáo pháp mà còn phải thấu hiểu tinh thần của nó, để truyền bá đúng đắn và hiệu quả. Truyền thống Phật giáo có giá trị khi nó giúp con người thoát khỏi khổ đau và sống hạnh phúc. Trong bối cảnh xã hội hiện đại đầy biến động, sự mất phương hướng của nhiều cá nhân và cộng đồng trở thành một trong những thử thách lớn đối với sự tồn tại của Chánh pháp.

Việc kết nối giữa quá khứ và tương lai đòi hỏi sự tinh tường trong nhận thức và hành động của người đệ tử Phật. Sứ mệnh của chúng ta là tiếp tục duy trì ngọn đèn Chánh pháp trong khi không ngừng cải tiến, làm mới cách thức truyền đạt giáo lý để phù hợp với nhu cầu của thế giới hiện đại. Một trong những thách thức lớn nhất là làm sao để Phật giáo không trở thành một tôn giáo thuần lý thuyết, mà trở thành một con đường thực tiễn giúp con người vượt qua những khủng hoảng tinh thần.

Hòa thượng nhắc nhở rằng, trong mỗi thời đại, Tăng-già và người đệ tử Phật phải không ngừng "về nguồn" để tái xác định mục tiêu và phương pháp của mình. Ngọn đèn Chánh pháp chỉ thực sự sáng khi nó được truyền thụ một cách chân thực và trung thực, không bị pha trộn với những giá trị thế tục, không bị lệch lạc bởi những mâu thuẫn cá nhân hay lợi ích nhỏ nhen. Đó là lý do mà sự hòa hiệp của Tăng-già, sự gắn kết của cộng đồng Phật tử và sự thanh tịnh trong từng hành động cá nhân trở thành cốt lõi trong sự phát triển vững bền của Phật giáo.

TRÁCH NHIỆM CỦA THẾ HỆ KẾ TIẾP

Trong lịch sử Phật giáo, các thế hệ đệ tử đã tiếp nối nhau để giữ gìn và phát huy giáo lý. Mỗi thế hệ đều đối diện với những thách thức riêng, nhưng tinh thần và trách nhiệm vẫn luôn không thay đổi: bảo vệ và truyền bá Chánh pháp, xây dựng một cộng đồng an lạc và hài hòa. Tuy nhiên, trong thời đại hiện tại, khi các phương tiện truyền thông, công nghệ và tư tưởng thế giới thay đổi một cách nhanh chóng, trách nhiệm này càng trở nên phức tạp hơn.

Hòa thượng Thích Tuệ Sỹ cảnh tỉnh rằng nếu các thế hệ đệ tử Phật hiện tại không giữ được tinh thần thanh tịnh và hòa hiệp, Chánh pháp có thể bị lu mờ bởi những giá trị thế tục. Việc tiếp nhận và truyền đạt giáo lý một cách hời hợt, pha trộn với những giá trị hư danh và lợi dưỡng có thể làm tổn hại đến cốt lõi của Phật giáo.

Sứ mệnh của thế hệ đệ tử Phật hiện tại, đặc biệt là Tăng-già và các Huynh trưởng, là phải dạy dỗ và hướng dẫn thế hệ trẻ với sự từ bi và trí tuệ. Các bạn trẻ cần được giáo dục không chỉ về kiến thức giáo lý mà còn về cách ứng dụng những giá trị ấy vào cuộc sống thực tế, để xây dựng một cộng đồng hài hòa và vững bền. Sự kế tục giáo lý Phật giáo không phải là một quá trình thụ động, mà là một quá trình chủ động, đòi hỏi sự hiểu biết sâu sắc, thấu đáo từ giáo pháp và sự trì hành trong đời sống thường nhật.

Điều này đặc biệt quan trọng trong bối cảnh toàn cầu hóa và sự đa dạng văn hóa đang ngày càng gia tăng. Người đệ tử Phật không chỉ đối diện với các thách thức nội tại từ chính Tăng-già và cộng đồng của mình, mà còn phải đối diện với sự ảnh hưởng của các luồng tư tưởng và lối sống mới, có thể làm phai nhạt đi giá trị cốt lõi của đạo Phật. Thế hệ hiện tại cần phải thấu hiểu sâu sắc rằng việc giữ gìn truyền thống Phật giáo không chỉ là việc bảo vệ di sản văn hóa mà còn là việc bảo đảm rằng giáo lý nhà Phật tiếp tục là nguồn lực để con người đối phó với những thách thức của thời đại mới.

BÀI HỌC THỰC TIỄN TỪ ĐẠO TỪ "NGÀY VỀ NGUỒN"

Bài học mà Cố Hòa thượng Thích Tuệ Sỹ để lại qua Đạo từ "NGÀY VỀ NGUỒN" là một thông điệp rõ ràng về việc trở về với cội nguồn tâm linh để tìm thấy sự bình an và trí tuệ. Đây là một thông điệp không chỉ dành cho các đệ tử Phật, mà còn là lời khuyên cho toàn nhân loại trong việc tìm lại giá trị tinh thần và lòng từ bi trong một thế giới đầy rẫy sự thù hận và tranh chấp.

Hòa thượng đã nhấn mạnh rằng, khi chúng ta không còn nhìn thấy ánh sáng của Chánh pháp, con thuyền Phật giáo sẽ bị nhận chìm bởi chính những giá trị hư danh và lợi lộc mà thế gian đưa đến. Sự thanh tịnh và hòa hiệp không chỉ là lý tưởng, mà còn là điều cần thiết để chúng ta giữ vững giáo lý và giúp đỡ nhân loại vượt qua những khổ đau.

Để làm được điều này, mỗi người đệ tử Phật phải bắt đầu từ chính bản thân mình, thực hành sự thanh tịnh trong từng suy nghĩ, lời nói và hành động. Đồng thời, chúng ta phải giúp đỡ người khác cùng đi trên con đường Chánh pháp, bằng cách chia sẻ và lan tỏa những giá trị tốt đẹp của Phật giáo đến mọi người xung quanh. Chỉ khi tất cả chúng ta cùng thực hành giáo lý, cùng thắp sáng ngọn đèn Chánh pháp, thì chúng ta mới có thể vượt qua những thách thức của thời đại và tạo ra một thế giới an lạc.

BÀI HỌC THỰC TIỄN CHO HIỆN TẠI VÀ TƯƠNG LAI

Như Hòa thượng Thích Tuệ Sỹ đã khẳng định, mỗi thời đại đều có những thử thách riêng và Phật giáo phải không ngừng phát triển để đáp ứng những nhu cầu của nhân loại. Song, không phải sự thay đổi nào cũng mang lại lợi ích và thậm chí, những thay đổi không được dẫn dắt bởi trí tuệ và từ bi có thể đẩy xã hội vào vòng xoáy của hủy diệt. Bài học từ Đạo từ "NGÀY VỀ NGUỒN" chính là lời nhắc nhở về sự thanh tịnh, hòa hiệp và sự tu tập bền bỉ để giữ vững Chánh pháp trong bối cảnh đầy biến động.

1. Sự thanh tịnh của tâm: Nền tảng của Chánh pháp

Hòa thượng nhấn mạnh rằng, để giữ gìn Chánh pháp, điều trước tiên người đệ tử Phật phải làm là giữ cho tâm thanh tịnh. Đây không phải là việc dễ dàng, nhất là trong thời đại mà con người thường xuyên bị cuốn vào những tham vọng về danh vọng, quyền lực và lợi lộc. Tuy nhiên, Hòa thượng cảnh tỉnh rằng, chính sự mê đắm vào các giá trị thế gian sẽ làm cho chúng ta lạc lối và từ đó, Chánh pháp cũng dần bị phai nhạt trong lòng.

Sự thanh tịnh của tâm không chỉ là việc từ bỏ tham sân si, mà còn là việc giữ cho trí tuệ luôn sáng suốt, không bị che mờ bởi những định kiến hay những tư tưởng sai lệch. Điều này đặc biệt quan trọng trong bối cảnh hiện tại, khi các luồng thông tin trái chiều và tư tưởng phân biệt ngày càng gia tăng. Người đệ tử Phật cần phải biết cách lắng nghe, quan sát và thực hành giáo lý với sự khiêm nhường, để giữ cho tâm luôn trong sáng và không bị dao động trước những thử thách.

2. Hòa hiệp: Sức mạnh của Tăng-già và cộng đ7ông

Hòa thượng Thích Tuệ Sỹ đã khẳng định rằng sự hòa hiệp của Tăng-già không chỉ là lý tưởng, mà còn là nền tảng cho sự tồn tại và phát triển của Chánh pháp. Khi Tăng-già không còn hòa hiệp, khi những mâu thuẫn và tranh chấp trong cộng đồng Phật tử trở nên phổ biến, đó là lúc Phật giáo đối diện với sự suy thoái. Do đó, trách nhiệm của mỗi người đệ tử Phật, từ xuất gia đến tại gia, là phải duy trì sự đoàn kết và gắn bó với nhau, tránh xa những xung đột cá nhân hay lợi ích nhóm.

Sự hòa hiệp không chỉ giúp cho Tăng-già vững mạnh, mà còn lan tỏa những giá trị từ bi và trí tuệ ra toàn xã hội. Người đệ tử Phật không chỉ học cách hòa hợp với đồng đạo, mà còn phải biết cách hòa nhập và gắn bó với mọi thành phần trong xã hội, từ đó lan tỏa những giá trị tích cực, giúp xã hội trở nên an lạc và bình an hơn.

3. Hành động trong từ bi và trí tuệ

Hành động của người đệ tử Phật không chỉ dừng lại ở việc tu học và giữ gìn giáo lý, mà còn là việc đưa những giá trị ấy vào cuộc sống thực tiễn. Từ bi và trí tuệ không chỉ là những khái niệm lý thuyết mà phải được thể hiện qua từng hành động hàng ngày. Từ việc chia sẻ, giúp đỡ những người khó khăn, đến việc tạo dựng một môi trường sống lành mạnh, đều là những hành động cụ thể mà người đệ tử Phật có thể thực hiện để xây dựng xã hội tốt đẹp hơn.

Cố Hòa thượng đã nhắc nhở chúng ta rằng, trong thời đại đầy xung đột và bất ổn này, việc thực hành từ bi và trí tuệ trở nên quan trọng hơn bao giờ hết. Con người dễ bị lôi cuốn vào vòng xoáy của hận thù và bạo lực, nhưng chỉ có từ bi và trí tuệ mới có thể giúp chúng ta vượt qua được những thử thách ấy. Đây là trách nhiệm không chỉ của mỗi cá nhân mà còn của toàn bộ cộng đồng Phật giáo.

4. Sự kế tục và phát triển giáo pháp cho thế hệ mai sau

Việc giữ gìn và phát huy giáo pháp không chỉ là nhiệm vụ của thế hệ hiện tại mà còn là trách nhiệm đối với tương lai. Hòa thượng Thích Tuệ Sỹ đã nhấn mạnh rằng, mỗi thế hệ phải biết cách truyền đạt lại những giá trị của Chánh pháp cho thế hệ kế tiếp và điều này không thể thực hiện qua những lời nói sáo rỗng hay lý thuyết hời hợt. Giáo pháp chỉ thực sự có giá trị khi được thấu hiểu và ứng dụng một cách chân thực vào đời sống hàng ngày.

Do đó, thế hệ hiện tại cần phải dạy dỗ, hướng dẫn và làm gương cho thế hệ trẻ trong việc tu học và hành đạo. Điều này không chỉ giúp bảo vệ Chánh pháp, mà còn giúp cho cộng đồng Phật tử trở nên vững mạnh, đủ khả năng đối phó với những thách thức trong tương lai. Sự kế tục giáo pháp không phải là quá trình thụ động, mà đòi hỏi sự chủ động trong việc học hỏi, ứng dụng và truyền đạt lại những giá trị tinh túy nhất của đạo Phật.

5. Hướng tới một thế giới hòa bình và an lạc

Cuối cùng, bài học từ Đạo từ "NGÀY VỀ NGUỒN" không chỉ dành cho người đệ tử Phật, mà còn là thông điệp cho toàn nhân loại trong việc tìm kiếm một cuộc sống hòa bình và an lạc. Trong thế giới đầy biến động này, mỗi cá nhân đều có vai trò quan trọng trong việc tạo dựng sự hòa hợp và đoàn kết giữa các cộng đồng và Phật giáo, với tinh thần từ bi và trí tuệ, có thể đóng góp lớn vào quá trình này.

Những giá trị của Phật giáo về từ bi, trí tuệ và hòa hiệp không chỉ là nền tảng cho sự phát triển cá nhân mà còn là con đường dẫn tới một xã hội công bằng, bình đẳng và hạnh phúc. Nếu mỗi cá nhân đều thực hành những giá trị này, nhân loại sẽ có cơ hội thoát khỏi vòng xoáy của hận thù và xung đột, hướng tới một thế giới hòa bình và an lạc thực sự.

*

HÀNH TRÌNH VỀ NGUỒN VÀ SỨ MỆNH CỦA NGƯỜI ĐỆ TỬ PHẬT

Đạo từ "NGÀY VỀ NGUỒN" của Cố Hòa thượng Thích Tuệ Sỹ không chỉ là một lời nhắc nhở về việc quay về cội nguồn của giáo pháp mà còn là một lời kêu gọi thực hành, thấu hiểu và tri hành trong đời sống thực tế. Người đệ tử Phật, với sứ mệnh lớn lao trong việc giữ gìn và phát huy Chánh pháp, phải luôn giữ cho tâm thanh tịnh, hành động trong từ bi và trí tuệ và truyền đạt lại những giá trị tốt đẹp ấy cho thế hệ mai sau.

Trong thế giới đầy biến động, khi những giá trị vật chất và lợi ích cá nhân đang lấn át những giá trị tinh thần, Phật giáo có vai trò quan trọng trong việc dẫn dắt con người thoát khỏi những khổ đau và xung đột và hướng tới một cuộc sống an lạc và hạnh phúc. Hành trình "về nguồn" không chỉ là việc giữ gìn truyền thống mà còn là việc phát huy tinh thần của giáo pháp để xây dựng một xã hội công bằng, hòa bình và đoàn kết.

KHẮC KHOẢI VỀ NGUỒN
HÀNH TRÌNH VƯỢT QUA CHƯỚNG NGẠI TỰ THÂN VÀ NGOẠI TẠI ĐỂ THỰC HIỆN DI NGUYỆN CỦA THẦY

MINH HẠNH

Kính lạy Giác Linh Thầy,

Mỗi khi nghĩ về những di chỉ của Thầy, lòng chúng con lại trĩu nặng với sự khắc khoải. Những lời Thầy viết trong **"Đạo Từ Về Nguồn"*** không chỉ là những dòng chữ mang đầy tư duy sâu lắng, mà còn là lời kêu gọi từ sâu thẳm trái tim, soi sáng con đường cho chúng con – những đệ tử đang lạc lối trong thế giới đầy thử thách. Sự thanh tịnh và hòa hiệp mà Thầy luôn nhắc nhở chính là mục tiêu tối thượng mà chúng con hướng tới. Nhưng con nhận ra rằng, để đạt được điều đó không phải chỉ có những chướng ngại từ bên ngoài mà còn là những cản trở từ trong chính bản thân – những ái chấp, vọng tưởng và nỗi bất an sâu kín.

Trong "Đạo Từ Về Nguồn," Thầy khéo léo chỉ ra con đường mà mỗi đệ tử cần đi, nhưng việc thực hiện di nguyện đó không hề dễ dàng. Trước hết, chúng con phải đối diện với chính mình – với những vọng tưởng, tham sân si và cả những cám dỗ mà đôi khi bản thân không thể nhận ra. Những điều ấy như tấm màn che phủ tâm trí, làm chúng con xa rời sự thanh tịnh và hòa hiệp mà Thầy luôn nhắc nhủ.

Thầy từng dạy rằng "về nguồn" không phải là quay lại với quá khứ, mà là sự trở về với bản chất chân thật của mình – tìm lại những giá trị nguyên sơ mà Đức Phật đã truyền đạt. Nhưng để làm được điều đó,

---

* Phụ bản 1

chúng con cần phải buông bỏ những tham vọng, tham dục thế gian và giữ vững tâm mình trước những sóng gió của thời đại. Con cảm thấy mình nhỏ bé trước lời dạy của Thầy, như một giọt nước giữa biển cả, chật vật trước những bão tố nội tâm. Nhưng cũng chính từ đó, con nhận ra rằng con đường "về nguồn" là hành trình mà chúng con phải đi từng bước, với sự kiên nhẫn và lòng khiêm nhường.

Mỗi khi đọc lại Đạo Từ của Thầy, con càng cảm nhận sâu sắc hơn trách nhiệm của mình. Thầy đã nhắc nhở chúng con về sự thanh tịnh và hòa hiệp của Tăng-già, về sứ mệnh cao cả mà mỗi đệ tử Phật phải gánh vác. Nhưng làm sao chúng con có thể thực hiện được những di nguyện ấy nếu chính tâm mình vẫn còn bị ràng buộc bởi những lo âu, những mong cầu vô ích? Cái tôi với tất cả những vọng tưởng, tham vọng vẫn còn là rào cản khiến chúng con xa rời con đường giác ngộ.

Trong những khoảnh khắc tĩnh lặng, khi con quay về với chính mình, con thấy rõ sự giằng xé giữa cái tôi cá nhân và lý tưởng cao đẹp mà Thầy đã đề ra. Thầy đã dạy rằng, Chánh pháp không phải là con đường dễ đi, nhưng đó là con đường duy nhất dẫn đến sự giải thoát. Chỉ khi con buông bỏ được những chướng ngại tự thân thì mới có thể thực sự bước đi trên con đường đó.

CHƯỚNG NGẠI NỘI TÂM VÀ HÀNH TRÌNH BUÔNG BỎ

Niềm khắc khoải lớn nhất của con không chỉ là những khó khăn ngoại tại, mà chính là những cản trở bên trong. Thầy đã nhiều lần nhắc đến sự thanh tịnh và hòa hiệp như đích đến của con đường tu học, nhưng con nhận ra rằng, để đạt được điều đó, chúng con phải bắt đầu từ chính mình. Mỗi lần con đối diện với những bất an, con nhận ra rằng, chỉ khi nào con có thể buông bỏ cái tôi, con mới có thể hòa hợp với cộng đồng, mới có thể đóng góp vào việc giữ gìn và phát huy Chánh pháp.

Thầy đã nói rằng, "về nguồn" không phải là quay lại một cách lý tưởng mà là thực tiễn. Nó đòi hỏi chúng con phải đối diện với những yếu kém của bản thân, chấp nhận và từ đó tìm cách vượt qua. Đó là một hành trình dài mà mỗi bước đều là sự chiến đấu với chính mình. Chính trong sự đối diện này, con càng cảm nhận sâu sắc hơn về những bài học mà Thầy đã dạy. Con nhận ra rằng sự thanh tịnh không phải chỉ là đích đến, mà còn là con đường chúng con phải đi, từng bước một, từng hành động nhỏ.

Sự thanh tịnh và hòa hiệp mà Thầy nhấn mạnh trong mỗi lời dạy không chỉ là lý tưởng cao xa, mà là nhiệm vụ sống còn cho mỗi người đệ tử. Sự thanh tịnh không chỉ là việc làm cho tâm mình trong sạch, mà còn là việc tạo dựng nền tảng cho Tăng-già, để giữ vững Chánh pháp trong mọi hoàn cảnh.

SỨ MỆNH CỦA CỘNG ĐỒNG TĂNG-GIÀ

Chúng con, những người đệ tử Phật, không thể nào thực hiện sứ mệnh của mình nếu thiếu đi sự đoàn kết. Sự hòa hiệp mà Thầy đã nhắc nhở không chỉ là mục tiêu cá nhân, mà còn là yếu tố quyết định sự vững bền của Tăng-già. Thầy đã chỉ rõ rằng, sự thanh tịnh và hòa hiệp không chỉ giúp chúng con vượt qua những khó khăn nội tại mà còn là sức mạnh giúp Chánh pháp tồn tại trong một thế giới đầy rẫy xung đột.

Sự hòa hiệp của Tăng-già không phải là sự kết hợp hời hợt, mà là sự liên kết chặt chẽ từ bên trong – nơi mà mỗi cá nhân đều giữ vững sự thanh tịnh của mình. Chúng con phải học cách sống chung với nhau, buông bỏ những mâu thuẫn nhỏ nhặt để cùng hướng tới mục tiêu cao cả hơn. Chỉ khi chúng con đoàn kết, Chánh pháp mới có thể vững mạnh và tồn tại trong mọi thử thách.

Trong mỗi lần thiền định, con thường tự hỏi, liệu chúng con có đủ sức mạnh để đối diện với những thách thức của thời đại? Thầy đã từng nói trong thế giới đầy biến động này, chỉ có sự hòa hiệp của Tăng-già mới có thể giữ vững con thuyền Chánh pháp. Nhưng để đạt được sự hòa hiệp ấy, mỗi người phải tự thanh tịnh tâm mình. Khi mỗi người đệ tử Phật giữ được sự thanh tịnh và buông bỏ cái tôi, Tăng-già sẽ trở thành nơi nương tựa cho cả thế gian.

HÀNH TRÌNH TỰ HOÀN THIỆN

Nhìn lại hành trình tu học của mình, con nhận ra rằng, không có gì quan trọng hơn việc tự thanh tịnh hóa bản thân. Đó là điều mà Thầy đã luôn nhắc nhở chúng con. Sự thanh tịnh không phải là việc tránh xa thế gian, mà là việc sống trong thế gian mà không để mình bị cuốn theo những ham muốn, cám dỗ. Để đạt được điều đó, chúng con phải biết buông bỏ những vọng tưởng, những toan tính về danh vọng và quyền lực.

Con nhận ra rằng, để thực hiện được di nguyện của Thầy, con không thế chỉ dừng lại ở việc tu tập cá nhân. Sứ mệnh của người đệ tử Phật không chỉ dừng lại ở bản thân mình, mà còn ở việc góp phần vào sự phát triển của cộng đồng Tăng-già. Sự hòa hiệp giữa chúng con không chỉ giúp chúng con vượt qua những khó khăn, mà còn giúp Chánh pháp lan tỏa, trở thành nơi nương tựa cho những ai đang tìm kiếm sự bình an trong cuộc sống đầy biến động.

*

HÀNH TRÌNH "VỀ NGUỒN"

Hành trình "về nguồn" mà Thầy đã nhắc nhở không chỉ là hành động quay về với truyền thống mà còn là hành trình tự hoàn thiện. Đó là sự trở về với bản chất chân thật của mình – nơi mà lòng từ bi, trí tuệ và sự thanh tịnh là nền tảng cho mọi hành động. Chúng con, những người đệ tử trẻ, đang từng bước trên con đường này, từng ngày học cách buông bỏ cái tôi, sống hòa hiệp với nhau để đóng góp vào sự phát triển vững bền của Chánh pháp.

Mỗi ngày trôi qua, con lại cảm nhận rõ hơn sự khắc khoải về hành trình mà Thầy đã chỉ ra. Thầy đã nói rằng, "về nguồn" không chỉ là sự trở về với quá khứ mà là sự trở về với những giá trị chân thật nhất của tâm hồn. Con hiểu rằng, chỉ khi con có thể buông bỏ những vọng tưởng, những ham muốn cá nhân, con mới có thể thực sự bước đi vững vàng trên con đường mà Thầy đã chỉ ra.

Sự khắc khoải trong lòng con không chỉ là nỗi lo về bản thân, mà còn là trách nhiệm với cộng đồng Tăng-già và Chánh pháp. Chúng con đang sống trong một thời đại đầy rẫy sự xung đột và cám dỗ. Nhưng chính trong thời đại này, những lời dạy của Thầy về sự thanh tịnh và hòa hiệp lại càng trở nên quý báu hơn bao giờ hết. Con hiểu rằng, dù con đường phía trước còn nhiều chông gai, nhưng với lòng kiên nhẫn và sự kiên định, chúng con sẽ vượt qua được mọi khó khăn để thực hiện di nguyện của Thầy, để cùng nhau "về nguồn."

Nam Mô Chứng Minh Sư Bồ Tát Ma Ha Tát.

VỀ NGUỒN:
GIỮA BẢN HOÀI BAN ĐẦU VÀ THỰC TẠI ĐẦY THÁCH THỨC – SỰ THỨC TỈNH TỪ ĐẠO TỪ CỦA THẦY TUỆ SỸ CHO THẾ HỆ HUYNH TRƯỞNG TRẺ GĐPTVN

NGUYÊN NHÃ

Trong dòng chảy thời gian và những biến đổi không ngừng của thế gian, việc nhìn lại hành trình mà chúng ta đã đi qua trở nên vô cùng quan trọng. Đặc biệt, đối với những người đệ tử Phật, lời dạy "về nguồn" không chỉ là một lời nhắc nhở về sự trở về với cội nguồn của giáo pháp, mà còn là một lời kêu gọi mạnh mẽ để nhìn lại chính mình, để tự vấn xem con đường mình đang bước liệu có đang đi xa khỏi lý tưởng ban đầu. Đạo Từ* của Cố Hòa Thượng Thích Tuệ Sỹ, với tinh thần thanh tịnh và trí tuệ sâu sắc, không chỉ gởi gắm đến hàng Tăng-già mà còn dành cho tất cả chúng đệ tử tại gia, những người đang nỗ lực phụng sự và tu học.

Đối với Huynh trưởng trẻ của Gia Đình Phật Tử (GĐPT), Đạo Từ của Thầy mang một ý nghĩa đặc biệt. Đó là sự thức tỉnh, là lời mời gọi trở về với bản hoài, với lý tưởng mà tổ chức GĐPT đã theo đuổi từ những ngày đầu thành lập. Trong bối cảnh hiện tại, khi GĐPT đang phải đối diện với nhiều khó khăn và thách thức, lời dạy "về nguồn" không chỉ là lời khuyên nhủ, mà là kim chỉ nam để mỗi Huynh trưởng nhìn lại và nhận thức rõ hơn trách nhiệm của mình. Lời bộc bạch dưới đây là nhận thức sâu sắc ý nghĩa "về nguồn" của Đạo Từ nói trên, như một hành trình tâm linh của một Huynh trưởng trẻ – những người đang nỗ lực từng ngày để bảo vệ và phát huy Chánh pháp trong lòng tổ chức GĐPTVN.

*

Khi đọc và chiêm nghiệm Đạo Từ của Thầy Tuệ Sỹ trong những giây phút trầm lặng nhất của tâm hồn, lòng con không khỏi bồi hồi và xúc động. Đạo Từ không chỉ là lời kêu gọi về một sự tỉnh thức

---

*Phụ bản 1

cho hàng Tăng-già mà còn là lời nhắn gửi sâu sắc đến tất cả những đệ tử tại gia, những người đang nỗ lực từng ngày trên hành trình tu học và phụng sự. Đối với một Huynh trưởng Gia Đình Phật Tử (GĐPT) trẻ như con, Đạo Từ của Thầy trở thành một tấm gương soi sáng, giúp con nhìn lại không chỉ con đường cá nhân mà còn là tình trạng hiện tại của tổ chức GĐPT – một tổ chức đã gắn bó với đạo Pháp, Dân tộc và xây dựng nền tảng tu học cho bao thế hệ.

Thầy đã mở đầu Đạo Từ bằng một lời nhắc nhở nhẹ nhàng nhưng sâu sắc của việc "về nguồn". Về nguồn không chỉ là trở lại với những giá trị nguyên thủy của đạo Phật, mà còn là hành trình trở lại với chính bản thân mình, với lý tưởng ban đầu mà mình đã theo đuổi. Đối với GĐPT, điều này mang một ý nghĩa cực kỳ lớn lao. Bởi vì trong dòng chảy đầy biến động của cuộc sống hiện đại, có những lúc chúng con đã xa rời lý tưởng nguyên thủy, xa rời con đường ban đầu mà tổ chức này được sáng lập nhằm mục đích tu học và phụng sự. Từ sự chia rẽ, đến những mâu thuẫn nội bộ, GĐPT dường như đã lạc lối trên hành trình gìn giữ và phát triển những giá trị mà mình đã từng trân trọng.

Trong Đạo Từ, Thầy nhắc đến hình ảnh "về nguồn" như một sự trở về với dòng suối thanh tịnh của giáo pháp, nơi mà mỗi chúng con đều tìm lại được niềm an lạc từ bên trong, không còn bị mê hoặc bởi những ảo tưởng và quyền lực thế gian. Đối với một Huynh trưởng trẻ như con, hình ảnh này không chỉ là sự trở về với giáo pháp, mà còn là sự trở về với lý tưởng GĐPT. Lý tưởng mà con và các anh chị em đã cam kết theo đuổi khi lần đầu tiên bước vào con đường này. Nhưng điều gì đã khiến chúng con xa rời lý tưởng ấy? Điều gì đã làm cho chúng con mất đi niềm tin ban đầu và rơi vào những mâu thuẫn nội tại?

Lắng nghe Đạo Từ của Thầy, con hiểu rằng sự lạc lối không phải là điều gì đó quá xa lạ hay riêng biệt chỉ xảy ra với một cá nhân, mà đó là một sự tất yếu trong quá trình phát triển của bất kỳ tổ chức nào. GĐPT đã và đang phải đối diện với những khó khăn, từ những mâu thuẫn nội bộ đến sự mất mát niềm tin của một số Huynh trưởng và đoàn sinh. Nhưng trong sự thức tỉnh từ Đạo Từ của Thầy, con nhận ra rằng, chính những khó khăn này mới là cơ hội để chúng con nhìn lại mình, để trở về với nguồn cội của sự thanh tịnh và đoàn kết.

Thầy đã nói rằng, "về nguồn" không chỉ là sự trở về với quá khứ, mà là hành động quay trở lại với những giá trị cốt lõi, những giá trị không bị ảnh hưởng bởi thời gian hay sự biến đổi của xã hội. Điều này khiến chúng con không thể không tự vấn: phải chăng chúng con, những Huynh trưởng trẻ, đã lãng quên lý tưởng ban đầu trong cuộc sống bận rộn và sự ganh đua của thế gian? Phải chăng chúng con đã để cái tôi cá nhân lấn át, quên đi tinh thần đoàn kết và hòa hợp mà GĐPT đã từng dạy cho chúng con từ những ngày đầu tiên?

Trong bối cảnh hiện tại, khi GĐPT đang phải đối diện với sự phân hóa, xa rời và những tranh chấp nội bộ, Đạo Từ của Thầy trở thành một lời kêu gọi mạnh mẽ. Một lời kêu gọi để mỗi Huynh trưởng chúng con tự mình nhìn lại hành trình đã qua, tự mình hỏi rằng: chúng con đã đi quá xa khỏi lý tưởng ban đầu? Và nếu có, chúng con có đủ can đảm để quay trở lại? Thầy đã dạy rằng, sự thanh tịnh không phải là điều xa vời, mà là một hành trình mà mỗi chúng con có thể đạt được khi biết buông bỏ cái tôi và tìm về với bản chất chân thật của mình.

Điều này đặc biệt có ý nghĩa trong bối cảnh GĐPT hiện nay. Sự phân hóa không chỉ xuất phát từ những mâu thuẫn về quyền lực hay những khác biệt trong cách nhìn nhận, mà còn đến từ sự mất kết nối với cội nguồn của tổ chức – đó là sự kết nối với giáo pháp, với tình Lam và với mục tiêu cao cả là tu học và phụng sự. Mỗi Huynh trưởng, mỗi đoàn sinh trong tổ chức GĐPT đều được dạy rằng, sự thanh tịnh và đoàn kết là nền tảng cho sự phát triển cá nhân và tổ chức. Nhưng thực tế, chính chúng con đôi khi đã quên đi những giá trị này, để rồi tổ chức rơi vào tình trạng chia rẽ và mất đi niềm tin.

Thầy đã nhắc nhở rằng, "về nguồn" không chỉ là hành động cá nhân mà còn là trách nhiệm chung của cả cộng đồng. Đối với một Huynh trưởng trẻ, điều này mang một ý nghĩa to lớn. Chúng con không chỉ có trách nhiệm với chính mình mà còn có trách nhiệm với cả tổ chức. Chúng con không thể để cái tôi cá nhân làm tổn thương đến tinh thần đoàn kết của GĐPT. Chúng con cần phải học cách buông bỏ những mâu thuẫn, học cách lắng nghe và thấu hiểu nhau, để cùng nhau xây dựng lại một GĐPT vững mạnh và thanh tịnh như lý tưởng ban đầu.

Trong mỗi khoảnh khắc đọc lại Đạo Từ của Thầy, con cảm nhận được sự bồi hồi, như thể Thầy đang nói với chúng con – những người đệ tử trẻ tuổi – rằng con đường chúng con đang đi có thể đã bị lạc hướng, nhưng không bao giờ là quá muộn để quay trở lại. Con hiểu rằng, sự "về nguồn" mà Thầy nhắc đến không phải là một hành động mang tính lý thuyết hay chỉ là dành riêng cho hàng Tôn túc Tăng-già. Đó là lời nhắn gửi đến tất cả chúng đệ tử tại gia, những người đang mang trong mình lý tưởng Phật pháp nhưng đôi khi bị lạc lối trên hành trình tu học.

Thầy đã nhấn mạnh rằng, sự thanh tịnh và hòa hiệp của Tăng-già là yếu tố quyết định đến sự tồn tại và phát triển của Chánh pháp. Nhưng đối với GĐPT, sự hòa hiệp và đoàn kết của tổ chức cũng có vai trò quan trọng không kém. Khi mỗi Huynh trưởng và đoàn sinh đều hướng về mục tiêu chung, khi mỗi người biết buông bỏ những tranh chấp nhỏ nhặt và tìm về với bản hoài của tổ chức, đó chính là lúc chúng con đang thực sự "về nguồn". Chính trong những lúc khó khăn và thách thức, chúng con cần nhớ đến lời dạy của Thầy, rằng sự thanh tịnh không chỉ là đích đến mà còn là hành trình chúng con phải đi qua hàng ngày.

Trong từng câu chữ của Đạo Từ, Thầy đã gởi gắm những nỗi lo lắng nhưng cũng tràn đầy hy vọng về tương lai của Phật pháp và cộng đồng Phật tử. Với một Huynh trưởng trẻ như con, đó là sự nhắc nhở để con nhìn lại chính mình, để con hiểu rằng, hành trình tu học và phụng sự không phải lúc nào cũng suôn sẻ, nhưng nếu con giữ vững được niềm tin vào Chánh pháp, con sẽ tìm lại được con đường mà mình đã chọn.

Khi nhìn về hiện trạng của GĐPT ngày nay, con không thể phủ nhận rằng, tổ chức đang phải đối diện với nhiều thách thức lớn. Nhưng con cũng tin rằng, nếu mỗi Huynh trưởng chúng con biết học cách quay về với lý tưởng ban đầu, biết buông bỏ những ràng buộc của cái tôi và sống hòa hợp với nhau, chúng con sẽ có thể xây dựng lại một GĐPT mạnh mẽ hơn, thanh tịnh hơn. Đạo Từ của Thầy không chỉ là lời kêu gọi về sự "về nguồn" cho Tăng-già, mà còn là lời nhắc nhở chúng con – những đệ tử tại gia – rằng chúng con cũng cần phải quay về, phải tìm lại con đường mình đã lạc mất trong những tranh chấp và mâu thuẫn của cuộc sống.

Thầy đã nhấn mạnh rằng, sự thanh tịnh không đến từ việc tránh né khó khăn, mà đến từ việc đối diện và vượt qua chúng. Đối với một Huynh trưởng trẻ, điều này là một lời kêu gọi mạnh mẽ để con không bao giờ từ bỏ lý tưởng của mình, không bao giờ để những thử thách làm mình lạc lối. Con tin rằng, với lòng kiên nhẫn và sự nỗ lực không ngừng nghỉ, chúng con sẽ thực hiện được di nguyện của Thầy, sẽ cùng nhau "về nguồn" để xây dựng lại một GĐPT vững mạnh, một cộng đồng Phật tử đầy từ bi và trí tuệ.

*"Bên đèo khuất miễu cô hồn
Lưng trời ảo ảnh chập chờn hoa đăng
Cây già bóng tối bò lan
Tôi ôm cỏ dại mơ màng chiêm bao"*

TUỆ SỸ,
Thiên Lý Độc Hành, 3

PHỤ BẢN 2

THÔNG TƯ
TƯỞNG NIỆM 60 NĂM THÁNH TỬ ĐẠO

Kính gửi Bốn chúng đệ tử,

Năm Quý Mão, Phật đản rằm tháng Tư, tại đài phát thanh Huế. Buổi tối, các Phật tử và các khuôn hội Phật giáo gần đài tụ tập trước đài, yêu cầu được nghe phát lại lễ Phật đản buổi sáng tại chùa Từ Đàm, theo thông lệ các năm. Giám đốc đài từ chối yêu cầu với lý do lệnh từ Dinh Cố vấn và Tòa Tỉnh trưởng. Tuy nhiên, quần chúng Phật tử tại hiện trường kiên quyết yêu cầu và không chịu giải tán. Do đó, Chư tôn đức từ chùa Từ Đàm đến trước đài để trấn an Phật tử và yêu cầu Tỉnh trưởng trực tiếp giải thích lệnh cấm. Một lát sau, Tỉnh trưởng đến, hội kiến và thảo luận với Chư tôn đức, nhưng cuộc thảo luận chưa có kết quả thì xe tăng và quân lính xuất hiện. Đám đông bắt đầu rối loạn cùng với tiếng súng nổ và tiếng kêu la. Kết quả sau đó là tám em Oanh Vũ GĐPTVN bị thiệt mạng và nhiều Phật tử khác bị thương. Máu của những người con Phật Việt Nam đã đổ, tiếp theo là những ngọn lửa vị pháp thiêu thân của Chư tăng ni và Phật tử bốc lên, soi sáng lối đi của dân tộc và đạo pháp, đồng thời đánh thức lương tâm nhân loại trước những thế lực hung tàn bị thúc đẩy bởi tham vọng quyền lực và thống trị. Mùa pháp nạn 1963 của Việt Nam đã bắt đầu.

Sáu mươi năm, một vòng hoa giáp đã trôi qua; đó cũng là dấu mốc của một chu kỳ vận hội thăng trầm trong lịch sử. Sau mùa pháp nạn, Giáo hội Phật giáo Việt Nam Thống Nhất được thành lập, tập hợp tất cả các hệ phái, tông phái Nam truyền và Bắc truyền, cùng hòa hợp dưới bóng đức Thích Tôn và giáo pháp thiện thuyết, cống hiến cho ước nguyện hòa bình dân tộc. Đồng thời, Giáo hội cũng phát huy truyền thống bao dung và nhân ái từ những ngày dựng nước và giữ nước, kế thừa sự nghiệp hoằng pháp lợi sinh của lịch đại Tổ sư, các quân vương và các anh hùng Phật tử.

Sáu mươi năm trôi qua, mặc dù các thế lực chính trị đã bằng mọi thủ đoạn gây phân hóa trong hàng ngũ lãnh đạo Giáo hội; tuy vậy, những cống hiến của GHPGVNTN, dưới sự lãnh đạo đồng tâm nhất trí của Chư tôn đức trong các hệ phái Bắc truyền và Nam truyền, đã góp phần không nhỏ vào sự nghiệp phát triển giáo dục, văn hóa, xã hội và ước nguyện hòa bình dân tộc.

Sáu mươi năm trôi qua, với những thăng trầm và oan khiên lịch sử, cùng những sự phân hóa sâu sắc trong hàng ngũ lãnh đạo Giáo hội, ngọn đèn Chánh pháp vẫn âm thầm soi sáng hướng đi cho những người con Phật trong đêm tối của lịch sử, cho đến khi Phật giáo Việt Nam tất yếu vươn mình tự đứng dậy, tái phục hồi những giá trị đang bị lu mờ, tiếp tục sứ mệnh lịch sử như đã từng trong truyền thống dân tộc.

Để tưởng niệm công đức vô biên và tinh thần vô úy đã hy sinh thân mạng cho ngọn đèn Chánh pháp trường tồn và dân tộc văn minh hưng thịnh trong một thế giới tự do, bình đẳng và nơi mà những giá trị cơ bản của con người được tôn trọng, chúng đệ tử Phật tùy duyên, tùy phương tiện, công cũng như tư, tại các tự viện hoặc tại tư gia, tổ chức những buổi lễ trang nghiêm, thanh tịnh, nhiếp tâm cầu nguyện cho bốn chúng đệ tử Phật cùng hòa hiệp đồng học, đồng tu, kế thừa và tăng trưởng tâm nguyện của Chư thánh tử đạo vị pháp vong thân.

Phật lịch 2566, tại Phật Ân Tự,
ngày Rằm tháng Ba, năm Quý Mão (04-05-2023).

Thừa ủy nhiệm HĐGPTƯ,
Chánh Thư Ký,
Kiêm Giải quyết Thường Vụ VTT,

Tỳ-kheo Thích Tuệ Sỹ.

DÒNG CHẢY LỊCH SỬ VÀ TINH THẦN VÔ ÚY
60 NĂM TƯỞNG NIỆM THÁNH TỬ ĐẠO VÀ SỰ TRƯỜNG TỒN CỦA PHẬT GIÁO VIỆT NAM

VIÊN HẠNH

Trong suốt lịch sử phát triển của Phật giáo, có những dấu ấn không thể phai mờ, không chỉ bởi những giá trị siêu việt mà giáo lý Phật Đà mang lại, mà còn bởi máu và nước mắt của những người con Phật đã hi sinh vì Chánh Pháp. Đặc biệt trong lịch sử Việt Nam, mùa pháp nạn 1963 không chỉ là một vết thương sâu đậm trong lòng dân tộc, mà còn là ngọn đuốc soi sáng cho con đường đấu tranh vì tự do tôn giáo, vì nhân quyền và vì sự sống còn của Chánh Pháp. Trong bối cảnh ấy, Giáo Hội Phật Giáo Việt Nam Thống Nhất (GHPGVNTN) đã ra đời như một ngọn đuốc kế thừa và phát triển tinh thần bất khuất của Phật giáo Việt Nam.

Năm 2023, chúng ta kỷ niệm 60 năm ngày Thánh Tử Đạo, nhân đó cũng là dịp chiêm nghiệm về cuộc đời và sự nghiệp vô biên của cố Hòa thượng Thích Tuệ Sỹ, người đã góp phần định hình con đường Phật giáo trong thời hiện đại. Trong sáu mươi năm ấy, Phật giáo Việt Nam đã trải qua bao nhiêu thăng trầm, với những chặng đường cam go nhưng cũng đầy hy vọng. Đặc biệt, đối với Gia Đình Phật Tử Việt Nam (GĐPTVN), sự kiện này không chỉ là dịp tưởng niệm, mà còn là thời khắc để nhìn nhận và suy ngẫm về vai trò của mình trong dòng chảy lịch sử của Phật giáo và dân tộc.

Bài nhận định này được thực hiện nhằm nêu bật nhận thức của Huynh trưởng GĐPTVN thông qua *"Thông tư tưởng niệm 60 năm Thánh Tử Đạo"** của một bậc Ân Sư của GĐPT, từ đó mở ra những suy tư sâu sắc về quá khứ, hiện tại và tương lai Phật giáo Việt Nam nói chung và GHPGVNTN nói riêng. Trong tình hình đầy biến động của xã hội hiện đại,

---
* Phụ bản 2

không chỉ ở Việt Nam mà còn trên khắp thế giới, làm thế nào để Phật giáo vẫn đứng vững và GĐPTVN vẫn tiếp tục giữ vững tinh thần vô úy, đoàn kết và tồn tại? Đó là những câu hỏi mà mỗi Huynh trưởng và thành viên GĐPTVN cần đối diện và suy tư.

*

Sáu mươi năm trước vào một buổi tối định mệnh tại Huế, tiếng súng và tiếng kêu la xé toạc không gian tĩnh lặng của thành phố cổ kính. Tám em Oanh Vũ GĐPTVN ngã xuống, bỏ mình trong cuộc đấu tranh vì tự do tôn giáo và bảo vệ Chánh Pháp. Sự kiện ấy đánh dấu một bước ngoặt lịch sử của Phật giáo Việt Nam, mở ra mùa pháp nạn 1963, nơi mà máu của những người con Phật đã đổ xuống để bảo vệ đức tin và lòng trung kiên với đạo pháp.

Ngày nay, 60 năm sau mùa pháp nạn, chúng ta kỷ niệm không chỉ để tưởng nhớ những hi sinh ấy, mà còn để suy ngẫm về con đường phía trước: con đường của đoàn kết, của sự sinh tồn và của tinh thần vô úy.

Huynh trưởng GĐPTVN, những người kế thừa tinh thần Thánh Tử Đạo, cần nhận thức rõ trách nhiệm của mình trong việc duy trì và phát huy truyền thống cao quý này. Thông qua *Thông tư tưởng niệm 60 năm Thánh Tử Đạo* của Cố Hòa thượng Thích Tuệ Sỹ, chúng ta không chỉ nhìn lại quá khứ mà còn suy tư về tương lai của Phật giáo Việt Nam, GHPGVNTN và GĐPTVN cả trong và ngoài nước.

LỊCH SỬ VÀ Ý NGHĨA CỦA SỰ KIỆN PHÁP NẠN 1963

Sự kiện pháp nạn 1963 bắt đầu từ những căng thẳng về tôn giáo giữa Phật giáo và chính quyền đương thời. Ngày 8 tháng 5 năm 1963, tại đài phát thanh Huế, sự từ chối phát lại chương trình Phật đản đã dẫn đến cuộc biểu tình ôn hòa của các Phật tử. Nhưng sự ôn hòa ấy đã bị đáp trả bằng bạo lực. Kết quả là tám em Oanh Vũ của GĐPTVN đã hi sinh, cùng với nhiều Phật tử khác bị thương. Sự kiện này là ngòi nổ cho phong trào đấu tranh của Phật giáo Việt Nam, một cuộc đấu tranh không vì quyền lợi của Phật tử mà vì những giá trị cốt lõi của tự do tôn giáo và quyền con người.

Máu của các em Oanh Vũ đã trở thành biểu tượng của lòng can đảm và tinh thần vô úy. Với mỗi Huynh trưởng GĐPTVN, sự kiện này không chỉ là một ký ức lịch sử mà còn là một lời nhắc nhở về trách nhiệm lớn lao của mình trong việc bảo vệ và phát huy những giá trị mà các em đã hi sinh để bảo vệ.

Những ngọn lửa thiêu thân của các vị Tăng Ni và Phật tử đã bùng cháy không chỉ để soi sáng con đường cho Phật giáo Việt Nam mà còn để đánh thức lương tri nhân loại trước những bất công. Cuộc đấu tranh ấy không chỉ là cuộc đấu tranh của một tôn giáo mà là cuộc đấu tranh cho nhân quyền, cho sự công bằng và cho lòng từ bi.

VAI TRÒ CỦA GHPGVNTN TRONG SUỐT 60 NĂM QUA

Sau mùa pháp nạn 1963, GHPGVNTN đã ra đời như một biểu tượng của sự đoàn kết và tinh thần bất khuất của Phật giáo Việt Nam. Dưới sự dẫn dắt của các bậc tôn túc, GHPGVNTN đã kiên trì theo đuổi con đường hoằng pháp và đấu tranh cho tự do tín ngưỡng, dù phải đối diện với rất nhiều thách thức.

Trong 60 năm qua, GHPGVNTN đã không ngừng cống hiến cho sự nghiệp giáo dục, văn hóa và xã hội. Với nguyên lý "Đạo pháp đồng hành cùng Dân Tộc", Giáo Hội đã gắn bó mật thiết với cuộc sống của người dân Việt Nam, từ việc xây dựng các trường học, bệnh viện, đến việc giúp đỡ những người nghèo khó, bất hạnh. Dù cho có những thời kỳ khó khăn, khi bị áp lực từ các thế lực chính trị, Giáo Hội vẫn luôn giữ vững tinh thần độc lập, tự chủ.

Song, sự tồn tại và phát triển của GHPGVNTN trong 60 năm qua không thể tách rời khỏi sự đóng góp của GĐPTVN. Huynh trưởng GĐPTVN, với tinh thần phụng sự đạo pháp và dân tộc, đã không ngừng giáo dục, hướng dẫn thế hệ trẻ theo con đường Chánh Pháp. Sự cộng tác chặt chẽ giữa GĐPTVN và GHPGVNTN là nền tảng quan trọng giúp giữ vững ngọn đuốc Phật pháp trong suốt thời gian dài đầy biến động.

HIỆN TRẠNG PHẬT GIÁO VÀ GĐPTVN TRONG VÀ NGOÀI NƯỚC

Hiện nay, Phật giáo Việt Nam nói chung và GHPGVNTN nói riêng đang đối diện với nhiều thách thức to lớn. Tại Việt Nam, những áp lực chính trị, sự kiểm soát và can thiệp từ chính quyền đã khiến cho hoạt động của GHPGVNTN gặp nhiều khó khăn. Mặc dù vậy, tinh thần

Phật giáo và lòng kiên định của người con Phật vẫn còn đó, âm thầm nhưng mạnh mẽ, giữ vững những giá trị cốt lõi của Chánh Pháp.

Ở nước ngoài, cộng đồng Phật tử Việt Nam, đặc biệt là GĐPTVN, cũng đang đối diện với những thách thức của thời đại. Việc duy trì bản sắc Phật giáo trong môi trường toàn cầu hóa và đa văn hóa là một nhiệm vụ không dễ dàng. GĐPTVN, với sứ mệnh truyền bá giáo lý Phật Đà cho thế hệ trẻ, cần phải đối diện với những khó khăn này bằng cách tìm ra các giải pháp phù hợp để giữ gìn và phát triển tổ chức.

Một trong những thách thức lớn nhất là sự suy giảm tinh thần đoàn kết trong nội bộ. Sự phân hóa, những xung đột về quan điểm và cách thức hoạt động đã làm giảm sức mạnh của cộng đồng Phật tử. Trong bối cảnh ấy, việc nhận thức rõ ràng về tầm quan trọng của đoàn kết là điều vô cùng cần thiết. GĐPTVN, với vai trò là cầu nối giữa các thế hệ Phật tử, cần phải đóng vai trò tiên phong trong việc thúc đẩy sự đoàn kết, không chỉ trong tổ chức mà còn trong toàn bộ cộng đồng Phật tử.

TẦM NHÌN CHO TƯƠNG LAI PHẬT GIÁO VIỆT NAM VÀ GĐPT

Nhìn về tương lai, Phật giáo Việt Nam, đặc biệt là GHPGVNTN, vẫn sẽ gặp nhiều khó khăn, nhưng cũng có những cơ hội lớn để phát triển. Trong bối cảnh toàn cầu hóa, khi các giá trị tinh thần và vật chất đang ngày càng đối lập, Phật giáo có thể đóng vai trò quan trọng trong việc hướng dẫn con người tìm lại sự cân bằng, từ bi và trí tuệ.

Đối với GĐPTVN, tương lai của tổ chức phụ thuộc rất nhiều vào khả năng thích nghi với thời đại mới mà vẫn giữ vững được bản sắc truyền thống. Việc giáo dục Phật pháp cho thế hệ trẻ cần phải được đổi mới, không chỉ trong cách giảng dạy mà còn trong cách tiếp cận. Các phương pháp giáo dục cần phải gắn liền với thực tiễn đời sống, giúp các em không chỉ học Phật mà còn biết áp dụng Phật pháp vào cuộc sống hàng ngày.

Huynh trưởng GĐPTVN, những người giữ vai trò dẫn dắt và giáo dục thế hệ trẻ, cần nhận thức rõ trách nhiệm của mình trong việc truyền bá Phật pháp. Không chỉ dừng lại ở việc giảng dạy mà còn phải trở thành tấm gương sáng, là những người sống với lòng từ bi, trí tuệ và tinh thần phụng sự không ngừng nghỉ.

*

Trong suốt 60 năm qua, chúng ta đã chứng kiến nhiều biến động và thăng trầm của lịch sử. Nhưng trong bất kỳ hoàn cảnh nào, tinh thần vô úy, tinh thần Thánh Tử Đạo vẫn luôn là ngọn đuốc soi sáng cho con đường của Phật giáo Việt Nam. Để tiếp tục giữ vững và phát triển những giá trị ấy, sự đoàn kết là điều không thể thiếu.

Đối với mỗi Huynh trưởng GĐPTVN, việc nhận thức về trách nhiệm của mình không chỉ dừng lại ở việc giáo dục thế hệ trẻ mà còn phải đóng góp vào sự đoàn kết của toàn bộ tổ chức. Chúng ta cần cùng nhau gìn giữ những giá trị cao quý mà các bậc tiền nhân đã truyền lại, để GĐPTVN không chỉ tồn tại mà còn phát triển mạnh mẽ trong tương lai.

Bài chia sẻ này, hơn bao giờ hết, là lời kêu gọi tha thiết gửi đến tất cả các Huynh trưởng và Phật tử GĐPTVN, trong và ngoài nước. Chúng ta cần đoàn kết, bảo vệ và phát triển tổ chức GĐPTVN, để thế hệ mai sau tiếp tục bước trên con đường Chánh Pháp, sống với lòng từ bi và trí tuệ, như những bậc tiền nhân đã truyền dạy.

KẾ THỪA TRUYỀN THỐNG, GIỮ VỮNG CHÁNH PHÁP: GHPGVNTN TRÊN HÀNH TRÌNH VƯỢT QUA THỬ THÁCH VÀ HY VỌNG TƯƠNG LAI

MINH TÂM

Tâm nguyện của Thầy Tuệ Sỹ đối với tiền đồ Đạo Pháp, Dân Tộc và Giáo Hội Phật Giáo Việt Nam Thống Nhất (GHPGVNTN) thể hiện sâu sắc qua đạo từ tưởng niệm 60 năm Pháp Nạn và Thánh Tử Đạo, mang ý nghĩa quan trọng trong việc kế thừa truyền thống từ lịch đại Tổ Sư và Chư Thánh Tử Đạo.

Trong đạo từ, Thầy đã nhắc lại sự kiện bi thảm của Pháp Nạn 1963, khi máu của những người con Phật đã đổ xuống vì sự đàn áp tàn bạo. Sự kiện này không chỉ là một dấu mốc đau thương mà còn là khởi đầu cho sự kiên cường của Phật Giáo Việt Nam, đánh dấu mùa pháp nạn của dân tộc. Những ngọn lửa vị pháp thiêu thân của Chư Tăng Ni và Phật tử không chỉ là biểu hiện của tinh thần vô úy mà còn là ánh sáng dẫn đường cho Đạo Pháp và Dân Tộc trước những thế lực hung bạo.

Qua sáu mươi năm, Thầy nhấn mạnh rằng, mặc dù Giáo Hội đã trải qua những thăng trầm và những cuộc phân hóa, nhưng ánh sáng của Chánh Pháp vẫn tiếp tục soi sáng. Từ sự kiện Pháp Nạn, GHPGVNTN được thành lập với mục tiêu hoằng pháp lợi sanh, hòa hợp các hệ phái Nam truyền và Bắc truyền, để cùng nhau cống hiến cho hòa bình và phát triển Dân Tộc.

Sự cống hiến của Giáo Hội không chỉ giới hạn trong lĩnh vực tôn giáo, mà còn góp phần quan trọng vào các hoạt động giáo dục, văn hóa và xã hội. Mặc dù có những phân hóa và trở ngại từ các thế lực chính trị, nhưng tinh thần đồng tâm nhất trí của Chư Tôn đức đã giúp Giáo Hội vượt qua khó khăn, tiếp tục sứ mệnh lịch sử của mình.

Trong **Thông Điệp*** của Thầy Tuệ Sỹ, sự tri ân đối với các vị Thánh Tử Đạo được nhấn mạnh qua việc tưởng niệm công đức và tinh thần hy sinh của các Ngài. Đồng thời, Thầy kêu gọi bốn chúng đệ tử Phật phải biết kế thừa và phát triển tâm nguyện này, để duy trì sự trường tồn của Chánh Pháp và cùng đóng góp vào sự thịnh vượng, văn minh của Dân Tộc.

Lời kết của đạo từ khẳng định một tầm nhìn đầy hi vọng về tương lai, khi Phật Giáo Việt Nam tự đứng dậy và tái lập các giá trị bị lãng quên. Đây là một lời kêu gọi mạnh mẽ về sự đồng lòng, sự hy sinh và trách nhiệm của các thế hệ đệ tử Phật trong việc bảo vệ và phát huy những giá trị cốt lõi của Đạo Pháp và Dân Tộc.

Thầy Tuệ Sỹ đã truyền tải một thông điệp mạnh mẽ về sự kiên cường và tinh thần hy sinh của những người con Phật, đồng thời nhấn mạnh trách nhiệm của các thế hệ sau trong việc tiếp nối truyền thống thiêng liêng và đóng góp cho tương lai sáng ngời của Giáo Hội, Dân Tộc và Đạo Pháp.

*

Trong dòng chảy bất tận của lịch sử, khi thế giới chuyển mình qua những vòng xoáy của thời cuộc, có một ánh sáng chưa bao giờ tắt. Đó là ánh sáng của Chánh Pháp, truyền từ đời này sang đời khác, từ Tổ Sư này đến Tổ Sư khác, thắp sáng và dẫn lối cho bao thế hệ người con Phật trên đất nước Việt Nam thân yêu. Trong tâm bão của những biến động lịch sử, Giáo Hội Phật Giáo Việt Nam Thống Nhất đã đứng vững như một cột mốc tinh thần bất diệt, gìn giữ và phát triển mạng mạch Phật giáo Việt Nam trong suốt hơn nửa thế kỷ.

Ngày nay, nhìn lại chặng đường sáu mươi năm đã qua, chúng ta không khỏi xúc động trước những gian truân mà Giáo Hội đã phải trải qua. Từ mùa pháp nạn đau thương năm 1963, máu của những người con Phật đã đổ xuống để bảo vệ Chánh Pháp, đến những ngọn lửa thiêu thân của Chư Tăng Ni và Phật tử, GHPGVNTN đã khẳng định một điều: tinh thần Phật giáo không bao giờ bị dập tắt bởi những thế lực bạo tàn.

Trong ánh sáng của lịch sử, chúng ta nhớ về những vị Thánh Tử Đạo, những người đã hy sinh thân mình cho Chánh Pháp trường tồn. Họ không chỉ là những bậc anh hùng của Phật giáo mà còn là biểu tượng cho lòng kiên cường, sự vô úy và lòng từ bi vô hạn. Qua mỗi thời đại, GHPGVNTN đã không ngừng cống hiến, bảo vệ và truyền thừa những giá trị tinh hoa của Đạo Pháp, không chỉ cho người Việt mà còn cho toàn nhân loại.

---

* Phụ bản 2

Trong hành trình đầy gian khó này, một trong những người tiếp nối và bảo vệ ấn tín truyền thừa của Giáo Hội chính là Thầy Tuệ Sỹ, một bậc chân tu, học giả và nhà lãnh đạo tinh thần. Vai trò của Thầy không chỉ là người kế thừa tinh thần của các vị Tăng Thống trước mà còn là người giữ vững ngọn đèn Chánh Pháp giữa bao thử thách của thời cuộc. Tinh thần của Thầy Tuệ Sỹ đã và đang lan tỏa trong lòng của bao người Phật tử, như một ngọn lửa cháy mãi, không bao giờ lụi tàn.

Thầy đã nhiều lần nhấn mạnh rằng, sứ mệnh của GHPGVNTN không chỉ là bảo vệ Đạo Pháp mà còn là duy trì và phát triển bản sắc văn hóa dân tộc Việt Nam. Trong ánh sáng của truyền thống Phật giáo, GHPGVNTN luôn hòa quyện với tinh thần yêu nước, tiếp nối dòng chảy của các vị Quân vương và Anh hùng Phật tử trong lịch sử. Đây không chỉ là một sứ mệnh tôn giáo mà còn là một trách nhiệm cao cả đối với quốc gia và dân tộc.

Qua từng thời kỳ, GHPGVNTN không ngừng vượt qua những thử thách. Từ những năm tháng chiến tranh khốc liệt, đến những giai đoạn hậu chiến đầy biến động, Giáo Hội vẫn đứng vững như một biểu tượng bất diệt của tinh thần dân tộc và Phật giáo Việt Nam. Không chỉ là nơi nương tựa tâm linh cho hàng triệu người con Phật, GHPGVNTN còn là một tổ chức văn hóa, giáo dục và xã hội, mang trong mình sứ mệnh gắn kết, truyền thừa tinh hoa của Đạo Pháp và Dân Tộc.

Trong thời điểm hiện tại, khi thế giới đang bước vào một kỷ nguyên mới với nhiều biến động về chính trị, xã hội và tôn giáo, vai trò của GHPGVNTN càng trở nên quan trọng hơn bao giờ hết. Đây không chỉ là trách nhiệm của những bậc Tăng Thống, Chư Tôn đức Tăng Ni mà còn là bổn phận của từng người Phật tử, từng Huynh Trưởng và đoàn sinh Gia Đình Phật Tử Việt Nam (GĐPTVN) trên toàn thế giới.

GHPGVNTN TRONG DÒNG CHẢY LỊCH SỬ

Từ khi được thành lập, GHPGVNTN đã mang trên mình một sứ mệnh cao cả: bảo vệ và phát triển mạng mạch Phật giáo Việt Nam. Thế nhưng, vai trò của Giáo Hội không chỉ dừng lại ở việc giữ gìn Chánh Pháp mà còn là sự đóng góp không ngừng vào sự nghiệp bảo vệ và xây dựng Dân Tộc. Đây là một mối liên kết không thể tách rời, giữa tinh thần Phật giáo với truyền thống yêu nước của người Việt Nam.

Trong suốt chiều dài lịch sử, Phật giáo Việt Nam luôn đóng vai trò quan trọng trong việc giữ gìn văn hóa, đạo đức và tinh thần dân tộc. Từ những ngày đầu dựng nước, các vị Tổ Sư, Chư Tăng Ni đã đồng hành cùng các vị Quân vương, Anh hùng dân tộc trong việc bảo vệ đất nước. Họ không chỉ là những người giữ gìn giáo lý mà còn là những nhà lãnh đạo tinh thần, đem ánh sáng Chánh Pháp soi sáng cho nhân dân trong những thời kỳ đen tối nhất của lịch sử.

Trong thế kỷ 20, khi đất nước Việt Nam đối diện với chiến tranh và phân ly, GHPGVNTN đã đứng lên như một biểu tượng của lòng kiên cường. Tháng 5 năm 1963, máu của những người con Phật đã thấm đẫm trên các đường phố Huế khi Phật tử đấu tranh đòi tự do tôn giáo và nhân quyền. Những ngọn lửa thiêu thân của Chư Tăng Ni và Phật tử đã soi sáng cả thế giới, đánh thức lương tri nhân loại về sự đàn áp tôn giáo. Trong thời khắc đau thương ấy, GHPGVNTN đã trở thành ngọn đuốc dẫn đường, không chỉ cho Phật tử mà còn cho toàn dân tộc Việt Nam trong cuộc đấu tranh giành lại quyền tự do và công lý.

Sau sự kiện Pháp Nạn 1963, GHPGVNTN chính thức được thành lập, tập hợp tất cả các tông phái Nam truyền và Bắc truyền dưới một ngôi nhà chung. Đây không chỉ là một bước tiến quan trọng trong lịch sử Phật giáo Việt Nam mà còn là sự khẳng định vai trò của Giáo Hội trong việc bảo vệ hòa bình và phát triển đất nước. Qua nhiều năm, GHPGVNTN đã không ngừng cống hiến cho sự nghiệp giáo dục, văn hóa và xã hội, góp phần làm nên một Việt Nam tự chủ và tự do.

THẦY TUỆ SỸ - NGƯỜI GIỮ ẤN TÍN TRUYỀN THỪA

Trong hành trình truyền thừa mạng mạch Phật giáo Việt Nam, Thầy Tuệ Sỹ nổi bật như một tấm gương sáng, không chỉ vì học thức uyên thâm mà còn vì lòng kiên trung đối với Đạo Pháp và Dân Tộc. Vai trò của Thầy không chỉ giới hạn trong việc hoằng pháp mà còn là người bảo vệ, gìn giữ ấn tín truyền thừa của Giáo Hội ở thời kỳ khó khăn nhất.

Sinh thời trong một giai đoạn đầy biến động, Thầy Tuệ Sỹ sớm nhận thức được trách nhiệm của mình đối với Chánh Pháp. Với tâm nguyện cống hiến cho sự nghiệp Phật giáo, Thầy đã trải qua nhiều giai đoạn thăng trầm trong đời sống, nhưng luôn kiên định với sứ mệnh của mình. Đối với nhiều thế hệ Phật tử, Thầy là biểu tượng của sự kiên cường và lòng vô úy, dấn thân cho sự nghiệp hoằng pháp bất kể mọi khó khăn, thử thách.

Trong những năm tháng đất nước đối diện với những thay đổi lớn lao, khi Giáo Hội Phật Giáo Việt Nam Thống Nhất chịu nhiều áp lực từ các thế lực chính trị, Thầy vẫn không lay chuyển. Thầy đã không ngừng kêu gọi sự đoàn kết trong hàng ngũ Phật tử, khuyến khích các thế hệ trẻ tiếp tục giữ vững truyền thống, không để bị cuốn vào những mâu thuẫn vô nghĩa.

Vai trò của Thầy Tuệ Sỹ còn thể hiện rõ qua tinh thần lãnh đạo của Thầy đối với Gia Đình Phật Tử Việt Nam. Thầy luôn nhấn mạnh rằng, tương lai của GHPGVNTN không chỉ ở Chư Tăng Ni mà còn do các thế hệ trẻ, đặc biệt là những Huynh Trưởng và đoàn sinh GĐPTVN. Với lòng tri ân sâu sắc, Thầy đã dành nhiều tâm huyết để truyền đạt kiến thức, tinh thần và phương hướng cho các thế hệ Huynh Trưởng, giúp chúng ta hiểu rõ trách nhiệm và sứ mệnh của mình đối với Giáo Hội và Dân Tộc.

VAI TRÒ CỦA GĐPTVN
TRONG SỨ MỆNH KẾ THỪA VÀ PHÁT TRIỂN

Nếu GHPGVNTN là thân cây đại thụ truyền thừa mạng mạch Đạo Pháp, thì GĐPTVN chính là những nhánh cây vươn dài ra xa, đem ánh sáng Chánh Pháp đến từng trái tim, từng con người. GĐPTVN không chỉ là một tổ chức giáo dục dành riêng cho thanh thiếu niên Phật tử, mà còn là một môi trường để nuôi dưỡng những giá trị đạo đức, tâm linh và truyền thống văn hóa dân tộc cho thế hệ tương lai.

Trong suốt nhiều thập kỷ qua, vai trò của GĐPTVN đã khẳng định được vị trí của mình như một chiếc cầu nối giữa các thế hệ Phật tử, từ những bậc tiền bối cho đến những đoàn sinh trẻ. Tinh thần "Tình Lam" – nghĩa là sự hòa hợp trong màu áo lam của Phật giáo, không chỉ là biểu tượng mà còn là sợi dây liên kết bền chặt giữa các thế hệ. Qua GĐPTVN, những giá trị của GHPGVNTN được truyền thừa và bảo vệ, từ những bài học về giáo lý cho đến sự rèn luyện trong các hoạt động thực tế.

GĐPTVN không chỉ đơn thuần là một tổ chức tôn giáo, mà còn là môi trường để những người trẻ học hỏi và phát triển kỹ năng sống, tinh thần đoàn kết và ý thức trách nhiệm với xã hội. Dưới sự hướng dẫn của các Huynh Trưởng, các thế hệ đoàn sinh không chỉ được học hỏi giáo lý Phật pháp mà còn được giáo dục về lòng từ bi, nhân ái, sự bao dung và lòng biết ơn đối với Dân Tộc.

Trong bối cảnh hiện tại, khi mà GHPGVNTN đang đứng trước nhiều thách thức từ cả bên trong lẫn bên ngoài, vai trò của GĐPTVN trở nên càng quan trọng hơn bao giờ hết. Đây không chỉ là nơi để nuôi dưỡng tinh thần Phật giáo cho thế hệ trẻ, mà còn là nơi để phát triển những phẩm chất cần thiết cho các nhà lãnh đạo tương lai của GHPGVNTN.

Các Huynh Trưởng trong GĐPTVN, với vai trò là người truyền đạt và hướng dẫn, có trách nhiệm lớn lao trong việc dẫn dắt các đoàn sinh, giúp các em hiểu rõ và thấm nhuần những giá trị cốt lõi của Phật giáo. Hơn bao giờ hết, GĐPTVN cần phải giữ vững truyền thống, nhưng đồng thời cũng cần đổi mới và phát triển để phù hợp với nhu cầu của thời đại, đặc biệt là trong bối cảnh toàn cầu hóa và sự thay đổi nhanh chóng của xã hội.

NHỮNG THÁCH THỨC VÀ CƠ HỘI TRƯỚC MẮT

GHPGVNTN, sau sáu thập kỷ tồn tại và phát triển, đang đối diện với nhiều thách thức lớn. Những thế lực chính trị không ngừng tìm cách gây phân hóa, tạo ra những rào cản trong quá trình phục hoạt và phát triển của Giáo Hội. Mặt khác, sự phân hóa trong hàng ngũ lãnh đạo và những mâu thuẫn nội bộ cũng đặt ra những khó khăn không nhỏ. Tuy nhiên, trong những thử thách này, cơ hội để tái lập và phát triển cũng không hề ít.

Trước hết, GHPGVNTN có một nguồn lực mạnh mẽ, đó chính là sự ủng hộ và kỳ vọng của Tăng Ni, Phật tử cả trong và ngoài nước. Sự hiện diện của GĐPTVN tại hải ngoại, với hàng nghìn đoàn sinh và Huynh Trưởng, chính là một nguồn lực quý báu. Đây không chỉ là những người kế thừa truyền thống mà còn là những người có thể mang lại sự đổi mới, góp phần vào sự phát triển của Giáo Hội.

Trong thời kỳ toàn cầu hóa, GHPGVNTN có cơ hội để kết nối với cộng đồng Phật tử trên toàn thế giới. Điều này không chỉ giúp Giáo Hội mở rộng tầm ảnh hưởng mà còn tạo điều kiện để học hỏi, tiếp nhận những tinh hoa từ các truyền thống Phật giáo khác, từ đó phát triển và cải thiện mô hình hoạt động của mình.

Tuy nhiên, để vượt qua những thách thức và tận dụng được cơ hội này, điều cốt yếu là sự hòa hiệp và sự trang nghiêm. Chư Tôn đức Tăng Ni, các Huynh Trưởng, đoàn sinh và toàn thể Phật tử cần phải đặt lợi ích chung của Giáo Hội lên trên hết, gạt bỏ những mâu thuẫn, tranh chấp để hướng tới một tương lai tươi sáng hơn cho GHPGVNTN và cho Phật giáo Việt Nam.

HY VỌNG VÀ TẦM NHÌN TƯƠNG LAI CỦA GHPGVNTN

Dẫu cho quá khứ có nhiều sóng gió, nhưng tương lai GHPGVNTN vẫn luôn là một chân trời mở rộng, nơi ánh sáng của Chánh Pháp tiếp tục tỏa rạng. GHPGVNTN không chỉ có nhiệm vụ bảo vệ những gì đã đạt được mà còn cần phải phát triển và thích ứng với những yêu cầu mới của thời đại. Điều này đòi hỏi một tầm nhìn rộng lớn, một sự lãnh đạo sáng suốt và một tinh thần đoàn kết mạnh mẽ.

Trong tương lai, GHPGVNTN cần tiếp tục khẳng định vai trò của mình trong việc truyền bá giáo lý Phật pháp, không chỉ cho cộng đồng Phật tử Việt Nam mà còn cho toàn nhân loại. Điều này không chỉ là trách nhiệm của Chư Tăng Ni, mà còn là trách nhiệm của toàn thể các Huynh Trưởng và đoàn sinh trong GĐPTVN. Bằng những nỗ lực không ngừng nghỉ, chúng ta có thể xây dựng một Giáo Hội mạnh mẽ, phát triển và trường tồn, tiếp nối con đường mà các vị Tổ Sư và Thánh Tử Đạo đã vạch ra.

*

Trên hành trình này, chúng ta không thể quên đi những công lao to lớn của các thế hệ đi trước, những người đã hiến dâng cả cuộc đời mình cho Đạo Pháp và Dân Tộc. Họ đã hy sinh để GHPGVNTN có thể đứng vững đến ngày hôm nay. Vì thế, trách nhiệm của chúng ta, thế hệ trẻ, là phải tiếp tục giữ gìn và phát triển những giá trị ấy, không để cho những hy sinh của các vị tiền nhân trở nên vô nghĩa.

Chúng ta hãy cùng nhau đoàn kết, chung tay xây dựng một tương lai tươi sáng cho GHPGVNTN, nơi mà Chánh Pháp sẽ mãi trường tồn, nơi mà tinh thần nhân ái, bao dung và từ bi sẽ tiếp tục lan tỏa khắp nơi, dẫn dắt chúng sinh trên con đường đến bờ giải thoát. Hãy để ánh sáng của Phật giáo Việt Nam tiếp tục rạng rỡ trong lòng dân tộc và trên trường quốc tế, như một biểu tượng của lòng kiên cường, sự vươn lên và sự đồng lòng không gì có thể lay chuyển được.

"Từ thuở hồng hoang ta ở đâu
Quanh ta cây lá đã thay màu
Chợt nghe xao xuyến từng hơi thở
Thấp thoáng hồn ai trong khóm lau"

TUỆ SỸ,
Thiên Lý Độc Hành, 5

ĐÈN TÂM SÁNG GIỮA ĐÊM TỐI
SỨ MỆNH CỦA HUYNH TRƯỞNG GĐPTVN TRONG KỶ NGUYÊN MỚI

QUẢNG TỊNH

Trong đạo từ *"Tưởng Niệm 60 năm Pháp Nạn và Thánh Tử Đạo,"* * Thầy Tuệ Sỹ đã thể hiện sự trăn trở sâu sắc về tiền đồ Phật giáo Việt Nam trong bối cảnh lịch sử và xã hội đầy biến động. Những sự kiện đầy tang thương trong mùa Pháp nạn 1963 đã đánh dấu một thời kỳ đầy khó khăn nhưng cũng là giai đoạn Phật giáo Việt Nam vươn mình mạnh mẽ, tìm lại sứ mệnh lịch sử của mình. Sự đổ máu và hy sinh của các thánh tử đạo không chỉ là bi kịch, mà còn là ánh sáng soi đường cho tương lai của dân tộc và đạo pháp.

Thầy Tuệ Sỹ, với trái tim tràn đầy lòng từ bi và trí tuệ, đã thể hiện rõ nỗi niềm lo âu về tương lai Phật giáo Việt Nam và Giáo hội Phật giáo Việt Nam Thống Nhất (GHPGVNTN). Bối cảnh hiện tại của Việt Nam, với những áp lực từ xã hội và chính trị, đã khiến Giáo hội gặp nhiều khó khăn trong việc duy trì và phát huy những giá trị cốt lõi của đạo pháp. Tuy nhiên, Thầy vẫn giữ vững niềm tin vào sự tồn tại và phát triển của GHPGVNTN, tin rằng những giá trị chân thực của Phật giáo sẽ không bao giờ bị lãng quên.

Những lời dạy của Thầy không chỉ dừng lại ở việc tưởng niệm quá khứ mà còn là lời kêu gọi cho thế hệ hiện tại, đặc biệt là những Huynh trưởng GĐPTVN trong và ngoài nước, hãy cùng nhau suy ngẫm và hành động vì tương lai của Phật giáo. Thầy nhắc nhở rằng, trong bối cảnh hiện nay, việc đoàn kết, duy trì và phát huy tinh thần Phật giáo là trách nhiệm không thể thiếu của mỗi Phật tử, đặc biệt là những người đã nhận trọng trách dẫn dắt thế hệ sau.

Huynh trưởng GĐPTVN, cả trong và ngoài nước, cần nhận thức rõ ràng rằng mình đang đứng trước một ngã rẽ quan trọng trong lịch sử Phật giáo Việt Nam. Những biến động về chính trị, xã hội và tôn giáo không chỉ ảnh hưởng đến sự phát triển của Phật giáo mà còn đặt ra thách thức lớn về việc bảo tồn và phát triển những giá trị văn hóa, tâm linh mà Phật giáo đã xây dựng qua nhiều thế hệ.

Huynh trưởng không chỉ có trách nhiệm dẫn dắt đàn em trong việc tu học và rèn luyện mà còn phải giữ vững và truyền lại những giá trị tinh túy của Phật pháp cho thế hệ trẻ. Chúng ta phải biết hành động một cách khôn ngoan, kết hợp giữa trí tuệ Phật giáo và sự hiểu biết về bối cảnh xã hội hiện đại, để không chỉ giữ vững truyền thống mà còn mở ra những con đường mới cho sự phát triển của Phật giáo trong tương lai.

---

* Phụ bản 2

Tương lai của Phật giáo Việt Nam và GHPGVNTN phụ thuộc rất lớn vào ý thức trách nhiệm của mỗi Huynh trưởng GĐPT. Chúng ta cần tiếp tục giữ gìn ngọn đèn Chánh pháp và truyền lại cho thế hệ sau, đồng thời tìm kiếm những giải pháp sáng tạo và thực tiễn để đối phó với những thách thức từ xã hội và chính trị. Ý định của mỗi Huynh trưởng phải xuất phát từ tâm huyết và sự hiểu biết sâu sắc về Phật giáo, không chỉ là việc duy trì các nghi lễ truyền thống mà còn là việc đưa giáo lý vào cuộc sống hiện đại, góp phần xây dựng một xã hội tốt đẹp hơn dựa trên những giá trị Phật giáo.

Thầy Tuệ Sỹ đã nhấn mạnh, sự đoàn kết và tinh thần đồng tâm nhất trí là yếu tố quyết định cho sự phát triển của Phật giáo trong tương lai. Chính vì vậy, mỗi Huynh trưởng phải ý thức rõ về vai trò của mình, không ngừng học hỏi, rèn luyện và phát huy trí tuệ và từ bi để đưa Phật giáo Việt Nam vượt qua những thử thách hiện tại và tiếp tục phát triển mạnh mẽ.

Với những lời dạy từ Thầy Tuệ Sỹ và những tấm gương hy sinh của Chư thánh tử đạo, Huynh trưởng GĐPTVN hôm nay có trách nhiệm lớn lao trong việc bảo tồn và phát triển Phật giáo Việt Nam. Tinh thần trách nhiệm, sự đoàn kết và lòng từ bi sẽ là chìa khóa để đưa Phật giáo vượt qua mọi thử thách, xây dựng tương lai tốt đẹp hơn cho đạo pháp và dân tộc.

*

TƯỞNG NIỆM 60 NĂM PHÁP NẠN
VÀ THÁNH TỬ ĐẠO
BIỂU TƯỢNG CỦA LÒNG TỪ BI VÀ BẤT KHUẤT

Trong lịch sử Phật giáo Việt Nam, năm 1963 đánh dấu một cột mốc không thể phai mờ trong tâm khảm của những người con Phật. Đó là năm mà Phật giáo Việt Nam trải qua một trong những giai đoạn khó khăn nhất – mùa pháp nạn 1963 – khi các giá trị tôn giáo và đạo pháp bị đe dọa nghiêm trọng bởi sự đàn áp của chính quyền. Tuy nhiên, giữa bóng tối của sự bất công và đàn áp, ánh sáng của lòng từ bi, trí tuệ và tinh thần phụng sự đã bùng lên mãnh liệt, không chỉ trong trái tim của các Tăng Ni và Phật tử mà còn lan tỏa ra toàn xã hội.

Sự kiện Phật đản năm Quý Mão tại đài phát thanh Huế, nơi máu của tám em Oanh Vũ GĐPTVN đã đổ xuống trong sự hy sinh thầm lặng, đã mở đầu cho chuỗi sự kiện khiến cả dân tộc phải tỉnh thức. Máu của những người con Phật tử Việt Nam không chỉ làm sống dậy tinh thần bất khuất của Phật giáo, mà còn đánh thức lương tri của nhân loại trước những thế lực đầy tham vọng quyền lực và sự thống trị.

Sáu mươi năm đã trôi qua kể từ mùa pháp nạn ấy, nhưng những bài học về sự hy sinh và tinh thần phụng sự vì đạo pháp vẫn còn sống mãi. Đặc biệt, đối với Huynh trưởng GĐPTVN, những giá trị ấy không chỉ là những ký ức lịch sử, mà còn là ngọn đèn dẫn lối cho sứ mệnh trước mắt: gìn giữ và phát triển nền tảng tinh thần của Phật giáo Việt Nam, đồng thời dẫn dắt thế hệ trẻ đi trên con đường giác ngộ và phụng sự xã hội.

Trong đạo từ *"Tưởng Niệm 60 năm Pháp Nạn và Thánh Tử Đạo,"* Thầy Tuệ Sỹ đã nhấn mạnh sâu sắc về trách nhiệm to lớn của Phật giáo trong bối cảnh hiện tại. Thầy không chỉ gợi lại những ký ức đau thương mà còn gửi gắm một thông điệp mạnh mẽ cho các thế hệ Huynh trưởng, rằng sứ mệnh của chúng ta không chỉ là bảo tồn truyền thống mà còn phải mở ra những con đường mới để Phật giáo Việt Nam tiếp tục tỏa sáng trong tương lai.

Phần mở đầu này đặt nền móng cho tầm nhìn và sứ mệnh to lớn của GĐPTVN trong việc kết nối và dẫn dắt thế hệ trẻ. Từ sự tưởng niệm những thánh tử đạo đã hy sinh vì đạo pháp, chúng ta không chỉ nhớ đến những mất mát đau thương mà còn nhìn nhận đó như một động lực để tiếp tục con đường của sự phụng sự và hoằng dương chánh pháp.

TẦM NHÌN CỦA GĐPTVN TRONG GIAI ĐOẠN HIỆN TẠI

Trong bối cảnh hiện tại, khi thế giới đang trải qua những biến động không ngừng về xã hội, kinh tế và chính trị, GĐPTVN phải đối diện với một nhiệm vụ trọng đại hơn bao giờ hết: duy trì và phát triển những giá trị cốt lõi của Phật giáo trong môi trường hiện đại hóa và toàn cầu hóa. Tầm nhìn của GĐPTVN không chỉ là bảo tồn các giá trị truyền thống của Phật giáo mà còn phải tìm cách tích hợp những tư tưởng và thực hành mới để phù hợp với nhu cầu của xã hội đương đại.

1. Phật giáo trong bối cảnh toàn cầu hóa: Những thách thức và cơ hội

Toàn cầu hóa đã tạo ra một môi trường đa chiều và phức tạp, nơi các giá trị văn hóa, tôn giáo và xã hội không ngừng giao thoa và va chạm. Đối với GĐPTVN, điều này đặt ra những thách thức to lớn nhưng đồng thời cũng mở ra những cơ hội mới cho việc truyền bá Phật pháp.

Trong bối cảnh toàn cầu hóa, GĐPTVN không còn chỉ là một tổ chức giáo dục và tôn giáo gắn liền với lịch sử Việt Nam mà còn phải đối diện với những yêu cầu mới của thế giới hiện đại. Các Huynh trưởng cao cấp phải nhìn nhận rằng, trong khi Phật giáo vẫn giữ nguyên giá trị về sự từ bi và trí tuệ, cách thức truyền đạt và áp dụng những giá trị ấy vào đời sống xã hội cần phải thay đổi để phù hợp với nhu cầu mới của thời đại.

GĐPTVN, thông qua các Huynh trưởng, phải biết cách sử dụng những công cụ hiện đại, đặc biệt là công nghệ và truyền thông, để tiếp cận và truyền tải giáo lý Phật đà tới thế hệ trẻ, những người đang sống trong một thế giới đầy rẫy sự xao nhãng và phức tạp. Sự kết nối giữa truyền thống và hiện đại, giữa giáo lý Phật giáo và những giá trị mới của thế kỷ 21, là yếu tố sống còn để GĐPTVN tiếp tục phát triển và duy trì sức mạnh tinh thần của mình.

2. Vai trò của GĐPTVN trong việc giáo dục và đào tạo thế hệ trẻ

Từ khi được thành lập, GĐPTVN đã đóng vai trò quan trọng trong việc giáo dục thế hệ trẻ, không chỉ về mặt Phật pháp mà còn về đạo đức và nhân cách. Trong bối cảnh hiện đại, vai trò này trở nên càng thiết yếu hơn khi xã hội đang phải đối diện với những cuộc khủng hoảng về giá trị, khi sự thực dụng và tham vọng cá nhân dường như lấn át những giá trị truyền thống.

Các Huynh trưởng cao cấp của GĐPTVN cần nhận thức rõ rằng, thế hệ trẻ không chỉ là tương lai của Phật giáo mà còn là nhân tố quyết định sự phát triển lâu bền của xã hội. Việc đào tạo và giáo dục thế hệ trẻ không chỉ dừng lại ở việc truyền đạt kiến thức Phật học mà còn là việc hình thành nhân cách, lòng từ bi và tinh thần phụng sự. Đây không chỉ là một nhiệm vụ giáo dục mà còn là một sứ mệnh xã hội đầy cao cả mà GĐPTVN đã đảm nhận qua nhiều thế hệ.

Trong bối cảnh toàn cầu, việc giáo dục không chỉ giới hạn trong phạm vi Việt Nam mà còn phải mở rộng tầm nhìn ra thế giới. Các Huynh trưởng phải hiểu rằng, sự hội nhập quốc tế của Phật giáo và văn hóa Việt Nam là một xu hướng tất yếu. Do đó, việc đào tạo thế hệ trẻ cũng cần phải trang bị cho họ những kỹ năng và kiến thức phù hợp với thế giới hiện đại, nhưng vẫn giữ được cốt lõi của giá trị Phật giáo.

3. Tầm nhìn cho tương lai: Gắn kết giữa Phật giáo và xã hội

Tầm nhìn chiến lược của GĐPTVN trong giai đoạn hiện tại phải nhắm đến việc gắn kết Phật giáo với các vấn đề xã hội. Đối diện với những thách thức về đạo đức, kinh tế và chính trị, các Huynh trưởng phải có khả năng dẫn dắt tổ chức vượt qua những sóng gió và duy trì một tinh thần Phật giáo mạnh mẽ trong lòng xã hội. Phật giáo không chỉ là một tôn giáo, mà còn là một hệ thống triết học và đạo đức có khả năng giải quyết những vấn đề phức tạp của thế giới hiện đại.

GĐPTVN cần phải hướng đến việc áp dụng Phật pháp vào thực tiễn, từ các hoạt động xã hội cho đến việc xây dựng cộng đồng. Các Huynh trưởng cao cấp phải là những người tiên phong trong việc sử dụng Phật pháp để giải quyết các vấn đề xã hội, như xung đột văn hóa, sự phân hóa giữa các thế hệ và những khó khăn về kinh tế. Đây không chỉ là trách nhiệm của một tổ chức tôn giáo, mà còn là nghĩa vụ của mỗi thành viên GĐPTVN đối với xã hội và nhân loại.

SỨ MỆNH CỦA HUYNH TRƯỞNG CAO CẤP GIA ĐÌNH PHẬT TỬ VIỆT NAM

Trong mọi tổ chức, vai trò của người lãnh đạo luôn mang tính quyết định đến sự thịnh suy và định hướng phát triển của tập thể. Đối với GĐPTVN, Huynh trưởng cao cấp là những người giữ trọng trách không chỉ trong việc quản trị, điều hành tổ chức mà còn là những ngọn đuốc soi sáng cho cả thế hệ trẻ. Sứ mệnh của chúng ta không chỉ dừng lại ở việc hướng dẫn thành viên GĐPT trong con đường tu học mà còn phải giữ vững những giá trị cốt lõi của Phật giáo, đồng thời ứng biến linh hoạt trong bối cảnh thay đổi của thế giới.

1. Huynh Trưởng: Người truyền lửa cho thế hệ trẻ

Từ khi GĐPTVN được thành lập, Huynh trưởng luôn là nhân tố trung tâm trong việc giáo dục và truyền dạy đạo pháp cho thế hệ trẻ. Tuy nhiên, trong thời đại hiện nay, nhiệm vụ của Huynh trưởng không còn chỉ là truyền đạt kiến thức Phật học, mà còn phải là người khơi dậy và nuôi dưỡng lòng từ bi, trí tuệ và ý chí phụng sự nơi đoàn sinh. Huynh trưởng cao cấp phải là người dẫn dắt, không chỉ bằng lời nói mà bằng hành động, sống đúng theo giáo lý Phật đà và trở thành tấm gương sáng cho thế hệ trẻ noi theo.

Trong mọi tình huống, sự bình tĩnh và thấu hiểu của Huynh trưởng là yếu tố quan trọng giúp giữ vững lòng tin của đoàn sinh. Những thử thách mà Phật giáo Việt Nam đã trải qua, từ mùa pháp nạn 1963 đến những biến động chính trị và xã hội hiện tại, đã chứng minh rằng tinh thần lãnh đạo của Huynh trưởng là then chốt trong việc duy trì sự ổn định và phát triển của GĐPTVN. Do đó, Huynh trưởng không chỉ là người hướng dẫn lãnh đạo mà còn là biểu tượng của lòng kiên nhẫn, trí tuệ và lòng từ bi, luôn biết cách ứng xử trước những khó khăn, thử thách.

Sứ mệnh truyền lửa này còn đòi hỏi Huynh trưởng phải luôn tìm kiếm những phương pháp sáng tạo và phù hợp để tiếp cận và thu hút thế hệ trẻ, những người đang sống trong một môi trường văn hóa và xã hội đầy biến động. Để thực hiện nhiệm vụ này, Huynh trưởng cần hiểu rõ tâm lý của thế hệ trẻ, biết cách lắng nghe và hướng dẫn họ trên con đường học Phật và tu tập.

2. Trách nhiệm của Huynh Trưởng cao cấp: Người dẫn đường trong cơn bão

Sứ mệnh của Huynh trưởng cao cấp không chỉ là truyền dạy Phật pháp mà còn là người dẫn đường trong cơn bão của biến động xã hội và chính trị. Trách nhiệm này đòi hỏi chúng ta phải có tầm nhìn chiến lược và khả năng đối phó với những thách thức từ môi trường bên ngoài, đồng thời phải duy trì sự ổn định và phát triển vững bền cho GĐPTVN.

Trong bối cảnh hiện nay, khi mà các giá trị tôn giáo và văn hóa truyền thống đang phải đối diện với sự suy thoái, Huynh trưởng cao cấp phải là những người giữ vững "ngọn đèn Chánh pháp" trong lòng tổ chức và cộng đồng. Chúng ta phải không ngừng củng cố và phát huy tinh thần đồng đội, sự đoàn kết trong GĐPT, đồng thời bảo vệ những giá trị cốt lõi của Phật giáo trước những ảnh hưởng từ môi trường văn hóa và chính trị bên ngoài.

Vai trò của Huynh trưởng còn được thể hiện qua việc bảo vệ và phát huy tinh thần của Phật giáo Việt Nam, đặc biệt là trong bối cảnh GHPGVNTN vẫn đang gặp nhiều khó khăn trong việc duy trì hoạt động do những áp lực chính trị. Huynh trưởng cao cấp phải là những người tiên phong, giữ vững lòng trung thành với đạo pháp và tôn trọng các giá trị tinh thần của Phật giáo, bất chấp những khó khăn và thách thức.

3. Sự phát triển bản thân của Huynh Trưởng: Từ trách nhiệm đến trí tuệ

Để có thể thực hiện tốt sứ mệnh của mình, Huynh trưởng cao cấp phải không ngừng rèn luyện và phát triển bản thân. Trong mỗi giai đoạn của cuộc sống, người Huynh trưởng không chỉ là người lãnh đạo mà còn là học trò của giáo lý Phật đà, luôn tìm cách tự hoàn thiện và nâng cao trí tuệ.

Việc học Phật không bao giờ có điểm dừng và Huynh trưởng cao cấp phải là những người tiên phong trong việc nghiên cứu, học hỏi để làm giàu thêm vốn kiến thức về Phật pháp, đồng thời hiểu rõ những giá trị xã hội, chính trị và văn hóa trong bối cảnh hiện đại. Chỉ khi Huynh trưởng có đủ trí tuệ và hiểu biết sâu rộng, chúng ta mới có thể truyền đạt những giá trị tinh thần cao cả của Phật giáo một cách hiệu quả và vững bền cho thế hệ sau.

Huynh trưởng cũng phải học cách thích nghi với môi trường mới, từ việc sử dụng công nghệ thông tin để truyền bá giáo lý Phật giáo đến việc phát triển các kỹ năng lãnh đạo trong bối cảnh toàn cầu hóa. Sự phát triển bản thân này không chỉ giúp chúng ta trở thành những người lãnh đạo xuất sắc mà còn là nguồn cảm hứng cho các đoàn sinh noi theo.

4. Sứ mệnh đối ngoại: Kết nối Phật giáo Việt Nam với thế giới

Một trong những trách nhiệm quan trọng của Huynh trưởng cao cấp là xây dựng và phát triển mối quan hệ giữa Phật giáo Việt Nam và thế giới. Trong bối cảnh toàn cầu hóa, Phật giáo Việt Nam cần có sự kết nối mạnh mẽ hơn với cộng đồng quốc tế, đặc biệt là trong việc trao đổi văn hóa và tôn giáo. Các Huynh trưởng cao cấp phải là cầu nối, giúp GĐPTVN và Phật giáo Việt Nam tiếp cận với những giá trị mới, đồng thời giới thiệu những tinh hoa Phật giáo Việt Nam ra thế giới.

Sứ mệnh đối ngoại này không chỉ nhằm mục đích xây dựng mối quan hệ văn hóa và tôn giáo mà còn giúp GĐPTVN học hỏi và phát triển từ những kinh nghiệm của các tổ chức Phật giáo quốc tế. Việc kết nối với cộng đồng quốc tế cũng giúp GĐPTVN duy trì và phát triển trong bối cảnh hiện đại, đồng thời bảo tồn và phát huy những giá trị truyền thống của Phật giáo Việt Nam.

PHẬT GIÁO VÀ BỐI CẢNH
CHÍNH TRỊ - XÃ HỘI VIỆT NAM HIỆN TẠI

Bối cảnh chính trị và xã hội hiện tại của Việt Nam đặt ra nhiều thách thức đối với Phật giáo, đặc biệt là GĐPTVN. Phật giáo Việt Nam từ lâu đã đóng vai trò quan trọng trong việc định hình bản sắc văn hóa và tinh thần của dân tộc. Tuy nhiên, những biến động chính trị, xã hội hiện đại đã làm lung lay nhiều giá trị cốt lõi và gây ra nhiều khó khăn trong việc duy trì truyền thống cũng như phát triển tôn giáo.

Trong bối cảnh này, sứ mệnh của GĐPTVN, đặc biệt là các Huynh trưởng cao cấp, càng trở nên thiết yếu hơn bao giờ hết. Chúng ta phải là những người lãnh đạo đủ trí tuệ và bản lĩnh để dẫn dắt thế hệ trẻ vượt qua những thách thức từ môi trường chính trị và xã hội, bảo vệ và phát huy những giá trị tinh thần của Phật giáo.

1. Phật giáo Việt Nam dưới áp lực chính trị và xã hội

Phật giáo Việt Nam đã nhiều lần phải đối diện với sự áp bức và can thiệp của các thế lực chính trị, đặc biệt là trong những giai đoạn lịch sử đầy biến động. Từ mùa pháp nạn 1963 cho đến những cuộc xung đột sau này, Phật giáo Việt Nam luôn phải đấu tranh để bảo vệ quyền tự do tín ngưỡng và những giá trị tôn giáo cơ bản.

Trong bối cảnh chính trị hiện nay, các hoạt động tôn giáo vẫn đang chịu nhiều áp lực và hạn chế từ phía chính quyền. Điều này không chỉ ảnh hưởng đến tự do tôn giáo mà còn gây khó khăn trong việc duy trì và phát triển các tổ chức Phật giáo, bao gồm cả GĐPTVN. Các Huynh trưởng, đặc biệt là Huynh trưởng cao cấp, phải đối diện với nhiều thách thức trong việc lãnh đạo tổ chức và duy trì các hoạt động tôn giáo trong bối cảnh phức tạp này.

Chính trị và tôn giáo luôn là hai lĩnh vực nhạy cảm, dễ dàng gây ra sự xung đột nếu không được giải quyết một cách khôn ngoan và tế nhị. GĐPTVN, với sứ mệnh giáo dục và bảo tồn tinh thần Phật giáo, không thể tách rời khỏi những tác động của môi trường chính trị và xã hội. Trong những giai đoạn khó khăn, tinh thần phụng sự và lòng từ bi của Phật giáo không chỉ được thể hiện qua sự nhẫn nhịn mà còn qua sự kiên định, khéo léo trong cách ứng xử với các áp lực bên ngoài.

2. Sự phân hóa xã hội và ảnh hưởng đến Phật giáo

Bên cạnh những áp lực chính trị, xã hội Việt Nam hiện tại cũng đang đối diện với sự phân hóa sâu sắc về kinh tế, văn hóa và tinh thần. Cuộc sống hiện đại mang đến nhiều tiện ích và sự phát triển về công nghệ, nhưng đồng thời cũng tạo ra khoảng cách ngày càng lớn giữa các tầng lớp xã hội, gây ra những khủng hoảng về đạo đức và tinh thần.

Trong bối cảnh này, Phật giáo nói chung và GĐPTVN nói riêng phải đối diện với thách thức lớn trong việc giữ vững vai trò của mình như một hệ thống đạo đức và tinh thần cho xã hội. Sự phân hóa về giá trị và sự gia tăng của chủ nghĩa cá nhân khiến cho Phật giáo, với tinh thần từ bi và trí tuệ, gặp khó khăn trong việc thấm nhuần vào đời sống của người dân, đặc biệt là thế hệ trẻ.

GĐPTVN, với sứ mệnh giáo dục thế hệ trẻ về tinh thần Phật giáo, phải đối diện với một thực tế đầy thách thức: làm thế nào để duy trì những giá trị tinh thần cao cả trong một xã hội mà vật chất và lợi ích cá nhân dường như lấn át tất cả. Huynh trưởng cao cấp phải nắm bắt được sự thay đổi này, đồng thời phải biết cách sử dụng những giá trị truyền thống của Phật giáo để làm cầu nối giữa các thế hệ, giữa những tầng lớp xã hội khác nhau và giúp giảm bớt sự phân hóa xã hội.

3. Tinh thần bất khuất của Phật giáo Việt Nam: Bài học từ quá khứ

Lịch sử Phật giáo Việt Nam đã chứng minh rằng tinh thần bất khuất và kiên định của Phật giáo có thể vượt qua mọi thử thách. Mùa pháp nạn 1963 là một minh chứng rõ ràng nhất cho điều này. Sự hy sinh của các thánh tử đạo và tinh thần phụng sự của các Tăng Ni, Phật tử không chỉ mang lại sự thay đổi trong nhận thức của xã hội mà còn tạo ra một phong trào đấu tranh mạnh mẽ cho tự do tôn giáo và nhân quyền.

Trong bối cảnh hiện tại, tinh thần bất khuất này cần phải được kế thừa và phát huy. Các Huynh trưởng cao cấp phải nhận thức rõ rằng, trách nhiệm của chúng ta không chỉ là duy trì những hoạt động tôn giáo hằng ngày mà còn phải góp phần vào cuộc đấu tranh cho quyền tự do tôn giáo và bảo vệ những giá trị nhân bản của Phật giáo trong xã hội. Chúng ta phải luôn giữ vững lòng kiên định, không để bị lung lay bởi những áp lực chính trị hay xã hội, đồng thời phải biết cách ứng xử khéo léo để bảo vệ quyền lợi của Phật giáo và GĐPTVN.

4. Phật giáo trong thời đại toàn cầu hóa: Những cơ hội mới

Bên cạnh những thách thức từ môi trường chính trị và xã hội, toàn cầu hóa cũng mở ra nhiều cơ hội mới cho Phật giáo Việt Nam. Thế giới ngày càng kết nối chặt chẽ, các tư tưởng và văn hóa được trao đổi và chia sẻ dễ dàng hơn. Điều này không chỉ tạo ra sự phong phú về kiến thức mà còn mở ra những cánh cửa mới cho Phật giáo Việt Nam trong việc phát triển và truyền bá giáo lý Phật đà ra thế giới.

GĐPTVN, với tầm nhìn toàn cầu, cần phải tận dụng cơ hội này để phát triển và mở rộng tầm ảnh hưởng của Phật giáo. Các Huynh trưởng cao cấp phải nắm bắt xu hướng toàn cầu hóa và sử dụng nó như một phương tiện để đưa Phật giáo Việt Nam ra thế giới, đồng thời học hỏi những tinh hoa của các nền văn hóa và tôn giáo khác để làm phong phú thêm nền tảng Phật giáo của mình.

Sứ mệnh của Huynh trưởng cao cấp trong bối cảnh này là không chỉ bảo tồn và phát triển GĐPTVN trong nước mà còn phải xây dựng mối quan hệ đối ngoại với các tổ chức Phật giáo quốc tế. Việc học hỏi và trao đổi với các tổ chức Phật giáo nước ngoài sẽ giúp GĐPTVN không chỉ tiếp nhận những phương pháp giáo dục tiên tiến mà còn tạo ra những kết nối vững chắc để phát triển vững bền trong tương lai.

TRIẾT LÝ GIÁO DỤC CỦA GĐPTVN – SỰ GIAO THOA GIỮA TRUYỀN THỐNG VÀ HIỆN ĐẠI

GĐPTVN là một tổ chức giáo dục tôn giáo đặc biệt, với sứ mệnh dẫn dắt thế hệ trẻ theo con đường Phật giáo. Trong quá trình thực hiện sứ mệnh này, GĐPTVN không chỉ dựa trên những giá trị truyền thống của Phật giáo mà còn phải đối diện và thích nghi với các yếu tố hiện đại của thế giới ngày nay. Do đó, triết lý giáo dục của GĐPTVN cần phải tạo nên một sự cân bằng tinh tế giữa truyền thống và hiện đại, giữa lý tưởng Phật giáo và nhu cầu thực tiễn của xã hội đương thời.

1. Giáo dục Phật giáo: Nền tảng cốt lõi của GĐPTVN

Triết lý giáo dục của GĐPTVN luôn đặt nền tảng cốt lõi trên giáo lý Phật đà, với hai giá trị căn bản là từ bi và trí tuệ. Từ bi là lòng thương yêu, lòng thấu cảm đối với mọi sinh linh, trong khi trí tuệ là sự hiểu biết, khả năng nhìn nhận rõ ràng về bản chất của sự vật và hiện tượng. Trong quá trình phát triển, GĐPTVN đã không ngừng truyền tải những giá trị này đến thế hệ trẻ, giúp họ xây dựng nền tảng đạo đức và tinh thần vững chắc.

Trong môi trường giáo dục của GĐPTVN, không chỉ là việc học tập giáo lý từ các kinh điển Phật giáo, mà quan trọng hơn, là việc thực hành và áp dụng những giáo lý đó vào đời sống. Các Huynh trưởng, đặc biệt là Huynh trưởng cao cấp, đóng vai trò là những người hướng dẫn và gương mẫu trong việc sống và hành động theo tinh thần Phật pháp. Bằng việc đưa ra những ví dụ cụ thể về lòng từ bi và trí tuệ trong cuộc sống hằng ngày, chúng ta giúp đoàn sinh thấm nhuần các giá trị này, không chỉ trong suy nghĩ mà còn trong hành động.

2. Giáo dục truyền thống: Bảo tồn và phát huy giá trị dân tộc

Bên cạnh việc giáo dục về Phật pháp, GĐPTVN còn đóng vai trò quan trọng trong việc bảo tồn và phát huy những giá trị văn hóa dân tộc. Việt

Nam, với hàng nghìn năm lịch sử và văn hóa phong phú, đã hình thành nên những giá trị đạo đức và nhân văn sâu sắc mà Phật giáo là một phần không thể tách rời. GĐPTVN luôn xem việc giáo dục thế hệ trẻ về văn hóa và truyền thống dân tộc là một phần quan trọng trong triết lý giáo dục của mình.

Các Huynh trưởng cao cấp phải đảm nhận vai trò là những người bảo vệ và phát huy truyền thống này. Chúng ta cần truyền đạt cho thế hệ trẻ không chỉ những giá trị Phật giáo, mà còn cả tinh thần dân tộc, lòng yêu nước và ý thức trách nhiệm đối với sự phát triển của đất nước. Thế hệ trẻ GĐPTVN cần hiểu rằng, chúng ta không chỉ là những Phật tử, mà còn là những người công dân có trách nhiệm với xã hội và đất nước, đồng thời cần giữ gìn và phát huy những giá trị văn hóa, truyền thống của dân tộc.

Trong bối cảnh toàn cầu hóa, việc bảo tồn và phát huy các giá trị văn hóa truyền thống càng trở nên quan trọng hơn bao giờ hết. Các Huynh trưởng cao cấp phải dẫn dắt đoàn sinh đi trên con đường giữ gìn bản sắc dân tộc, đồng thời hòa nhập với thế giới một cách sáng suốt. Việc này đòi hỏi chúng ta phải có tầm nhìn xa và khả năng ứng dụng sáng tạo những giá trị truyền thống vào các tình huống hiện đại.

3. Giáo dục hiện đại: Thích nghi với nhu cầu của thế hệ trẻ

Dù việc bảo tồn và phát huy truyền thống là rất quan trọng, GĐPTVN cũng không thể bỏ qua nhu cầu của xã hội hiện đại, đặc biệt là sự phát triển của thế hệ trẻ trong thời đại công nghệ và toàn cầu hóa. Do đó, triết lý giáo dục của GĐPTVN phải bao hàm việc áp dụng những phương pháp giáo dục mới, hiện đại, phù hợp với bối cảnh và nhu cầu của thế hệ trẻ ngày nay.

Một trong những thách thức lớn nhất đối với các Huynh trưởng cao cấp là làm thế nào để kết hợp giữa giáo dục Phật giáo truyền thống và những yếu tố hiện đại như công nghệ, truyền thông và khoa học. Thế hệ trẻ ngày nay sống trong một thế giới số hóa, nơi thông tin và kiến thức có thể dễ dàng tiếp cận chỉ bằng một cái nhấp chuột. Điều này đòi hỏi các Huynh trưởng phải nắm bắt và sử dụng những công cụ hiện đại để truyền tải Phật pháp một cách sáng tạo và hiệu quả.

Việc sử dụng công nghệ trong giáo dục không chỉ giúp GĐPTVN tiếp cận gần hơn với thế hệ trẻ mà còn giúp mở rộng phạm vi giáo dục ra toàn cầu. Các Huynh trưởng cao cấp cần biết cách sử dụng mạng xã hội, các nền tảng giáo dục trực tuyến và các phương tiện truyền thông khác để truyền bá những giá trị Phật giáo, tạo điều kiện cho sự tiếp cận rộng rãi và thuận tiện hơn đối với các thành viên GĐPTVN ở khắp nơi trên thế giới.

4. Sự kết hợp giữa truyền thống và hiện đại: Mô hình giáo dục lý tưởng

Sự kết hợp hài hòa giữa truyền thống và hiện đại là yếu tố quan trọng để GĐPTVN có thể tiếp tục phát triển và thích nghi trong thế giới hiện đại. Huynh trưởng cao cấp cần phát triển một mô hình giáo dục vừa giữ vững những giá trị cốt lõi của Phật giáo, vừa đáp ứng được nhu cầu và đòi hỏi của thời đại mới. Điều này không chỉ giúp GĐPTVN duy trì được sự phát triển vững bền mà còn tạo điều kiện để tổ chức tiếp cận và thu hút được thế hệ trẻ.

Mô hình giáo dục này phải bảo đảm rằng các giá trị truyền thống của Phật giáo như từ bi, trí tuệ và phụng sự được duy trì và thấm nhuần trong từng thành viên GĐPTVN. Đồng thời, nó cũng phải linh hoạt và sáng tạo, sử dụng các phương pháp và công cụ hiện đại để truyền tải những giá trị đó một cách hiệu quả và phù hợp với thế hệ trẻ ngày nay. Đây chính là chìa khóa để GĐPTVN giữ vững vị thế của mình trong xã hội hiện đại và tiếp tục phát huy vai trò quan trọng trong việc giáo dục thế hệ tương lai.

*

KẾT LUẬN:
SỨ MỆNH CỦA HUYNH TRƯỞNG CAO CẤP
VÀ TƯƠNG LAI GĐPTVN

Qua sáu thập kỷ kể từ mùa Pháp nạn 1963, Phật giáo Việt Nam, đặc biệt là GĐPTVN, đã không ngừng đứng vững và phát triển trong bối cảnh đầy biến động của lịch sử. Từ những khó khăn về chính trị, xã hội cho đến các thay đổi về văn hóa và công nghệ, GĐPTVN đã và đang đóng vai trò quan trọng trong việc giáo dục và dẫn dắt thế hệ trẻ Phật tử. Dù gặp nhiều thách thức, GĐPTVN vẫn giữ vững tinh thần từ bi và trí tuệ, hai giá trị cốt lõi của Phật giáo, đồng thời tìm cách ứng biến để phù hợp với thời đại mới.

Sứ mệnh của các Huynh trưởng cao cấp trong GĐPTVN không chỉ

dừng lại ở việc truyền dạy Phật pháp mà còn phải là những người dẫn đường, truyền cảm hứng và bảo vệ những giá trị cốt lõi của Phật giáo trong bối cảnh hiện đại. Qua từng thời kỳ, các Huynh trưởng đã chứng minh được vai trò then chốt của mình trong việc giữ gìn và phát huy những giá trị truyền thống, đồng thời tạo nên những bước đi quan trọng để đưa Phật giáo Việt Nam tiến xa hơn trong tương lai.

1. Tầm quan trọng của sứ mệnh Huynh trưởng cao cấp

Trong bối cảnh xã hội và chính trị phức tạp, đặc biệt là tại Việt Nam, vai trò của Huynh trưởng cao cấp càng trở nên quan trọng hơn bao giờ hết. Chúng ta không chỉ là những người bảo vệ Phật giáo khỏi những sự xâm hại từ chính trị mà còn là những người dẫn dắt GĐPTVN trong việc phát triển vững bền. Các Huynh trưởng phải là người có tầm nhìn xa và khả năng ứng biến linh hoạt, biết cách giữ vững tinh thần Phật giáo trong lòng xã hội và cộng đồng.

Tầm nhìn của GĐPTVN trong giai đoạn hiện tại và tương lai phải luôn gắn kết với sứ mệnh giáo dục thế hệ trẻ. Đây không chỉ là một nhiệm vụ tôn giáo mà còn là một sứ mệnh xã hội to lớn. Trong một thế giới mà những giá trị đạo đức và tinh thần dần bị lu mờ bởi chủ nghĩa cá nhân và vật chất, vai trò của GĐPTVN càng trở nên thiết yếu. Các Huynh trưởng cao cấp phải là những người tiên phong trong việc bảo vệ và truyền đạt những giá trị này cho thế hệ trẻ, giúp họ phát triển không chỉ về mặt kiến thức mà còn về mặt tinh thần và đạo đức.

2. Triết lý giáo dục của GĐPTVN: Cầu nối giữa truyền thống và hiện đại

Một trong những thách thức lớn nhất mà GĐPTVN phải đối diện là sự giao thoa giữa truyền thống và hiện đại. Làm thế nào để giữ vững những giá trị truyền thống của Phật giáo mà vẫn phù hợp với nhu cầu của thế hệ trẻ trong thời đại công nghệ và toàn cầu hóa? Đây chính là một câu hỏi quan trọng mà các Huynh trưởng cao cấp phải giải đáp.

Triết lý giáo dục của GĐPTVN cần phải dựa trên sự kết hợp hài hòa giữa truyền thống và hiện đại, giữa giá trị dân tộc và những yếu tố toàn cầu. Các Huynh trưởng cao cấp phải nhận thức rõ ràng rằng việc giáo dục Phật giáo không thể chỉ dựa vào những phương pháp cũ kỹ mà phải mở ra những phương pháp mới, sáng tạo hơn, để phù hợp với bối cảnh hiện đại. Họ phải biết sử dụng công nghệ, truyền thông và các phương tiện hiện đại để tiếp cận thế hệ trẻ một cách hiệu quả, nhưng vẫn giữ vững được tinh thần Phật giáo truyền thống.

Sự kết hợp này không chỉ bảo đảm rằng GĐPTVN sẽ tiếp tục phát triển vững bền trong tương lai mà còn giúp tổ chức giữ vững vai trò của mình trong việc giáo dục thế hệ trẻ về lòng từ bi, trí tuệ và phụng sự xã hội.

3. Nhìn về tương lai: GĐPTVN trong kỷ nguyên mới

Tương lai của GĐPTVN không chỉ phụ thuộc vào việc bảo tồn những giá trị truyền thống mà còn phải dựa trên sự sáng tạo, đổi mới và sự lãnh đạo sáng suốt của các Huynh trưởng cao cấp. Tương lai này đòi hỏi các Huynh trưởng không ngừng học hỏi, phát triển bản thân và thích ứng với sự thay đổi của thời đại. Chúng ta phải là những người tiên phong trong việc dẫn dắt tổ chức vượt qua những thách thức từ xã hội, chính trị và văn hóa, đồng thời mở ra những cơ hội mới để Phật giáo Việt Nam tiếp tục lan tỏa.

Huynh trưởng cao cấp cần có tầm nhìn xa hơn, không chỉ giới hạn trong việc duy trì tổ chức mà còn phải mở rộng phạm vi hoạt động, gắn kết GĐPTVN với cộng đồng quốc tế và phát triển các chương trình giáo dục mang tính toàn cầu. Sứ mệnh của GĐPTVN không chỉ là giáo dục thế hệ trẻ trong nước mà còn phải hướng tới việc tạo ra một cộng đồng Phật tử trẻ trên toàn thế giới, cùng nhau xây dựng một tương lai tốt đẹp hơn cho nhân loại.

4. Lời kêu gọi hành động: Tiếp bước và phụng sự

Trong mỗi thời kỳ lịch sử, Phật giáo Việt Nam đã vượt qua những thử thách lớn lao để tồn tại và phát triển. Và trong bối cảnh hiện tại, sự sống còn và phát triển của GĐPTVN sẽ phụ thuộc vào sự đóng góp và nỗ lực không ngừng của mỗi Huynh trưởng cao cấp. Chúng ta phải là những người mang trong mình tinh thần phụng sự cao cả, luôn đặt lợi ích của tổ chức và cộng đồng lên trên bản thân, đồng thời không ngừng tìm cách đưa GĐPTVN tiến xa hơn trên con đường phát triển.

Lời kêu gọi này không chỉ dành riêng cho các Huynh trưởng trong nước mà còn gửi đến tất cả những Huynh trưởng GĐPTVN trên toàn thế giới. Hãy cùng nhau bảo vệ và phát huy những giá trị cao cả của Phật giáo, cùng nhau xây dựng một tương lai sáng lạn cho GĐPTVN, một tương lai mà ở đó, mỗi thế hệ trẻ đều được giáo dục và truyền dạy về lòng từ bi, trí tuệ và trách nhiệm xã hội.

"Trên đỉnh đèo cao bát ngát trông
Rừng, mây, xanh, ngắt tạnh, vô cùng,
Từ ta trải áo đường mưa bụi
Tưởng thấy tiền thân trên bến không"

TUỆ SỸ,
Thiên Lý Độc Hành, 6

TINH THẦN VÔ ÚY VÀ TRÁCH NHIỆM LỊCH SỬ
HÀNH TRANG CỦA HUYNH TRƯỞNG GĐPTVN HẢI NGOẠI TRƯỚC THÁCH THỨC HOẰNG ĐẠO

NGUYÊN HÒA

Trong cuộc hành trình dài của Phật giáo Việt Nam, chưa bao giờ con đường hoằng pháp lại trải đầy những chông gai như hiện nay. Thế nhưng, mỗi bước đi của Phật tử đều được soi sáng bởi ngọn đuốc Chánh Pháp và trong đó, vai trò của các Huynh trưởng GĐPTVN trở nên quan trọng hơn bao giờ hết. Trong hoàn cảnh quê hương vẫn bị kìm hãm bởi sự hạn chế tự do tôn giáo, trong khi đồng bào Phật tử phải đối diện với sự đàn áp, thì những người con Phật ở hải ngoại không chỉ đứng ngoài nhìn mà phải suy nghĩ, hành động để giữ gìn và truyền thừa tinh hoa Phật giáo. Lịch sử đã chứng minh rằng, tinh thần vô úy của các bậc tiền nhân, những vị Thánh tử đạo, những người đã hi sinh thân mình cho Chánh Pháp, luôn là kim chỉ nam cho mọi thế hệ. Từ quá khứ, chúng ta học được rằng, chỉ có lòng dũng cảm, tinh thần đoàn kết và ý chí kiên cường mới có thể giữ vững được ngọn đèn Chánh Pháp trước những thế lực vô minh. Và hôm nay, trước sự thiếu tự do hoằng đạo tại quê nhà, Huynh trưởng GĐPTVN tại hải ngoại cần nhận thức rõ trách nhiệm lịch sử của mình.

TINH THẦN VÔ ÚY TRONG LỊCH SỬ PHẬT GIÁO VIỆT NAM

Từ ngàn xưa, Phật giáo Việt Nam đã đồng hành cùng dân tộc, trở thành sức mạnh tinh thần giúp đất nước vượt qua nhiều giai đoạn lịch sử khốc liệt. Nhìn lại hành trình lịch sử, không thể không nhắc đến tinh thần vô úy của những vị Tăng Ni và Phật tử đã hi sinh thân mạng để bảo vệ Chánh Pháp.

Trong những năm tháng pháp nạn 1963, hàng ngàn người con Phật đã đứng lên đấu tranh cho quyền tự do tôn giáo. Những ngọn lửa tự thiêu của Bồ-tát Thích Quảng Đức, Hòa thượng Thích Tiêu Diêu và biết bao vị Thánh tử đạo khác đã thắp sáng không chỉ cho Phật giáo mà còn cho cả thế giới. Đó không phải là sự hi sinh vô ích mà là một thông điệp mạnh mẽ của lòng từ bi và trí tuệ, là tinh thần vô úy trước mọi hiểm nguy. Tinh thần ấy không chỉ là bài học của quá khứ mà còn là ánh sáng soi đường cho hiện tại. Huynh trưởng GĐPTVN, những người tiếp nối sứ mạng hoằng pháp, cần kế thừa tinh thần này, không sợ hãi trước những thách thức và luôn kiên định trên con đường dẫn dắt thế hệ trẻ bước theo con đường Chánh Pháp.

HIỆN THỰC KHÓ KHĂN
CỦA PHẬT GIÁO VIỆT NAM TẠI QUÊ NHÀ

Ngày nay, Phật giáo Việt Nam đang đối diện với nhiều thách thức lớn, đặc biệt là sự thiếu tự do hoằng đạo. Sự can thiệp và kiểm soát của chính quyền đối với các hoạt động tôn giáo đã gây nhiều khó khăn cho việc truyền bá giáo lý và bảo vệ Chánh Pháp. Những ngôi chùa không còn là nơi sinh hoạt tự do, các vị Tăng Ni gặp nhiều trở ngại trong việc tổ chức các hoạt động hoằng pháp. Trong bối cảnh ấy, GĐPTVN tại quê nhà cũng chịu chung số phận, bị hạn chế trong mọi hoạt động.

Những hạn chế này không chỉ ảnh hưởng đến sự phát triển của GĐPTVN mà còn đe dọa sự tồn tại của tổ chức. Sự đàn áp, sự hạn chế và kiểm soát đã khiến cho việc giáo dục thế hệ trẻ trở nên khó khăn hơn bao giờ hết. Trong khi đó, cộng đồng Phật tử tại hải ngoại lại có điều kiện thuận lợi hơn để phát triển, nhưng lại gặp phải thách thức về việc duy trì bản sắc văn hóa và tôn giáo trong môi trường đa dạng và phức tạp.

Trước tình hình này, Huynh trưởng GĐPTVN tại hải ngoại cần phải suy nghĩ sâu sắc về cách làm thế nào để hỗ trợ cho đồng bào Phật tử trong nước, đồng thời giữ gìn và phát triển tổ chức ở hải ngoại. Chúng ta cần phải hành động một cách khôn ngoan và dũng cảm, để vừa bảo vệ được đạo pháp, vừa tạo điều kiện cho thế hệ sau tiếp tục kế thừa và phát huy tinh hoa Phật giáo.

TRÁCH NHIỆM CỦA HUYNH TRƯỞNG GĐPTVN TẠI HẢI NGOẠI

Huynh trưởng GĐPTVN tại hải ngoại không chỉ là những người dẫn dắt đàn em mà còn là những người giữ lửa cho ngọn đèn Chánh Pháp trong bối cảnh đầy thử thách. Chúng ta không thể đứng ngoài cuộc trước những khó khăn mà Phật giáo và đồng bào Phật tử trong nước đang phải chịu đựng. Ngược lại, cần nhận thức rõ ràng rằng, sứ mệnh của mình không chỉ là giáo dục thế hệ trẻ ở nước ngoài mà còn là góp phần bảo vệ và phát triển tổ chức GĐPTVN trong và ngoài nước.

Trong tình hình hiện tại, Huynh trưởng GĐPTVN tại hải ngoại cần suy nghĩ để thực hiện những nhiệm vụ sau:

Giữ gìn và phát triển bản sắc Phật giáo: Trách nhiệm của Huynh trưởng là phải bảo tồn và truyền đạt lại những giá trị cốt lõi của Phật giáo cho thế hệ trẻ, giúp các em hiểu rõ hơn về truyền thống và văn hóa Phật giáo Việt Nam. Đây là nhiệm vụ quan trọng để thế hệ trẻ không bị cuốn vào dòng xoáy của sự hội nhập văn hóa mà quên đi cội nguồn của mình.

Xây dựng cộng đồng Phật tử đoàn kết: Sự đoàn kết giữa các Huynh trưởng và cộng đồng Phật tử là yếu tố quyết định cho sự phát triển và tồn tại của GĐPTVN. Trong bối cảnh hải ngoại, khi các thế hệ trẻ đang sống trong một môi trường đa văn hóa, việc duy trì sự đoàn kết, gắn bó và yêu thương giữa các thành viên là điều cần thiết để tổ chức GĐPT có thể phát triển vững bền.

Tích cực hoằng pháp và giáo dục: Huynh trưởng GĐPTVN tại hải ngoại cần nỗ lực trong việc hoằng pháp, giúp thế hệ trẻ hiểu rõ hơn về đạo Phật, không chỉ trong lý thuyết mà còn trong thực hành. Các Huynh trưởng cần truyền cảm hứng cho các em, giúp các em thấy được sự hữu ích của đạo Phật trong cuộc sống hàng ngày, từ đó các em sẽ yêu mến và gắn bó với đạo pháp hơn.

HÀNH ĐỘNG CỤ THỂ VÀ PHƯƠNG HƯỚNG PHÁT TRIỂN TRONG TƯƠNG LAI

Nhận thức rõ ràng về trách nhiệm là một điều quan trọng, nhưng để đạt được hiệu quả, Huynh trưởng GĐPTVN tại hải ngoại cần có những hành động cụ thể. Trong bối cảnh toàn cầu hóa hiện nay, việc giữ gìn và phát triển Phật giáo cần phải đi đôi với những phương pháp sáng tạo và phù hợp với thời đại. Sau đây xin gợi ý một số hành động mà Huynh trưởng có thể thực hiện:

Đẩy mạnh việc giáo dục và hoằng pháp: Tạo ra các chương trình giáo dục Phật giáo đa dạng, phong phú và sáng tạo để thu hút sự quan tâm của thế hệ trẻ. Sử dụng các phương tiện truyền thông hiện đại, như mạng xã hội, để truyền tải thông điệp của Phật giáo một cách hiệu quả.

Tổ chức các hoạt động cộng đồng: Xây dựng các chương trình gắn kết cộng đồng, nhằm tạo ra sự kết nối và đoàn kết giữa các Phật tử ở hải ngoại và trong nước. Tổ chức các buổi sinh hoạt, hội thảo và khóa tu học để tăng cường sự hiểu biết và tình yêu thương giữa các thành viên.

Hỗ trợ đồng bào Phật tử trong nước: Tìm cách hỗ trợ cho đồng bào Phật tử tại quê nhà thông qua việc cung cấp tài liệu giáo dục, vật phẩm sinh hoạt Phật giáo, hoặc thậm chí là hỗ trợ tài chính cho các hoạt động hoằng pháp. Đây là trách nhiệm của Huynh trưởng GĐPTVN tại hải ngoại trong việc góp phần bảo vệ và phát triển Phật giáo tại quê nhà.

*

THAY LỜI KẾT: KẾ THỪA TINH THẦN VÔ ÚY VÀ LỜI KÊU GỌI ĐOÀN KẾT

Trong suốt hơn 60 năm qua, tinh thần vô úy của những bậc Thánh tử đạo luôn là nguồn động viên tinh thần to lớn cho mọi thế hệ Phật tử Việt Nam. Trước những thách thức của thời đại, Huynh trưởng GĐPTVN tại hải ngoại cần phải suy ngẫm sâu sắc về trách nhiệm của mình và hành động một cách quyết liệt. Tinh thần vô úy ấy chính là ngọn đuốc soi đường cho chúng ta trong mọi hoàn cảnh. Đoàn kết là sức mạnh và chỉ có đoàn kết mới giúp chúng ta vượt qua được những khó khăn, thử thách. Lời kêu gọi đoàn kết không chỉ là lời nhắc nhở về trách nhiệm của mỗi Huynh trưởng đối với tổ chức GĐPTVN mà còn là lời khuyến khích tất cả các Phật tử trong và ngoài nước cùng đồng lòng, chung tay bảo vệ Chánh Pháp. Huynh trưởng GĐPTVN, với lòng từ bi và trí tuệ, hãy hành động như những người giữ lửa, tiếp nối truyền thống mà các bậc tiền nhân đã truyền lại, để Phật giáo Việt Nam mãi trường tồn và phát triển trong mọi hoàn cảnh.

"Chờ mưa tạnh ta trải trăng làm chiếu
Nghìn năm sau hoa trắng trổ trên đồi"

TUỆ SỸ,
Thiên Lý Độc Hành, 8

HUẤN TỪ
GỬI HUYNH TRƯỞNG VÀ ĐOÀN SINH GĐPT VIỆT NAM TRÊN THẾ GIỚI NHÂN HIỆP KỴ NĂM 2022

Các Huynh trưởng và đoàn sinh trân quý,

Hôm nay, dưới sự chứng minh của Chư Tôn đức, các Huynh trưởng cùng các đoàn sinh, trong điều kiện thuận duyên, đồng vân tập dưới Tổ đường Phật ân, hành lễ hiệp kỵ tưởng niệm Chư vị Tôn sư, Ân sư của GĐPTVN. Tôi không hội đủ cơ duyên thân lâm tham dự; từ xa hướng vọng về Tổ đường đảnh lễ Giác linh Chư vị Sư Trưởng. Các Ngài đã bằng trí tuệ và hùng lực dẫn đạo Phật giáo Việt Nam vượt qua sóng gió hiểm nghèo của một giai đoạn bi hùng trong lịch sử Dân tộc và Đạo pháp. Ngày này, hình bóng của các Ngài đã khuất, mà âm vang còn đồng vọng trong các thế hệ kế thừa, dưới sự giáo dưỡng tài bồi của các Ngài, vẫn kiên định hướng đi, không dao động trong mọi biến động của xã hội.

Gia đình Phật tử Việt Nam, kể từ ngày thành lập, đã là những cận sự qua nhiều thế hệ thân cận phụng sự Tăng-già trong sứ mạng hoằng dương Chánh pháp, giáo dục thanh thiếu niên trong lý tưởng phụng sự Dân tộc và Đạo pháp.

Quả thật, chúng ta đang sống trong hoài niệm về một quá khứ bi hùng đã mất. Nhưng rồi, khi đoàn chim áo lam tứ tán khắp bốn phương trời, tâm tình hoài cố đã không hàn gắn những gì đã mất, nối kết với những gì đang là hiện thực trong hiện tại để hướng đến tương lai với đàn em cần được hướng dẫn. Sự hoài nghi về quan điểm chính trị, do dự trước những đổi mới cần được đổi mới; tự ràng buộc vào những quy tắc tồn tại trong thời chiến cho thời bình. Cáo buộc nhau, quy trách nhau, đi đúng đường và đi sai đường, mà cho đến nay vẫn chưa thấy dấu hiệu thông cảm. Tình Lam vẫn trong sáng, nhưng tiếng hót của những cánh chim Lam đang họp thành một bản hợp tấu chói tai.

Nguyên nhân bởi đâu?

Kính Chư Tôn đức chứng minh, tôi không thể nói rõ những điều tôi muốn nói và những điều không muốn nói.

Hôm nay, trong lễ tưởng niệm ân đức Chư vị Sư trưởng, Chư vị Tôn sư, Ân sư của GĐPTVN, đây không phải là nơi chúng ta cùng vân tập để tán thán hay ta thán như thường làm những gì đã tồn tại và đang tồn tại.

Trong tình tự dân tộc, bằng tâm nguyện Bồ-đề, trước những thảm cảnh thiên tai, nhân họa, dù vẫn tồn tại nhưng mâu thuẫn quan điểm trong Nội quy hay ngoài Nội quy, Tình Lam vẫn trong sáng, cùng hòa hiệp trong Bồ-đề nguyện và Bồ-đề hành, đến những nơi cần đến, nối dài cánh tay Đại Bi của Bồ-tát. Đồng hành với các thế hệ đàn em, học Chánh Pháp, hành Chánh Đạo, từ những thống khổ muôn vàn của thế giới quanh ta, để nhận thức thực tại bằng chính đôi mắt của chính mình, từ chính trái tim của mình; để thấy những mâu thuẫn quan điểm, những bất đồng ý kiến chỉ là những phân biệt vọng tưởng.

Một thực tế đang diễn ra trước mắt chúng ta. Hãy quan sát, từ những điều chúng ta đã học từ Bồ-đề nguyện và Bồ-đề hành, tự tính, nhân duyên và đẳng khởi của sự việc ấy. Vì sao, một tập thể trưởng thành trong Chánh Đạo trải qua nhiều sóng gió gần một thế kỷ, từ những đàn chim non nhỏ bé cho đến nay đã thành những đàn chim có thể bay cao khắp bốn phương trời, tập thể ấy, vì sao khi mang tâm Bồ-đề đến nơi đang chịu vô vàn thống khổ điêu linh vì thảm họa thiên tai lại không thể bằng một phần nhỏ của một cá nhân đang tự mình chập chững hành Đạo? Tin và yêu đã thắt chặt hàng vạn người, từ những xu hướng dị biệt, cảm xúc dị biệt, tình cảm và tư duy dị biệt; cùng kết nối nhau trong một tinh thần thân ái dù chỉ trong một thời gian nhất định cho một mục đích nhất định. Phải chăng chúng ta tu dưỡng tâm từ qua những năm tháng dài từ tuổi chim non Oanh Vũ cho đến tuổi trưởng thành chưa đủ rộng, chưa đủ lớn, để được tin tưởng và được yêu thương, sung mãn tin và yêu trong một không gian rộng lớn, để làm những điều cần làm vì lợi ích an lạc của nhiều người?

Bảo thủ thói quen tư duy và hành động trong thời chiến, hoài nghi và do dự trước những thay đổi trong một thế giới đầy biến động hiện tại với những tiến bộ khoa học kỹ thuật chóng mặt, mà thế hệ lớn đã không bắt kịp, áp đặt khung tư duy và hành động cho những lớp kế thừa, dẫn đến phân hóa tổ chức, tranh luận, tranh chấp nội bộ, không tìm thấy một điểm chung để cùng hòa hiệp. Thế thì, làm sao được tin và yêu trong lòng nhiều người?

Tôi nay tuy không là thành viên của Hội đồng Tăng-già Bản thệ nhưng dù trong tư cách cá nhân hay trong cương vị của người được phú chúc nhận lãnh sứ mệnh mới, trước sau như một, vẫn xác định GĐPTVN là người con trung kiên của GHPGVNTN. Tôi tin tưởng Tình Lam luôn trong sáng, là sợi dây thân ái nối liền sự cảm thông giữa các đơn vị Gia đình sinh hoạt trong nhiều điều kiện kinh tế khác nhau, dưới áp lực chính trị của xã hội trong nhiều chính thể khác nhau, để thành một Gia đình hòa hiệp, để được tin yêu, cùng thắng tiến trong Chánh Đạo.

Xin chào tinh tấn.

Phật lịch 2564, tháng 9 ngày 12

Điều Ngự Tử Thích Tuệ Sỹ

HỒI QUANG PHẢN CHIẾU
SỨ MỆNH TÂM HUYẾT
CỦA HUYNH TRƯỞNG GĐPT
TRƯỚC NGƯỠNG CỬA LỊCH SỬ

THIÊN NHẠN

Ngày hôm nay, trong không gian thiêng liêng của lễ Hiệp Kỵ, chúng ta đồng hướng về các bậc tiền nhân với lòng biết ơn vô hạn. Những người đã một đời tận tụy, cống hiến cho sự nghiệp hoằng pháp và giáo dục thế hệ mai sau. Họ là những tấm gương sáng, dẫn dắt tổ chức Gia đình Phật tử (GĐPT) qua nhiều sóng gió lịch sử.

Trong bài *"Huấn Từ"** gửi đến Hội Đồng Cấp Dũng và Ban Hướng Dẫn Trung Ương GĐPT Việt Nam Trên Thế Giới nhân Hiệp Kỵ năm 2022, Thầy Tuệ Sỹ không chỉ khơi gợi lại hình ảnh bi hùng của các vị Ân Sư mà còn mở ra cho chúng ta một tầm nhìn sâu xa về sứ mệnh của tổ chức trong bối cảnh hiện tại. Đây không phải là thời điểm để hoài niệm một cách thụ động, mà là cơ hội để mỗi Huynh trưởng nhìn sâu vào bản thân, đối diện với thực tại và chuẩn bị cho những thử thách sắp tới.

TINH THẦN BI HÙNG TỪ QUÁ KHỨ ĐẾN HIỆN TẠI

Lịch sử của GĐPT gắn liền với những giai đoạn đầy thử thách. Từ khi thành lập, GĐPT đã phải trải qua không ít khó khăn để trở thành một tổcổ chức vững mạnh. Những bậc tiền bối không chỉ là những người dẫn đạo tinh thần, mà còn là những nhân chứng sống của những giai đoạn cam go trong lịch sử Phật giáo và dân tộc.

---

* Phụ bản 3

Tuy nhiên, bài học từ lịch sử không chỉ dừng lại ở việc ngợi ca công đức của các vị Ân Sư, mà còn yêu cầu chúng ta phải biết nhìn nhận và rút ra những bài học từ những thành tựu cũng như thất bại của quá khứ. Thầy Tuệ Sỹ nhắc nhở chúng ta rằng, hoài niệm không có nghĩa là dừng lại trong quá khứ, mà là để hiểu rõ hơn vai trò và trách nhiệm của mình trong hiện tại.

HOÀI NGHI VÀ MÂU THUẪN - NHỮNG THÁCH THỨC CỦA THỜI ĐẠI MỚI

Trong bối cảnh hiện tại, GĐPT đang phải đối diện với nhiều sự phân hóa và hoài nghi. Những quan điểm khác biệt, những tranh chấp nội bộ và áp lực từ những biến động của xã hội khiến tổ chức gặp nhiều khó khăn trong việc giữ vững sự đoàn kết.

Thầy Tuệ Sỹ đã nhấn mạnh rằng, những mâu thuẫn này không thể được giải quyết bằng cách quay lưng lại với nhau hay chỉ trích lẫn nhau. Thay vào đó, chúng ta cần học cách đối thoại, tìm kiếm sự đồng thuận trong những giá trị cốt lõi của Đạo pháp và tổ chức. Đó là Chánh pháp, là Bồ-đề tâm, là lòng từ bi và trí tuệ.

TÂM BỒ-ĐỀ VÀ HÀNH ĐỘNG CỤ THỂ

Sứ mệnh của Huynh trưởng không chỉ là truyền đạt lại những kiến thức Phật học cho đàn em, mà còn là một trách nhiệm lớn hơn – đó là nuôi dưỡng và phát triển tâm Bồ-đề. Hành trì Chánh pháp không chỉ giới hạn trong lý thuyết mà cần được thể hiện qua hành động cụ thể trong cuộc sống hàng ngày.

Thầy Tuệ Sỹ nhắc nhở rằng, dù trong bất cứ hoàn cảnh nào, Huynh trưởng GĐPT cần phải luôn giữ vững niềm tin vào sự nghiệp phụng sự. Hành động của một Huynh trưởng không thể chỉ dừng lại ở việc dẫn dắt các em trong giờ sinh hoạt, mà còn phải trở thành tấm gương sáng trong cách sống, cách đối nhân xử thế và cách ứng phó với những thử thách của cuộc đời.

NỐI DÀI CÁNH TAY ĐẠI BI - TINH THẦN HÒA HỢP VÀ TRÁCH NHIỆM XÃ HỘI

Thực hành Bồ-đề tâm đòi hỏi mỗi Huynh trưởng phải biết vượt qua những mâu thuẫn cá nhân, những khác biệt về quan điểm để cùng hòa hợp trong một sứ mệnh lớn lao hơn – đó là phụng sự Đạo pháp và nhân sinh. Sự nối dài cánh tay Đại Bi của Bồ-tát không chỉ dừng lại trong nội bộ tổ chức, mà cần được mở rộng ra với xã hội và thế giới.

Huynh trưởng GĐPT không chỉ chịu trách nhiệm với tổ chức của mình, mà còn có trách nhiệm với cộng đồng và xã hội. Hành động của mỗi cá nhân đều có thể góp phần thay đổi thế giới xung quanh và đó chính là tinh thần Đại Bi mà Thầy Tuệ Sỹ luôn nhắc nhở.

SỨ MỆNH CỦA TƯƠNG LAI - TRÁCH NHIỆM CỦA CÁC THẾ HỆ HUYNH TRƯỞNG

Bước vào thời đại mới, GĐPT đang đối diện với những thách thức lớn hơn bao giờ hết. Đó không chỉ là những biến động từ bên ngoài mà còn là những thay đổi trong nội bộ tổ chức. Các Huynh trưởng cần phải nhận thức rõ ràng rằng, sứ mệnh của chúng ta không chỉ dừng lại ở việc duy trì hoạt động của tổ chức, mà còn là chuẩn bị cho thế hệ tiếp nối.

Thế hệ trẻ hiện nay cần được định hướng và dẫn dắt theo một cách mới, phù hợp với sự phát triển của xã hội và khoa học kỹ thuật. Sự bảo thủ và cố chấp vào những quy tắc cũ không còn phù hợp có thể làm tổn hại đến tương lai của tổ chức. Đó là lúc mỗi Huynh trưởng cần phải tự nhìn lại mình, học cách thích nghi và đổi mới để đáp ứng được những yêu cầu của thời đại.

*

HỒI QUANG PHẢN CHIẾU - SỰ TINH TẤN TRONG CHÁNH ĐẠO

Bài học từ quá khứ không chỉ để tưởng nhớ, mà còn để chúng ta biết cách hành động trong hiện tại và chuẩn bị cho tương lai. Thầy Tuệ Sỹ đã khơi gợi cho chúng ta một tầm nhìn sâu sắc về sứ mệnh của Huynh trưởng GĐPT, từ đó dẫn dắt tổ chức vượt qua những thách thức trước mắt.

Sự tinh tấn trong Chánh Đạo, lòng từ bi và trí tuệ chính là chìa khóa để GĐPT tiếp tục phát triển và phụng sự Đạo pháp, dân tộc và nhân sinh. Như những đàn chim áo lam đã từng vượt qua những sóng gió của thời cuộc, chúng ta, những thế hệ Huynh trưởng hiện tại và tương lai, cần phải luôn giữ vững niềm tin và tình Lam trong sáng để tiếp nối con đường mà các bậc tiền nhân đã khai mở.

"Gởi lại tình yêu ngọn cỏ rừng
Tôi về phố thị bởi tình chung
Trao đời hương nhụy phơi hồn đá
Thăm thẳm mù khơi sương mấy từng"

TUỆ SỸ,
Thiên Lý Độc Hành, 9

TÂM NGUYỆN BỒ-ĐỀ VÀ SỨ MỆNH KẾ THỪA
CẢM NHẬN VỀ LÁ THƯ CỦA CỐ HÒA THƯỢNG THÍCH TUỆ SỸ GỞI CÁC HUYNH TRƯỞNG VÀ ĐOÀN SINH GĐPTVN NHÂN NGÀY HIỆP KỴ

TRÍ NHÂN

Đây là bài cảm nhận về nội dung **Huấn từ*** của cố Hòa Thượng Thích Tuệ Sỹ đã gởi đến Huynh trưởng và Đoàn sinh GĐPTVN nhân ngày Hiệp Kỵ GĐPTVN tập trung vào những giá trị cốt lõi mà Hòa Thượng đã gửi gắm qua bức thư đầy tâm huyết.

Thứ nhất, đây không chỉ là một lời nhắc nhở về trách nhiệm của Huynh trưởng đối với Tăng-già và đàn em, mà còn là một lời kêu gọi thâm sâu về sự kết nối giữa quá khứ và hiện tại, giữa trách nhiệm lịch sử và nhiệm vụ phát triển trong thời đại mới. Những giá trị mà Thầy đã gieo mầm qua lời văn chân thành không chỉ đề cập đến truyền thống tưởng nhớ công ơn của Chư Tôn đức mà còn nhấn mạnh tầm quan trọng của việc gắn kết thế hệ kế thừa với tâm nguyện phụng sự Dân tộc và Đạo pháp.

Bức thư của Thầy mở ra một không gian thiêng liêng, nơi mà mỗi Huynh trưởng và đoàn sinh được nhắc nhở về tình Lam, về sợi dây thân ái nối liền nhiều thế hệ. Điều này được Thầy khéo léo nhấn mạnh qua việc hoài niệm và tưởng nhớ các vị Ân sư, Sư trưởng của GĐPTVN. Tuy các Ngài đã khuất bóng, nhưng những gì các Ngài để lại – những giá trị đạo đức, tinh thần phụng sự và niềm tin vào Chánh pháp – vẫn mãi mãi sống động trong lòng mỗi người Huynh trưởng.

Thứ hai, thông điệp thấm đượm tính Phật học sâu sắc của Thầy chính là sự thức tỉnh tâm Bồ-đề và thực hành Bồ-đề hành. Qua bức thư, Thầy không chỉ kêu gọi Huynh trưởng giữ vững lý tưởng Chánh pháp mà còn đề cao tinh thần dấn thân, không sợ khó khăn, sẵn sàng đồng hành với các thế hệ đàn em trong sứ mệnh giáo dục và phục vụ xã hội. Mỗi Huynh trưởng và đoàn sinh không chỉ được dạy học Chánh pháp mà còn được yêu cầu hành động vì lợi ích an lạc cho số đông, như những cánh tay Đại Bi của Bồ-tát.

---

* Phụ bản 3

Trong quá trình phân tích, chúng ta nhận thấy rằng Thầy đang chỉ ra những trở ngại và khó khăn mà GĐPT đã và đang đối diện. Những bất đồng quan điểm, mâu thuẫn nội bộ không phải là điều đáng e ngại mà cần phải được nhận thức như những phân biệt vọng tưởng. Điều này đặc biệt quan trọng trong thời điểm hiện tại, khi thế giới đang đối diện với nhiều khủng hoảng cả về tinh thần lẫn vật chất. Thầy nhấn mạnh rằng, để có thể vượt qua những trở ngại ấy, mỗi người trong tổ chức phải tu dưỡng tâm từ, phát triển lòng yêu thương và sự tin tưởng nơi nhau.

Điểm nhấn thứ ba là sự nhắc nhở về việc duy trì tinh thần phụng sự và bảo vệ sự đoàn kết. Thầy không ngần ngại nhắc đến những thực tại khó khăn mà GĐPT đang đối diện, từ áp lực của thời cuộc đến những khác biệt tư tưởng. Nhưng quan trọng hơn, Thầy khẳng định rằng sự đoàn kết và tình Lam vẫn là sợi dây kết nối mạnh mẽ, giúp các thành viên vượt qua mọi khó khăn và tiếp tục hướng đến mục tiêu chung.

Qua từng lời văn, chúng ta thấy rõ lòng yêu thương, sự tha thiết mà Thầy dành cho GĐPTVN, không chỉ nhìn lại quá khứ mà còn hướng về tương lai với niềm tin rằng, dù có bao nhiêu khó khăn và thử thách, tình Lam vẫn sẽ tỏa sáng, dẫn dắt các thế hệ kế thừa vượt qua mọi trở ngại để tiếp tục sứ mệnh phụng sự Đạo pháp và Dân tộc.

Bài văn cảm nhận sẽ đi sâu vào từng khía cạnh tinh thần mà Thầy đã đề cập trong thư, từ lòng kính trọng đối với Chư vị Ân sư, đến sự thấu hiểu về tình huynh đệ và ý nghĩa của sự dấn thân phụng sự. Nó sẽ tái hiện lại bức tranh về một GĐPTVN đầy kiên định, không dao động trước mọi biến động của xã hội, đồng thời khơi gợi tinh thần trách nhiệm của mỗi Huynh trưởng trong việc duy trì và phát triển tổ chức.

*

"Huấn từ Gởi các Huynh Trưởng và Đoàn Sinh nhân Ngày Hiệp Kỵ" của cố Hòa Thượng Thích Tuệ Sỹ là một di nguyện thiêng liêng, gửi gắm tâm tình và kỳ vọng đối với Gia Đình Phật Tử Việt Nam (GĐPTVN) trên khắp thế giới. Lời văn giản dị, sâu sắc nhưng mang đậm tinh thần Phật giáo của Thầy không chỉ gợi nhắc về những giá trị truyền thống cốt lõi mà còn là lời kêu gọi cấp bách về trách nhiệm của từng Huynh trưởng, từng đoàn sinh trong sứ mệnh hoằng dương Chánh pháp và phụng sự chúng sinh.

Trong bức thư ấy, Thầy gợi nhắc về quá khứ hào hùng của những bậc Sư trưởng, Ân sư đã dìu dắt GĐPTVN qua nhiều thăng trầm lịch sử. Thầy khẳng định rằng, dù các Ngài đã khuất bóng, nhưng ánh sáng trí tuệ và tinh thần phụng sự của các Ngài vẫn mãi đồng hành cùng các thế hệ kế thừa. Đồng thời, bức thư cũng là một lời thức tỉnh về thực tại, về những thách thức và mâu thuẫn mà tổ chức đang phải đối diện. Thầy không ngần ngại nhắc đến những điều cần phải thay đổi, cần phải cải cách để phù hợp với tình hình xã hội và sự tiến bộ của nhân loại.

Từ những lời dạy ấy, người Huynh trưởng GĐPT không chỉ thấu hiểu về trách nhiệm lớn lao của mình mà còn được khơi dậy tâm nguyện Bồ-đề, niềm tin mãnh liệt vào con đường Chánh đạo mà mình đang đi. Bức thư trở thành kim chỉ nam cho mọi hành động, là nguồn động lực to lớn để mỗi Huynh trưởng tiếp tục nỗ lực, đồng hành cùng đàn em, phát triển GĐPTVN vững mạnh hơn trong tương lai.

TÂM NGUYỆN BỒ-ĐỀ: NỀN TẢNG CỦA MỌI HÀNH ĐỘNG

Lá thư của Cố Hòa Thượng Thích Tuệ Sỹ bắt đầu với một lời nhắc nhở đầy kính trọng về những bậc Thầy đã khuất, những người đã đặt nền móng cho Gia Đình Phật Tử Việt Nam. Thầy nhấn mạnh rằng, dù các Ngài đã không còn hiện hữu, nhưng những công đức và tinh thần phụng sự của các Ngài vẫn mãi đồng hành với GĐPTVN, dẫn dắt tổ chức vượt qua sóng gió. Đây là một lời nhắc về tính truyền thừa trong Phật giáo, một hệ tư tưởng quan trọng mà Huynh trưởng phải luôn ghi nhớ. Mỗi hành động, mỗi quyết định của người Huynh trưởng phải dựa trên nền tảng của tâm nguyện Bồ-đề, tức là tâm nguyện cứu giúp chúng sinh thoát khỏi đau khổ, đưa họ đến an lạc và giác ngộ.

Hòa Thượng nhấn mạnh rằng, không chỉ đơn thuần là việc học hỏi giáo lý, mà quan trọng hơn là thực hành và truyền tải tâm nguyện ấy qua từng hành động cụ thể. Đó là trách nhiệm không chỉ của một cá nhân mà của cả tổ chức. Từ đây, người Huynh trưởng cần tự mình tu tập, phát triển tâm từ bi và trí tuệ để dẫn dắt đàn em. Đó cũng chính là cách mà chúng ta thể hiện lòng kính trọng đối với Chư vị Ân sư, Sư trưởng đã khuất.

Trong bức thư, Hòa Thượng kêu gọi GĐPTVN hãy luôn duy trì tinh thần kiên định, không bị dao động trước mọi biến động của xã hội. Đây là một lời nhắc nhở về trách nhiệm và sứ mệnh của mỗi người Huynh trưởng trong thời hiện đại. Thế giới ngày nay, với những thách thức về xã hội, văn hóa và công nghệ, đòi hỏi người Huynh trưởng phải linh hoạt, sáng suốt và kiên trì. Tuy nhiên, dù thay đổi như thế nào, cốt lõi của mọi hành động vẫn phải dựa trên tâm nguyện Bồ-đề – nền tảng vững chắc mà GĐPTVN đã xây dựng suốt gần một thế kỷ.

KHẢ NĂNG THÍCH ỨNG TRƯỚC THỜI CUỘC VÀ SỨ MỆNH GIÁO DỤC

Bức thư của Hòa Thượng còn nhấn mạnh một vấn đề rất quan trọng:

sự thích ứng với thời cuộc. Thầy nhận định rằng, GĐPTVN đã và đang trải qua nhiều giai đoạn khó khăn, từ thời chiến tranh đến thời bình, từ thời kỳ xã hội bất ổn đến thời đại phát triển khoa học công nghệ. Mỗi giai đoạn đều mang đến những thách thức riêng và tổ chức phải không ngừng đổi mới, thay đổi để thích ứng. Tuy nhiên, Thầy cũng cảnh báo rằng, không phải lúc nào thay đổi cũng là điều tốt và đôi khi, chính những ràng buộc tư duy trong thời chiến có thể trở thành trở ngại cho sự phát triển trong thời bình.

Trong bối cảnh này, người Huynh trưởng không chỉ phải là người học hỏi và truyền đạt giáo lý Phật giáo, mà còn phải là người lãnh đạo tinh thần, biết lắng nghe và thấu hiểu tâm tư của các thế hệ đàn em. Giáo dục trong GĐPT không chỉ đơn thuần là dạy học, mà còn là hành động, là sự truyền đạt những giá trị cốt lõi về từ bi, trí tuệ và sự khiêm tốn. Huynh trưởng phải là tấm gương sáng về đạo đức và lối sống cho đoàn sinh, để từ đó các thế hệ trẻ học hỏi và trưởng thành.

Thầy đã chỉ ra rằng, chính sự đoàn kết, tình thương yêu và niềm tin vào nhau sẽ là chìa khóa để vượt qua những thách thức của thời đại. Đây là một thông điệp vô cùng quan trọng trong thời điểm hiện tại, khi xã hội đang đối diện với nhiều cuộc khủng hoảng về niềm tin, đạo đức và tinh thần. Người Huynh trưởng phải luôn duy trì sự đồng cảm, thấu hiểu và đoàn kết với nhau, để từ đó lan tỏa tinh thần Phật giáo đến cộng đồng và xã hội.

ĐOÀN KẾT VÀ TÌNH LAM: YẾU TỐ CỐT LÕI ĐỂ VƯỢT QUA KHÓ KHĂN

Một trong những điểm quan trọng nhất mà Hòa Thượng Thích Tuệ Sỹ nhấn mạnh trong bức thư là sự đoàn kết và tinh thần thân ái của GĐPTVN. Tình Lam không chỉ là một khái niệm trừu tượng mà là sợi dây gắn kết, tạo nên sự kiên định và vững bền cho tổ chức. Tuy nhiên, Thầy cũng thừa nhận rằng, trong thực tế, tình Lam đã và đang đối diện với nhiều thử thách. Những mâu thuẫn nội bộ, những bất đồng ý kiến và sự khác biệt về tư tưởng đã khiến tổ chức trở nên phân hóa. Điều này đã tạo ra những rào cản, làm giảm sức mạnh đoàn kết và tinh thần học Phật trong GĐPTVN.

Nhưng Hòa Thượng không dừng lại ở việc nêu ra vấn đề mà còn chỉ ra hướng giải quyết. Thầy khẳng định rằng, dù có những mâu thuẫn và khác biệt, tình Lam vẫn trong sáng và có thể hóa giải được. Thầy kêu gọi mỗi Huynh trưởng hãy tự mình tu dưỡng, rèn luyện tâm từ bi, trí tuệ và biết lắng nghe nhau. Sự đồng cảm và hiểu biết lẫn nhau sẽ là chìa khóa để vượt qua mọi khó khăn. Chính vì vậy, sự đoàn kết và tình Lam không chỉ là lý thuyết mà phải được thực hành qua từng hành động cụ thể, từ việc nhỏ nhất trong đời sống hàng ngày.

Hòa Thượng cũng nhấn mạnh sự đoàn kết trong GĐPTVN không chỉ giúp tổ chức vững mạnh hơn mà còn tạo ra sức mạnh để đối diện với những thách thức lớn hơn từ xã hội. Sự đoàn kết sẽ là nguồn động lực to lớn để mỗi Huynh trưởng có thể thực hiện sứ mệnh giáo dục thanh thiếu niên, đồng thời lan tỏa tinh thần Phật giáo ra khắp cộng đồng. Đó cũng là cách mà người Huynh trưởng thể hiện lòng biết ơn đối với Chư vị Ân sư, Sư trưởng đã dìu dắt tổ chức suốt hàng chục năm qua.

SỰ KẾ THỪA VÀ TRÁCH NHIỆM CỦA THẾ HỆ TRẺ

Hòa Thượng dành phần cuối của bức thư để nhắc nhở thế hệ trẻ về trách nhiệm kế thừa và phát triển GĐPTVN trong tương lai. Thầy khẳng định rằng, dù các thế hệ trước đã đóng góp rất nhiều cho tổ chức, nhưng trách nhiệm phát triển và duy trì những giá trị cốt lõi của GĐPTVN nằm trên vai của thế hệ trẻ. Đó là một trọng trách lớn lao, đòi hỏi mỗi người Huynh trưởng và đoàn sinh phái không ngừng học hỏi, rèn luyện và cống hiến.

TINH THẦN PHẬT HỌC VÀ SỰ THỰC HÀNH CHÁNH PHÁP

Một trong những nội dung cốt lõi mà cố Hòa Thượng Thích Tuệ Sỹ đã gửi gắm trong lá thư là việc thấm nhuần và thực hành tinh thần Phật học trong mọi hoạt động của Gia Đình Phật Tử. Thầy không chỉ nhấn mạnh vào việc học Chánh Pháp mà còn kêu gọi thực hành, bởi Phật pháp chỉ thực sự mang lại lợi ích khi được áp dụng trong đời sống hằng ngày. Đây là một khía cạnh rất quan trọng đối với người Huynh trưởng, bởi chúng ta không chỉ là người học giáo lý mà còn phải là tấm gương về sự thực hành để đàn em noi theo.

Trong môi trường GĐPT, việc học và thực hành Phật pháp không chỉ dừng lại ở các buổi sinh hoạt hay những bài giảng mà phải được thể hiện qua từng lời nói, từng hành động. Hòa Thượng đã nhấn mạnh rằng trong bối cảnh xã hội ngày nay, với những khủng hoảng về tinh thần và đạo đức, người Huynh trưởng cần đặc biệt chú trọng vào việc tu dưỡng bản thân, phát triển tâm từ bi và trí tuệ. Sự thấm nhuần Phật pháp sẽ giúp chúng ta vững vàng trước mọi thử thách, đồng thời truyền cảm hứng và hướng dẫn đàn em trong việc xây dựng đời sống an lạc và hạnh phúc.

Bức thư của Hòa thượng còn là một lời nhắc nhở về sự hoằng dương Chánh pháp không chỉ là công việc của Tăng-già mà còn là trách nhiệm của từng Huynh trưởng, thành viên GĐPT. Trong bối cảnh xã hội hiện đại, với sự phát triển không ngừng của công nghệ và những thay đổi về lối sống, người Huynh trưởng phải là người linh hoạt, biết thích nghi với những thay đổi nhưng vẫn giữ vững giá trị cốt lõi của Phật giáo. Đó chính là tinh thần phụng sự, tinh thần đồng hành với xã hội nhưng không để bị cuốn theo những biến động tiêu cực của xã hội.

TÌNH LAM TRONG SỰ KẾT NỐI TOÀN CẦU

Một trong những điểm nhấn mạnh quan trọng của lá thư là sự liên kết toàn cầu của GĐPTVN. Khi đoàn chim Lam "tứ tán khắp bốn phương trời", tình Lam không còn chỉ gói gọn trong biên giới quốc gia mà đã trở thành một mạng lưới toàn cầu. Đây là một đặc điểm độc đáo của GĐPTVN trong thời đại hiện nay, nơi các thế hệ Huynh trưởng và đoàn sinh có cơ hội kết nối, chia sẻ những giá trị chung về Phật pháp dù đang sinh sống ở bất kỳ đâu trên thế giới.

Thầy nhắc nhở rằng, dù chúng ta đang sống ở các môi trường văn hóa khác nhau, nhưng tinh thần Phật học và tình Lam vẫn phải luôn là sợi dây kết nối bền chặt. Sự khác biệt về văn hóa, kinh tế hay chính trị không nên trở thành rào cản, mà ngược lại, cần được nhìn nhận như những yếu tố đa dạng để làm giàu thêm cho tổ chức. Mỗi Huynh trưởng cần phải hiểu rõ rằng, sự kết nối toàn cầu không chỉ mang lại lợi ích cho cá nhân hay từng đơn vị GĐPT, mà còn giúp phát triển mạnh mẽ hơn sứ mệnh hoằng dương Chánh pháp trên quy mô quốc tế.

Trong thực tế, GĐPTVN đang đối diện với nhiều thách thức trong việc duy trì và phát triển các giá trị truyền thống tại hải ngoại. Môi trường sống thay đổi, lối sống và tư duy của thanh thiếu niên cũng thay đổi, nhưng chính trong những thời điểm này, tinh thần đoàn kết và sự linh hoạt của người Huynh trưởng cần được phát huy tối đa. Đây cũng là lời kêu gọi mà Thầy đã gửi đến các Huynh trưởng trên toàn thế giới, yêu cầu chúng ta không chỉ giữ vững tình Lam mà còn phát huy những giá trị tốt đẹp của tổ chức trong bối cảnh toàn cầu hóa.

SỰ GẮN KẾT VỚI TĂNG-GIÀ: NGUỒN LỰC DẪN DẮT TINH THẦN

Hòa Thượng đã nhấn mạnh rằng, Gia Đình Phật Tử Việt Nam từ khi thành lập đã là những người cận sự gần gũi với Tăng-già, phụng sự trong sứ mạng hoằng dương Chánh pháp. Đây là một mối liên kết đặc biệt, không chỉ là sự kính trọng đối với Tăng-già mà còn là sự kế thừa và tiếp nối truyền thống hoằng pháp mà các bậc tiền bối đã dày công xây dựng.

Thầy nhắc nhở rằng, sự liên kết giữa GĐPT và Tăng-già không chỉ đơn thuần là việc tu học giáo lý mà còn là sự đồng hành trong mọi hoạt động hoằng pháp. Người Huynh trưởng cần phải nhận thức rằng, Tăng-già không chỉ là người dẫn dắt tinh thần mà còn là nguồn lực lớn giúp chúng ta vượt qua những khó khăn trong cuộc sống. Sự đồng hành này cũng là cơ hội để người Huynh trưởng học hỏi, phát triển bản thân và tiếp tục sứ mệnh phụng sự đạo pháp và dân tộc.

Đồng thời, Hòa Thượng cũng khẳng định rằng, dù GĐPT đang hoạt động trong nhiều điều kiện chính trị, kinh tế khác nhau trên toàn thế giới, nhưng sự gắn kết với Tăng-già vẫn phải là nền tảng vững chắc. Tinh thần phụng sự Tăng-già không chỉ là nhiệm vụ của quá khứ mà còn là trách nhiệm của hiện tại và tương lai. Chính sự gắn kết này sẽ là nguồn sức mạnh giúp GĐPT vượt qua mọi thử thách, đồng thời phát triển vững mạnh hơn trong thời đại mới.

TINH TẤN VÀ TRÁCH NHIỆM ĐỐI VỚI THẾ HỆ KẾ THỪA

Trong phần cuối của lá thư, cố Hòa Thượng Thích Tuệ Sỹ đặc biệt nhấn mạnh đến khía cạnh trách nhiệm đối với thế hệ kế thừa. Thầy kêu gọi mỗi Huynh trưởng phải nhận thức rõ rằng, những giá trị mà GĐPT đang gìn giữ và phát triển không chỉ là di sản của quá khứ mà còn là hành trang cho thế hệ tương lai. Sự kế thừa không chỉ là việc duy trì những giá trị cũ mà còn là nhiệm vụ sáng tạo, phát triển và thích ứng với những thay đổi của thời đại.

Hòa Thượng nhấn mạnh tinh tấn là yếu tố quan trọng nhất để người Huynh trưởng có thể hoàn thành nhiệm vụ này. Tinh tấn không chỉ là sự nỗ lực trong việc tu tập và học hỏi mà còn là sự kiên trì, bền bỉ trong việc vượt qua những khó khăn, thách thức. Mỗi Huynh trưởng phải không ngừng nỗ lực để trở thành tấm gương sáng về đạo đức và lối sống cho đàn em noi theo.

Thầy cũng nhắc nhở sự kế thừa không chỉ dừng lại ở việc bảo tồn mà còn phải hướng đến sự phát triển. Thế hệ trẻ trong GĐPT cần được trang bị những kỹ năng mới, phù hợp với thời đại, nhưng không bao giờ được quên đi những giá trị cốt lõi của Phật học. Chính sự cân bằng giữa truyền thống và hiện đại này sẽ là chìa khóa để GĐPT tiếp tục phát triển vững bền trong tương lai.

SỨ MỆNH VÀ TƯƠNG LAI CỦA GIA ĐÌNH PHẬT TỬ VIỆT NAM

Lá thư của cố Hòa Thượng Thích Tuệ Sỹ không chỉ là một thông điệp gửi đến các Huynh trưởng và đoàn sinh mà còn là một lời kêu gọi thấm đượm tính nhân văn và tinh thần Giáo lý. Thầy không chỉ nhắc nhở về trách nhiệm và sứ mệnh của GĐPTVN mà còn khơi dậy niềm tin và sự đoàn kết để tổ chức vượt qua mọi thách thức.

Người Huynh trưởng, với tâm nguyện Bồ-đề và sự kiên định trong Chánh pháp, sẽ là nhân tố quyết định cho sự phát triển của GĐPTVN trong tương lai. Qua bức thư, Thầy đã truyền đạt những giá trị cốt lõi về tinh thần đoàn kết, sự gắn kết với Tăng-già và trách nhiệm đối với thế hệ trẻ. Những thông điệp này không chỉ là kim chỉ nam cho hành động mà còn là nguồn động lực để mỗi Huynh trưởng tiếp tục nỗ lực, phụng sự và phát triển GĐPTVN, không chỉ là một tổ chức giáo dục Phật học mà còn là một biểu tượng của tình Lam và tinh thần đoàn kết trong cộng đồng Phật giáo toàn cầu.

BÀI HỌC TỪ NHỮNG BẤT ĐỒNG VÀ MÂU THUẪN TRONG NỘI BỘ

Trong thư, cố Hòa Thượng Thích Tuệ Sỹ không chỉ nhắc đến những thành tựu mà GĐPTVN đã đạt được mà còn thẳng thắn đề cập đến những khó khăn, mâu thuẫn nội bộ mà tổ chức đang đối diện. Thầy khéo léo chỉ ra rằng, sự khác biệt về quan điểm, cách tiếp cận và phương pháp lãnh đạo đã gây ra những sự phân hóa trong GĐPTVN. Đây là một vấn đề không thể tránh khỏi trong bất kỳ tổ chức nào, đặc biệt là khi tổ chức chúng ta hoạt động trên phạm vi toàn cầu với nhiều điều kiện xã hội, văn hóa, chính trị khác nhau.

Hòa Thượng nhấn mạnh rằng, những mâu thuẫn này không phải là dấu hiệu của sự suy yếu, mà thực tế là một cơ hội để tổ chức nhìn lại và tự điều chỉnh. Những bất đồng quan điểm không phải là điều tiêu cực nếu mỗi Huynh trưởng biết nhìn nhận chúng từ góc độ Phật pháp, tức là nhìn mọi thứ bằng tâm từ bi và trí tuệ. Khi hiểu rằng, sự bất đồng chỉ là biểu hiện của vọng tưởng, ta sẽ biết cách hóa giải nó bằng sự hiểu biết và cảm thông. Đây chính là một bài học lớn mà GĐPTVN cần rút ra từ những thử thách trong quá khứ để tiếp tục phát triển trong tương lai.

Thầy cũng khuyến cáo rằng, nếu không giải quyết được những bất đồng này, GĐPT sẽ tiếp tục phân hóa, mất đi sự đoàn kết vốn là giá trị cốt lõi của tình Lam. Vì vậy, trách nhiệm của người Huynh trưởng không chỉ là duy trì mối quan hệ tốt đẹp với đàn em mà còn phải biết cách làm việc và cộng tác với những Huynh trưởng khác, dù có những khác biệt về quan điểm. Sự đoàn kết, theo Hòa thượng, là sức mạnh lớn nhất để vượt qua mọi thách thức.

SỰ KIÊN ĐỊNH TRÊN CON ĐƯỜNG CHÁNH PHÁP

Hòa Thượng Thích Tuệ Sỹ đã nhấn mạnh đến sự kiên định trong mọi hoàn cảnh. Sự kiên định ở đây không chỉ là kiên trì theo đuổi lý tưởng Chánh pháp mà còn là sự vững vàng trước những biến động của thế giới và tổ chức. Thầy đã nhắc lại những giai đoạn khó khăn trong lịch sử dân tộc và Đạo pháp, nơi mà GĐPTVN, dưới sự dẫn dắt của Tăng-già, đã vượt qua mọi sóng gió để duy trì và phát triển. Từ đây, Hòa Thượng khẳng định rằng, dù xã hội có thay đổi như thế nào, dù có bao nhiêu thách thức mới xuất hiện, người Huynh trưởng vẫn phải giữ vững niềm tin vào Chánh pháp và sứ mệnh của mình.

Sự kiên định không chỉ nằm ở lý tưởng mà còn ở hành động thực tiễn. Người Huynh trưởng không chỉ cần vững vàng trong việc tu tập mà còn phải kiên trì trong việc dẫn dắt, giáo dục đàn em, truyền đạt những giá trị cốt lõi của Phật học đến thế hệ trẻ. Đây là một nhiệm vụ vô cùng quan trọng, bởi trong thời đại mà thanh thiếu niên đang chịu nhiều áp lực từ xã hội, từ truyền thông, từ các tác động tiêu cực của thế giới bên ngoài, người Huynh trưởng phải là người vững vàng để giúp các em không bị lạc lối.

Thầy kêu gọi mỗi Huynh trưởng phải là ngọn đuốc sáng, không chỉ tự soi đường cho mình mà còn soi đường cho những người xung quanh. Để làm được điều này, người Huynh trưởng cần không ngừng trau dồi bản thân, tu dưỡng trí tuệ và đạo đức, phát triển lòng từ bi và tâm Bồ-đề. Sự kiên định trong Chánh pháp sẽ là nền tảng vững chắc giúp chúng ta vượt qua mọi thử thách và tiếp tục sứ mệnh hoằng dương Chánh pháp.

TẦM QUAN TRỌNG CỦA SỰ HY SINH VÀ PHỤNG SỰ

Hòa Thượng Thích Tuệ Sỹ cũng đã đề cao giá trị của sự hy sinh và tinh thần phụng sự trong bức thư của mình. Ngài nhấn mạnh rằng, người Huynh trưởng không chỉ là người học hỏi và truyền thụ giáo lý Phật giáo mà còn phải là người sẵn sàng hy sinh vì lý tưởng phụng sự chúng sinh. Đây là một thông điệp vô cùng sâu sắc, bởi trong Phật giáo, sự hy sinh và lòng từ bi là hai giá trị cốt lõi mà mỗi người thực hành đạo phải tu dưỡng.

Người Huynh trưởng phải hiểu rằng, sự hy sinh không phải là một nhiệm vụ nặng nề mà là một cơ hội để tu dưỡng tâm từ bi và trí tuệ. Mỗi hành động phụng sự không chỉ mang lại lợi ích cho người khác mà còn giúp bản thân người Huynh trưởng tiến gần hơn đến giác ngộ. Đây cũng chính là tinh thần Bồ-tát đạo mà Hòa Thượng đã nhắc đến – tinh thần không ngại khó khăn, không ngại gian khổ, luôn sẵn sàng dấn thân vì lợi ích của chúng sinh.

Hòa Thượng đã kêu gọi các Huynh trưởng hãy tiếp tục duy trì tinh thần phụng sự này, dù có bao nhiêu khó khăn đang chờ đợi phía trước. Sự hy sinh của mỗi người Huynh trưởng không chỉ là nghĩa vụ mà còn là một phần của con đường tu tập, là cách để chúng ta chứng tỏ lòng thành kính và sự tri ân đối với những bậc Ân sư, Sư trưởng đã dẫn dắt chúng ta trên con đường đạo.

SỨ MỆNH KẾT NỐI GIỮA CÁC THẾ HỆ

Hòa Thượng Thích Tuệ Sỹ đã không ngừng nhấn mạnh về tầm quan trọng của sự kết nối giữa các thế hệ trong GĐPTVN. Đây là một giá trị rất quan trọng trong việc duy trì và phát triển tổ chức. Sự kết nối không chỉ đơn thuần là việc truyền thụ kiến thức từ thế hệ trước sang thế hệ sau mà còn là việc tạo ra một môi trường mà mọi người có thể thấu hiểu, học hỏi và hỗ trợ lẫn nhau.

Thầy kêu gọi các Huynh trưởng, đặc biệt là những người đã có nhiều kinh nghiệm, hãy dành thời gian để lắng nghe và hướng dẫn đàn em, giúp họ vượt qua những khó khăn trong quá trình tu học và phụng sự. Sự kết nối giữa các thế hệ không chỉ giúp tổ chức phát triển vững bền mà còn giúp mỗi cá nhân trong tổ chức cảm thấy được yêu thương, hỗ trợ và thấu hiểu.

Đồng thời, Thầy cũng nhấn mạnh rằng, sự kế thừa không chỉ là nhiệm vụ của thế hệ trẻ mà còn là trách nhiệm của những người đi trước. Những Huynh trưởng đã có nhiều năm cống hiến cho tổ chức cần phải nhận thức rõ rằng, sự thành công của thế hệ kế thừa không chỉ là do nỗ lực của bản thân họ mà còn phụ thuộc vào sự dẫn dắt và hỗ trợ của thế hệ trước. Đây là một sự cộng tác hai chiều, nơi mà mỗi người đều có trách nhiệm đối với sự phát triển chung của tổ chức.

*

SỨ MỆNH CAO CẢ CỦA NGƯỜI HUYNH TRƯỞNG GĐPTVN

Tóm lại, lá thư của cố Hòa Thượng Thích Tuệ Sỹ không chỉ là một di sản tinh thần vô giá mà còn là một lời kêu gọi tha thiết đến tất cả các Huynh trưởng GĐPTVN trên toàn thế giới. Qua những lời dạy đầy tâm huyết, Thầy đã nêu ra rằng, mỗi Huynh trưởng không chỉ là người giữ gìn truyền thống mà còn là người tiên phong, người dẫn dắt và người truyền cảm hứng cho các thế hệ kế thừa. Sứ mệnh của chúng ta không chỉ là học hỏi và thực hành Chánh pháp mà còn là lan tỏa những giá trị Phật học, tình Lam và tinh thần đoàn kết đến với xã hội.

Trong bối cảnh thế giới hiện tại, khi mà những giá trị đạo đức và tinh thần đang bị thử thách, người Huynh trưởng càng cần phải kiên định hơn bao giờ hết. Chúng ta phải là những ngọn đuốc sáng, không chỉ soi đường cho mình mà còn dẫn lối cho những người xung quanh. Sự kiên định trong Chánh pháp, tinh thần hy sinh, lòng từ bi và sự phụng sự sẽ là những yếu tố quan trọng giúp GĐPTVN vượt qua mọi thử thách và tiếp tục phát triển mạnh mẽ trong tương lai.

Lá thư của Hòa Thượng Thích Tuệ Sỹ không chỉ là một di ngôn, mà còn là kim chỉ nam cho mọi hành động của người Huynh trưởng GĐPTVN. Sứ mệnh mà Thầy đã trao gửi không chỉ là trách nhiệm của hiện tại mà còn là trọng trách của tương lai, một tương lai nơi mà

GĐPTVN sẽ tiếp tục đóng góp cho Đạo pháp và Dân tộc, mang lại lợi ích an lạc cho muôn người.

TÌNH LAM VẪN MỘT
VƯỢT QUA PHÂN HÓA ĐỂ ĐOÀN KẾT PHỤNG SỰ ĐẠO PHÁP VÀ DÂN TỘC

HUỆ TRÍ

SỰ KHỦNG HOẢNG TRONG TÌNH LAM

Trong không gian trầm mặc của Hiệp Kỵ, chúng ta tưởng niệm các vị tiền bối, các vị Ân Sư đã dày công gây dựng nền móng cho Gia đình Phật tử Việt Nam (GĐPTVN). Tuy nhiên, trong niềm tự hào về quá khứ, không thể không cảm nhận sự đứt đoạn trong dòng chảy hiện tại. Những chia rẽ trong nội bộ GĐPT, cả trong và ngoài nước, đang trở thành một vấn đề nhức nhối, cản trở sự phát triển và sứ mệnh phụng sự mà tổ chức đã theo đuổi suốt gần một thế kỷ.

Trong bối cảnh đó, mỗi Huynh trưởng và mỗi đoàn sinh đều đối diện với một câu hỏi lớn: Làm sao để vượt qua sự phân hóa này? Làm sao để nối liền lại mối dây Tình Lam từng bất khả phân, để cùng nhau bước tiếp trên con đường phụng sự Đạo pháp và Dân tộc? Vấn đề không nằm ở một cá nhân, không ở một đơn vị riêng lẻ, mà lan rộng trong toàn thể tổ chức. Chúng ta chứng kiến những mâu thuẫn về quan điểm, những xung đột về phương hướng, dẫn đến sự chia rẽ, nghi kỵ lẫn nhau. Thế nhưng, giữa những sóng gió ấy, tinh thần Tình Lam vẫn tồn tại – trong sáng và nguyên vẹn. Vấn đề là, làm sao chúng ta có thể vượt qua mọi khó khăn để khơi lại ngọn lửa đoàn kết trong lòng tổ chức, để Tình Lam vẫn mãi một?

*

TINH THẦN BI HÙNG TỪ QUÁ KHỨ ĐẾN HIỆN TẠI

Gia đình Phật tử Việt Nam không phải là một tổ chức thông thường mà gắn liền với lịch sử Phật giáo Việt Nam, đã đồng hành cùng những thăng trầm của dân tộc. Từ khi thành lập, GĐPTVN đã đối diện với không ít khó khăn, từ chiến tranh, đến sự thay đổi của xã hội, nhưng vẫn kiên định trên con đường hoằng dương Chánh pháp và giáo dục thế hệ trẻ. Đó là một tinh thần bi hùng, vượt qua mọi thử thách để tồn tại và phát triển.

Tuy nhiên, như Thầy Tuệ Sỹ đã nhắc nhở trong những bài huấn từ, chúng ta không thể chỉ sống trong sự hoài niệm về quá khứ. Những thành tựu vĩ đại đã qua không thể làm lu mờ những vấn đề thực tại mà chúng ta đang đối diện. Chúng ta cần một tinh thần bi hùng mới – tinh thần của sự đoàn kết, hướng về tương lai, vượt qua mọi sự chia rẽ và phân hóa.

NGUYÊN NHÂN DẪN ĐẾN PHÂN HÓA

Sự phân hóa trong GĐPTVN có nhiều nguyên nhân, từ những mâu thuẫn thế hệ đến sự khác biệt trong tầm nhìn chiến lược. Trước hết, phải nhắc đến sự mâu thuẫn về quan điểm giữa các thế hệ. Thế hệ Huynh trưởng lớn tuổi, những người đã gắn bó lâu dài với tổ chức, có xu hướng bảo thủ trong cách tư duy, giữ chặt những nguyên tắc và phương thức cũ. Ngược lại, thế hệ trẻ, với tư duy mới mẻ và mong muốn thay đổi, cảm thấy bị hạn chế và không được trao quyền.

Sự xung đột này không chỉ đơn thuần là vấn đề cá nhân, mà còn liên quan đến sự phát triển của tổ chức. Một tổ chức muốn tồn tại và phát triển cần phải thích nghi với thời đại, nhưng làm thế nào để thay đổi mà vẫn giữ vững giá trị cốt lõi? Đây chính là bài toán mà GĐPTVN cần phải giải.

TÌNH LAM - BẢN CHẤT BẤT KHẢ PHÂN

Từ ngày đầu thành lập, GĐPTVN đã mang trong mình một tinh thần đoàn kết và phụng sự không thể tách rời. Tình Lam không chỉ là biểu tượng của màu áo lam, mà còn là mối dây tâm linh gắn kết các thế hệ, từ những đàn em Oanh Vũ nhỏ bé cho đến các Huynh trưởng, những người đã hy sinh tuổi trẻ và cuộc đời để phụng sự cho Đạo pháp và Dân tộc. Trong suốt chiều dài lịch sử, chính tình Lam này đã giúp tổ chức vượt qua mọi khó khăn, trở thành nơi nương tựa của hàng ngàn thanh thiếu niên trên khắp thế giới.

Tuy nhiên, với sự biến đổi nhanh chóng của thời đại, bản chất bất khả phân này dường như đang bị thử thách. Sự khác biệt trong quan điểm, cách nhìn nhận vấn đề và phương pháp giáo dục giữa các thế hệ đang dần làm mờ đi sợi dây Tình Lam vốn dĩ luôn trong sáng và thuần khiết. Những thói quen cố chấp vào quá khứ của thế hệ trước, cùng với những áp lực thay đổi không ngừng của thế hệ trẻ, đã tạo ra một khoảng cách lớn giữa các thành viên trong tổ chức.

Thế nhưng, dù đối diện với bao nhiêu thử thách, chúng ta không thể phủ nhận rằng Tình Lam vẫn tồn tại, như một biểu tượng của lòng từ bi và trí tuệ. Bản chất của Tình Lam không nằm ở những khác biệt nhỏ lẻ mà ở sự đồng thuận trong việc phụng sự Đạo pháp, gắn kết đàn em và dẫn dắt họ trên con đường Chánh Đạo. Đó chính là lý do vì sao Tình Lam không thể bị phân tách, không thể bị lung lay bởi những khác biệt tạm thời. Chúng ta cần nhìn xa hơn, hướng tới mục tiêu lớn lao hơn để duy trì và củng cố tinh thần bất khả phân này.

SỨ MỆNH CỦA HUYNH TRƯỞNG: LỚN HƠN MỌI SỰ CHIA RẼ

Trong bất kỳ tổ chức nào, người lãnh đạo không chỉ cần có trí tuệ, mà còn phải có lòng từ bi và tầm nhìn vượt ra ngoài những khó khăn trước mắt. Đối với GĐPTVN, Huynh trưởng không chỉ là người dẫn dắt các thế hệ đàn em trong các hoạt động Phật sự, mà còn là trụ cột giữ gìn và phát triển tổ chức.

Sứ mệnh của Huynh trưởng là giáo dục và truyền đạt không chỉ kiến thức Phật học, mà còn những giá trị sống cốt lõi: từ bi, trí tuệ và tinh thần phụng sự. Tuy nhiên, hiện nay, sự chia rẽ trong nội bộ đã gây trở ngại lớn cho việc thực hiện sứ mệnh này. Những tranh chấp cá nhân, sự bất đồng trong quan điểm về tương lai tổ chức đang làm lu mờ trách nhiệm lớn hơn mà Huynh trưởng cần gánh vác.

Chúng ta cần nhận thức rõ rằng sứ mệnh của Huynh trưởng không thể bị giới hạn bởi những khác biệt cá nhân. Giá trị cốt lõi của GĐPTVN, từ bi và phụng sự, phải là kim chỉ nam cho mọi hành động. Mọi sự tranh cãi, mâu thuẫn chỉ trở nên vô nghĩa nếu tổ chức bị tổn thương và mục tiêu phụng sự chung bị bỏ quên.

Vượt qua những chia rẽ này không chỉ là nhiệm vụ của từng cá nhân, mà là trách nhiệm tập thể. Từng Huynh trưởng phải đặt mục tiêu cao hơn những bất đồng hiện tại và tập trung vào sứ mệnh lớn lao: đó là giáo dục và truyền bá Chánh Pháp, phụng sự Đạo pháp và Dân tộc.

BÀI HỌC TỪ LỊCH SỬ: VƯỢT QUA KHÓ KHĂN BẰNG ĐOÀN KẾT

Lịch sử của GĐPTVN đã chứng minh rằng sự đoàn kết luôn là nền tảng giúp tổ chức vượt qua mọi thử thách. Từ những năm tháng chiến tranh khốc liệt, đến giai đoạn khủng hoảng sau chiến tranh, tổ chức đã đứng vững nhờ vào tinh thần đoàn kết của các Huynh trưởng và đoàn sinh. Tình Lam bất khả phân đã là chìa khóa giúp tổ chức không chỉ tồn tại mà còn phát triển mạnh mẽ, lan rộng khắp các tỉnh thành và vượt ra ngoài biên giới Việt Nam.

Bài học quý giá từ lịch sử chính là: khi chúng ta biết gạt bỏ những khác biệt và tập trung vào mục tiêu chung, chúng ta có thể vượt qua mọi khó khăn. Sự đoàn kết không chỉ giúp tổ chức mạnh mẽ hơn mà còn tạo nên một môi trường giáo dục lành mạnh, nơi mà mỗi thành viên đều được nuôi dưỡng và phát triển trong tinh thần Phật pháp.

Trong bối cảnh hiện tại, bài học từ lịch sử càng trở nên quan trọng hơn bao giờ hết. Chúng ta cần học cách đối thoại, tìm ra điểm chung thay vì tập trung vào những mâu thuẫn nhỏ nhặt. Tinh thần Tình Lam cần phải được giữ vững, để tiếp tục là ngọn lửa soi sáng cho các thế hệ sau.

TRÁCH NHIỆM CỦA MỖI HUYNH TRƯỞNG TRONG VIỆC VỰC LẠI TÌNH LAM

Đối với một Huynh trưởng Gia đình Phật tử, trách nhiệm không chỉ nằm ở việc tổ chức các buổi sinh hoạt hay truyền đạt những kiến thức cơ bản về Phật pháp cho đàn em. Sứ mệnh lớn lao của Huynh trưởng là duy trì và phát huy tinh thần đoàn kết trong tổ chức, không để những chia rẽ tạm thời phá hoại Tình Lam mà chúng ta đã dày công xây dựng.

Để vực lại Tình Lam, mỗi Huynh trưởng cần có sự tự vấn về vai trò của mình. Những bất đồng cá nhân hay quan điểm khác biệt giữa các Huynh trưởng có thể là điều không thể tránh khỏi, nhưng khi đặt lợi ích của tổ chức lên trên hết, mỗi người cần biết lắng nghe và tìm ra cách giải quyết hòa hợp. Sự cố chấp và bảo thủ trong cách nghĩ, cách làm chỉ càng làm gia tăng khoảng cách giữa các thế hệ và từ đó, làm suy yếu tổ chức.

Trong việc vực lại Tình Lam, chúng ta cần tìm đến một tấm gương lãnh đạo dựa trên tinh thần từ bi và trí tuệ – một lãnh đạo biết lắng nghe, biết thấu hiểu và hành động vì lợi ích chung. Điều này đòi hỏi các Huynh trưởng phải có cái nhìn bao quát, không chỉ trong nội bộ tổ chức, mà còn phải thấu hiểu được bối cảnh xã hội và những biến động bên ngoài, để từ đó dẫn dắt tổ chức một cách khéo léo và thông minh.

Sự vực dậy Tình Lam không thể chỉ phụ thuộc vào những lời nói hay khẩu hiệu, mà cần những hành động cụ thể từ từng Huynh trưởng, từng đoàn sinh. Chúng ta cần một phương án cụ thể, trong đó có sự đóng góp của tất cả mọi thành viên, từ đó tạo ra một sự thống nhất về tư tưởng và hành động trong toàn bộ tổ chức.

GIẢI PHÁP VỰC LẠI TÌNH LAM VÀ PHÁT TRIỂN VỮNG BỀN

Để vực dậy Tình Lam bất khả phân và tái tạo sự đoàn kết trong tổ chức, GĐPTVN cần một kế hoạch toàn diện và lâu bền, không chỉ dừng lại ở những giải pháp ngắn hạn mà cần phải có tầm nhìn xa hơn cho tương lai.

1. Đổi mới tư duy nhưng giữ vững giá trị cốt lõi: Thế hệ trẻ ngày nay cần được trao quyền để đóng góp vào sự phát triển của tổ chức, nhưng điều này phải dựa trên nền tảng vững chắc của Chánh Pháp và các giá trị mà các bậc tiền nhân đã xây dựng. Đổi mới là cần thiết, nhưng không thể vì đổi mới mà làm mất đi những giá trị cốt lõi của Tình Lam. Sự cân bằng giữa đổi mới và truyền thống chính là chìa khóa để GĐPTVN tiếp tục phát triển.

2. Đối thoại thay vì đối đầu: Những mâu thuẫn và khác biệt trong tổ chức là điều không thể tránh khỏi, nhưng cách mà chúng ta giải quyết những mâu thuẫn đó sẽ quyết định tương lai của GĐPTVN. Thay vì đối đầu và chia rẽ, các Huynh trưởng cần tạo ra những không gian đối thoại chân thành, nơi mà mọi quan điểm, ý kiến khác biệt đều được lắng nghe và tôn trọng. Đối thoại là con đường duy nhất để giải quyết xung đột một cách hòa bình và xây dựng.

3. Tái định hướng sứ mệnh giáo dục: Giáo dục Phật giáo vẫn luôn là trụ cột chính của GĐPTVN và các Huynh trưởng cần ý thức được rằng phương pháp giáo dục cần phải thích ứng với những thay đổi của thời đại. Thế hệ thanh thiếu niên ngày nay cần một phương pháp giáo dục hiện đại, phù hợp với bối cảnh xã hội và sự phát triển nhanh chóng của khoa học kỹ thuật. Tuy nhiên, sự thích ứng này không có nghĩa là từ bỏ những giá trị truyền thống, mà là làm sao để kết hợp một cách hài hòa giữa truyền thống và hiện đại.

SỰ KHẨN CẤP CỦA VIỆC XÂY DỰNG ĐOÀN KẾT

Sự chia rẽ hiện tại không chỉ là một vấn đề tạm thời, mà nếu không được giải quyết kịp thời, nó có thể trở thành mối đe dọa lớn đến sự tồn tại của GĐPTVN trong tương lai. Đoàn kết không chỉ là một khẩu hiệu mà là một nhu cầu cấp thiết. Nếu chúng ta không hành động ngay bây giờ, sự phân hóa này sẽ tiếp tục lan rộng và làm suy yếu tổ chức từ bên trong.

Sự đoàn kết không chỉ giúp tổ chức mạnh mẽ hơn, mà còn tạo ra một môi trường lành mạnh để các thành viên có thể học hỏi và phát triển. Đoàn kết mang lại sự tin tưởng và tình cảm gắn kết giữa mọi người, từ đó tạo ra một sức mạnh tập thể vượt qua mọi khó khăn.

Trách nhiệm của mỗi Huynh trưởng trong giai đoạn này là hết sức quan trọng. Mỗi người cần nhìn lại vai trò của mình trong tổ chức và xem xét những gì mình có thể làm để góp phần vào việc xây dựng lại sự đoàn kết. Không có ai đứng ngoài cuộc, bởi mỗi cá nhân đều là một mắt xích quan trọng trong chuỗi Tình Lam.

TẦM NHÌN CHO TƯƠNG LAI: TÁI THIẾT VÀ PHÁT TRIỂN MẠNH MẼ

Sự tái thiết GĐPTVN không thể chỉ dừng lại ở những giải pháp tạm thời mà cần một tầm nhìn chiến lược dài hạn. **Tái cấu trúc tổ chức** để phù hợp với sự phát triển của xã hội hiện đại là điều cần thiết, nhưng quá trình này phải được thực hiện một cách cẩn trọng để không làm mất đi bản sắc và giá trị cốt lõi của tổ chức.

Một thế hệ Huynh trưởng mới cần được đào tạo bài bản, không chỉ với kiến thức Phật học mà còn với kỹ năng lãnh đạo, quản trị và khả năng thích ứng với sự thay đổi nhanh chóng của xã hội. Sự lãnh đạo của thế hệ mới cần phải dựa trên tinh thần đoàn kết, sáng tạo và khả năng đổi mới, nhưng không quên giá trị cốt lõi của Tình Lam.

*

HỒI SINH TÌNH LAM BẤT KHẢ PHÂN

Sự hồi sinh của Tình Lam bất khả phân là một hành trình dài, đòi hỏi sự cố gắng không ngừng nghỉ từ mọi thành viên trong tổ chức. **Đoàn kết không phải là điều tự nhiên mà có,** mà là kết quả của sự nỗ lực chung, sự hy sinh và lòng tin tưởng lẫn nhau.

Chúng ta, những Huynh trưởng của GĐPTVN, cần ý thức rằng **sứ mệnh phụng sự Đạo pháp và Dân tộc lớn hơn bất kỳ sự chia rẽ nào.** Mọi khó khăn và mâu thuẫn đều có thể được giải quyết nếu chúng ta đặt lợi ích của tổ chức lên trên hết và cùng nhau vượt qua những thử thách trước mắt.

Tình Lam vẫn trong sáng, vẫn còn đó và sẽ mãi là biểu tượng của sự đoàn kết, của lòng từ bi và trí tuệ. Chúng ta có trách nhiệm giữ vững ngọn lửa này và truyền lại cho thế hệ sau, để Tình Lam bất khả phân sẽ tiếp tục dẫn dắt GĐPTVN trên con đường phụng sự Đạo pháp và Dân tộc.

"Một thời thân đá cuội
Nắng cháy dọc theo suối
Cọng lau già trầm ngâm
Hỏi người bao nhiêu tuổi"

TUỆ SỸ,
Thiên Lý Độc Hành, 10

PHỤ BẢN 4

THÔNG ĐIỆP PHẬT ĐẢN PHẬT LỊCH 2567

Nam-mô Lâm-tì-ni viên, Vô ưu thọ hạ, thị hiện đản sanh, BỔN SƯ THÍCH-CA MÂU-NI PHẬT

"Một Con Người, này các Tỳ-kheo, xuất hiện ở thế gian; xuất hiện ở thế gian vì nhiều tăng ích, nhiều an lạc cho thế gian; vì thương tưởng thế gian; vì mục đích cứu cánh, vì tăng ích và an lạc của trời và người. Một Con Người ấy là ai? Là Như Lai, Ứng Cúng, Chánh Đẳng Giác."

Một Con Người đã vượt qua tất cả mọi hạn chế của con người, trong hạn chế của tư duy và nhận thức, bị ràng buộc bởi những cảm nghiệm phù phiếm về bản thân và thế giới; bị thúc đẩy bởi khát vọng sinh tồn mù quáng, ám ảnh bởi sợ hãi trước những sức mạnh vô hình luôn luôn đe dọa sự sống và sự chết; trong bóng tối kinh sợ của vô minh và khát ái, không tìm thấy nơi nương tựa an toàn, nhiều người tìm đến nương tựa, cầu khẩn thần núi, thần rừng, thần vườn, thần cây, thần miếu.

Một Con Người đã xuất hiện trong thế giới sinh loại, trong thế giới nhân sinh; trong thời trục định hướng cho lịch sử văn minh nhân loại, định hướng cho tư duy triết học, khoa học và tôn giáo, từ hai nguồn suối dị biệt Đông Tây, tưởng như không thể có một nền văn minh tổng hợp của nhân loại mà chỉ có thể hợp nhất bằng bạo lực, như con người đã từng quỳ lạy trước các hiện tượng thiên nhiên không thể hiểu, đã tha hóa năng lực tự giác ngộ và tự giải thoát của tự thân, tự tâm để sùng bái các uy lực thần thánh; cuối cùng phát hiện một cá nhân chỉ có khả năng tồn tại an toàn dưới sự lãnh đạo của một cá nhân sáng suốt, biết rõ mọi vấn đề, có khả năng khống chế mọi người khác dưới sức mạnh của bạo lực; con người khôn ngoan, bằng năng lực của trí tuệ, biết khống chế mọi người bằng bạo lực, bạo hành, con người ấy được tôn sùng là đấng Nhân chủ. Xã hội con người cần một đấng Nhân chủ, công bằng và sáng suốt; cũng vậy, thiên giới hiển nhiên cũng được ngự trị bởi một Đấng Thiên Chủ, toàn trí và toàn năng, để quan phòng trật tự thiên nhiên và bảo đảm an toàn cho con người trong thế giới sinh vật.

Lịch sử văn minh nhân loại quả thực đã được định hình và định hướng tư duy kể từ đó, từ hơn 25 thế kỷ về trước. Nhưng vận mệnh lịch sử của thế giới được tính chỉ trong 20 thế kỷ và ngày tận thế của thế kỷ 20 đã trở thành ám ảnh đầy sợ hãi của hầu hết nhân loại trong các cộng đồng dân tộc và tôn giáo khác nhau trên quy mô thế giới. Ám ảnh ấy vẫn tùy thời xuất hiện cho đến nay từ những biến động do thiên tai cho đến những đe dọa chiến tranh thế giới.

Để tránh khỏi những ám ảnh đe dọa này, các nhà lãnh đạo các quốc gia trên thế giới đã thảo luận các biện pháp an ninh, trật tự trong các cộng đồng quốc gia mỗi năm. Tuy vậy, mọi người đều biết rằng những biện pháp ấy chỉ tồn tại trong các bản văn nghị quyết, không có dấu hiệu khả thi trong từng quốc gia cá biệt.

Dù vậy, các nguyên thủ quốc gia, tuy dị biệt về thể chế chính trị, được phân biệt theo thế lực ảnh hưởng quốc tế, cảm thấy cần giữ đốm lửa hy vọng về một thế giới an toàn, hòa bình an lạc giữa các cộng đồng nhân loại. Như vậy cần phải suy tôn một con người hiện thực, đã tồn tại hiện thực trong lịch sử của nhân loại. Con người ấy, các vị nguyên thủ ấy đã chọn lựa Đức Thích-ca Mâu-ni như là biểu tượng hiện thực, cụ thể cho khát vọng hòa bình thế giới. Không phải vì Ngài là một vị thần linh tối cao, hay hơn thế; nhưng Ngài là một Con Người như mọi con người khác trong thế giới sinh vật; một Con Người tự nhận cũng đã chịu mọi đau khổ khốn cùng như mọi sinh vật khác, trải qua vô tận thời gian; và con người ấy đã từng sống trong cung vàng điện ngọc của giai cấp thống trị, tưởng chừng như không biết gì đến những đau khổ của thần dân của mình, nói chi đến đau khổ của muôn loài. Con Người ấy, trong tuổi thiếu niên phủ đầy nhung lụa, chỉ một lần chứng kiến cảnh tượng đấu tranh sinh tồn quyết liệt, tàn bạo trên một cánh đồng, giữa các sinh vật chim, cá bé bỏng, cho đến con người và tạo vật, đã không ngớt trầm tư về ý nghĩa sống chết của mọi loài chúng sinh. Rồi một lúc khác, trong tuổi thanh niên cường tráng, chỉ một thoáng chứng kiến một con người già yếu, một con người tật bệnh và một con người đã chết, giữa vô số thần dân đang chào mừng vị Nhân chủ tương lai của mình trong cảnh tượng huy hoàng; chỉ một thoáng ấy, với tâm đại bi vô lượng, đã xúc cảm trước vô biên khổ lụy nhân sinh. Từ đó quyết chí tầm cầu ý nghĩa đích thực của sinh-lão-bệnh-tử. Rồi trong một đêm tối, giữa giấc ngủ êm đềm của cung điện, vị Hoàng đế tương lai quyết chí từ bỏ tất cả, cưới con tuấn mã âm thầm vượt thành, để lại đằng sau biết bao hy vọng của thần dân và của thân quyến quý tộc quyền uy.

Con Người ấy, sau khi tuyên bố đã giác ngộ, hiểu rõ ý nghĩa khổ lụy nhân sinh, đã khám phá con đường dẫn đến cứu cánh diệt khổ. Sự công bố giáo lý diệt khổ ấy dù được công nhận phổ biến hay không bởi các cộng đồng văn minh dị biệt, nhưng sự thực lịch sử được thấy rõ: ngôn ngữ và hành vi của Con Người tự tuyên bố đã Giác ngộ ấy, trải dài trên 25 thế kỷ trong một vòng tròn Á châu rộng lớn, chưa hề dẫn đến hận thù, khiêu khích đấu tranh, bạo hành cách mạng, xứng đáng là biểu tượng cho hy vọng hòa bình, bao dung và nhân ái trong một thế giới có nguy cơ hủy diệt bởi hận thù tranh chấp từ các cộng đồng dân tộc, bởi mâu thuẫn giáo điều không thể bao dung giữa các tôn giáo, nhất là từ những tham vọng bá chủ thế giới của các cường quốc tự nhận văn minh thịnh vượng hàng đầu trong thế giới.

Điều có ý nghĩa là các nguyên thủ quốc gia, trong đó chỉ một số nhỏ là quốc gia có truyền thống Phật giáo, tất cả đồng thanh nghị quyết chọn ngày Phật đản làm ngày lễ Liên Hiệp Quốc, như là ngày khát vọng hòa bình của nhân loại. Sau nghị quyết ấy, lễ kỷ niệm Phật đản được tổ chức tại văn phòng Tổng thư ký Liên Hiệp Quốc từ năm 2000, cho đến năm 2004 về sau do chính phủ Hoàng gia Thái Lan đăng ký tổ chức và năm 2008 do chính phủ Cộng hòa Xã hội Chủ nghĩa Việt Nam đăng ký tổ chức.

Trong các đại lễ kỷ niệm ấy, giáo nghĩa về hòa bình của Đức Thích Tôn được tuyên dương trong các hội trường và cũng chỉ tồn tại trong các bản văn được công bố từ các hội trường. Đó là chưa nói đến ẩn ý sau các bản văn tuyên dương, với ý hướng nâng cao vị thế của quốc gia hay chính thể của mình trong sứ mạng đấu tranh cho hòa bình thế giới, hoặc để thanh minh chính sách tự do tôn giáo của chính thể mình trước nghi kỵ của một số quốc gia cần có quan hệ thân hữu, trong môi trường đấu tranh quyền lực khốc liệt của thế giới.

Trong thời kỳ đang diễn ra những trận chiến đẫm máu giữa các quốc gia tranh quyền bá chủ, đại diện chính phủ của một quốc gia Phật giáo có thể đề nghị biện pháp hòa giải xung đột dẫn lời Đức Phật, về từ bi, như là giải pháp tốt đẹp nhất. Nhưng làm thế nào để cải hóa một nhân vật đầy quyền lực, đầy tham vọng khó thỏa mãn trở thành con người từ ái bao dung? Không một đề nghị thực hành cụ thể nào ngoài những tán dương dẫn Phật ngôn một cách sáo rỗng.

Phật tử chân chính tự hỏi, trong số vô lượng pháp môn mà Đức Phật đã tuyên thuyết để đối trị vô lượng phiền não ô nhiễm của chúng sanh, hiện không có pháp môn nào khả dĩ tu tập một cách chánh hành, như lý để phát huy tâm từ quảng đại, chứ không chỉ là thiện bẩm sinh, hiền lành như một con nai và chỉ chừng ấy chứ không thể lớn hơn? Câu trả lời: có thể. Đức Phật được xưng tán như là Đại Y Vương, như một y sĩ thiện xảo, chẩn đoán chính xác nguyên nhân căn bệnh và bốc thuốc đúng bệnh thích hợp với thể chất, với cơ địa, tâm địa; nhưng bệnh nhân phải uống thuốc đúng liều lượng, đúng thời gian chỉ định, hay tự dung nạp thuốc theo kiến thức y học tai hại của mình.

Người học Phật, tu Phật cũng thế. Trong thế giới nhiễu nhương, bởi những thông tin nhiễu loạn, từ những nguồn nhận thức điên đảo bởi khát vọng sinh tồn mù quáng, dẫn đến tà chánh khó phân, Phật với Ma khó biệt, thế thì cứu cánh giải thoát và giác ngộ được hướng đến chỉ mơ hồ như ảo ảnh, thậm chí là quái tượng, trong sa mạc.

Phật tử Việt Nam có thể tự hào với lịch sử dân tộc và đạo pháp đồng hành trong suốt hai nghìn năm, niềm tự hào ấy chỉ để thỏa mãn, tự mãn, tự nhận ta là đệ tử kế thừa xứng đáng. Nhưng niềm tự hào ấy không đủ căn và lực để cải thiện tự tâm, để nâng cao phẩm chất đạo đức và trí tuệ, để vững bước trên Thánh đạo, không nhầm lẫn giá trị thế tục với Thánh đạo.

Kể từ mùa Pháp nạn Quý Mão đau thương, máu của các Oanh vũ Phật tử bé bỏng đã đổ xuống vì tham vọng ngông cuồng của quyền lực thế tục và từ đêm hôm ấy, ngọn lửa BI HÙNG của Tăng Ni Phật tử lần lượt bùng lên, tự đốt cháy thân mình để tự soi sáng mình bước đi trên Thánh đạo trong đời này và vô tận đời sau, để cúng dường cho sự tồn tại của Chánh Pháp rạng ngời trên Quê hương, soi tỏ bước đi của Dân tộc trong dòng tiến hóa vinh quang đầy bao dung và nhân ái.

Phật đản năm nay, sau ngày Pháp nạn Quý Mão, trải qua 60 năm của một chu kỳ Hoa giáp, một vận hội thiên diễn trong truyền thống lịch pháp phương Đông, Đông Á, kể từ ngày Giáo hội Phật giáo Việt Nam Thống nhất được thiết lập, ghi dấu một giai đoạn lịch sử truyền thừa, định hướng phát triển và tự đảm nhận sứ mệnh trong sự nghiệp chung của dân tộc, phát huy truyền thống bao dung nhân ái trong sự nghiệp giáo dục, văn hóa, tiến bộ xã hội; dù khiêm tốn nhưng cũng đã thành tựu được một số nhỏ trong khoảng 10 năm của một đất nước đang bị tàn phá bởi cuộc chiến huynh đệ tương tàn; và nói chung, Phật giáo Việt Nam đã làm được gì sau trên 50 năm hòa bình mà hận thù phân hóa dân tộc chưa được hóa giải?

Dưới những áp bức của các thế lực vô minh đang đè nặng lên tầng lớp quần chúng khốn cùng trong cơn đại dịch, đốm lửa tình tự dân tộc đã âm thầm sưởi ấm đồng bào trong những ngày cùng khốn, chia sẻ nhau từng đấu gạo từng bó rau để vượt qua tai họa rập rình bên bờ vực sống chết, không nương tựa nơi nào khác ngoài sự nương tựa chính mình và anh em cùng khốn như mình.

Để cúng dường Phật đản Quý Mão, sau 60 năm Pháp nạn Quý Mão, người con Phật tự mình tu dưỡng, để từ đốm lửa tình tự dân tộc ấy thắp sáng lên thành ngọn đuốc sáng cho chính mình và cho mọi người chung quanh, kiên cố Bồ-đề tâm, thắng tiến Bồ-đề nguyện và Bồ-đề hành, vững bước trên Thánh đạo tiến đến cứu cánh giải thoát và giác ngộ cho mình và cho nhiều người.

Kính lễ Đấng Tam giới Chí Tôn, Tứ sanh Từ phụ,
Bổn Sư Thích-ca Mâu-ni Phật.

Phật đản 2567,
Phật Ân Tự, mồng tám tháng Tư năm Quý Mão

Thừa ủy nhiệm
Hội Đồng Giáo Phẩm Trung Ương,
Chánh Thư Ký

Thiện Thệ Tử Thích Tuệ Sỹ

TỪ BÓNG TỐI VÔ MINH ĐẾN ÁNH SÁNG GIÁC NGỘ
HUYNH TRƯỞNG GĐPTVN VÀ THÔNG ĐIỆP PHẬT ĐẢN 2567

NHUẬN PHÁP

Thông điệp Phật Đản năm 2567* của Hòa Thượng Thích Tuệ Sỹ không chỉ là một bài pháp nhũ cho toàn thể Phật tử, mà còn là một lời nhắc nhở sâu sắc đối với hàng ngũ Huynh trưởng Gia Đình Phật Tử Việt Nam (GĐPTVN) về trách nhiệm và sứ mệnh của mình trong việc giữ gìn và truyền bá Chánh pháp. Trong bối cảnh xã hội hiện đại, khi những giá trị truyền thống đôi khi bị che mờ bởi sự phát triển không ngừng của công nghệ và các mối quan hệ toàn cầu, thông điệp của Thầy đã thắp lên một ngọn đuốc sáng để soi đường cho Huynh trưởng và đoàn sinh GĐPTVN bước trên con đường giác ngộ.

Trong hơn sáu thập kỷ, GĐPTVN đã và đang tiếp tục là một tổ chức quan trọng trong việc giáo dục và dẫn dắt tuổi trẻ Phật tử trên con đường tu học và hành trì Phật pháp. Tuy nhiên, để thực hiện sứ mệnh thiêng liêng đó, mỗi Huynh trưởng cần phải tự mình thâm nhập và thực hành giáo pháp, phải nhận thức được chiều sâu của những lời dạy mà Đức Phật Thích Ca Mâu Ni đã truyền bá và trong thời điểm hiện tại, Thông Điệp Phật Đản của Hòa Thượng Thích Tuệ Sỹ đã trở thành một kim chỉ nam quý giá.

---

* Phụ bản 4

NHẬN THỨC VỀ TÂM ĐẠI BI VÀ SỨ MỆNH CỦA MỘT "CON NGƯỜI" TRONG GIÁO LÝ ĐỨC PHẬT

Huynh trưởng GĐPTVN có trách nhiệm không chỉ là người hướng dẫn về giáo lý mà còn là người hiện thân của lòng từ bi, yêu thương và bao dung. Thông điệp Phật Đản 2567 nhấn mạnh rằng Đức Phật không phải là một vị thần linh toàn năng, mà là một "Con Người" vượt lên khỏi giới hạn của thân phận con người để giác ngộ và cứu độ chúng sinh. Sự nhận thức về ý nghĩa sâu sắc của khái niệm "Con Người" trong thông điệp của Hòa Thượng Tuệ Sỹ là chìa khóa để mỗi Huynh trưởng tự tu dưỡng, phát triển tâm từ bi quảng đại để dẫn dắt đoàn sinh.

Thầy đã nhấn mạnh rằng, trong cuộc sống hiện tại, con người thường bị ràng buộc bởi những cảm nghiệm phù phiếm về bản thân và thế gian. Huynh trưởng GĐPT cần thấu hiểu sâu sắc rằng, để phá vỡ những ràng buộc đó, chính chúng ta phải vượt qua sự sợ hãi và vô minh, nhìn nhận thế giới với sự tỉnh thức và bi trí. Chỉ khi tự mình giác ngộ được bản chất vô thường và khổ đau của thế gian, Huynh trưởng mới có thể truyền đạt thông điệp này đến đoàn sinh và giúp họ hiểu được mục tiêu tối thượng của con đường Phật pháp.

Ý NGHĨA CỦA TINH THẦN HÒA BÌNH VÀ BAO DUNG TRONG THÔNG ĐIỆP

Thông điệp Phật Đản của Hòa Thượng Thích Tuệ Sỹ đã khơi dậy tinh thần hòa bình và bao dung mà Đức Phật Thích Ca Mâu Ni đã thể hiện suốt hành trình cuộc đời Ngài. Đây không chỉ là sự hòa bình giữa các dân tộc, các quốc gia, mà là hòa bình trong tâm thức của mỗi cá nhân, mỗi chúng sinh. Đối với Huynh trưởng GĐPTVN, sự nhận thức sâu sắc về giá trị này có ý nghĩa vô cùng quan trọng trong việc nuôi dưỡng tâm từ bi và thúc đẩy tinh thần hòa hợp trong tổ chức và trong cộng đồng xã hội.

Hòa Thượng nhấn mạnh rằng Đức Phật không được tôn thờ như một đấng thần linh quyền năng, mà là một "Con Người" đã trải qua mọi khổ đau của cuộc sống, từ đó Ngài hiểu rõ bản chất của khổ và tìm ra con đường giải thoát. Trong bối cảnh thế giới hiện nay, khi những cuộc xung đột, chiến tranh và mâu thuẫn vẫn còn tiếp diễn, bài học về sự hòa bình trong thông điệp Phật Đản càng trở nên cấp thiết.

Huynh trưởng GĐPT không chỉ là người truyền đạt giáo lý mà còn phải là tấm gương sáng trong việc thực hành hòa bình và bao dung. Trong những thời điểm khó khăn của xã hội, Huynh trưởng cần biết cách sử dụng trí tuệ và lòng từ bi để điều hòa mọi mối quan hệ, từ đó xây dựng một cộng đồng Phật tử vững mạnh, đoàn kết và phát triển. Điều này không chỉ giúp ích cho sự tu học của đoàn sinh, mà còn là nền tảng cho sự phát triển vững bền của xã hội, nơi mà mỗi cá nhân đều có cơ hội tìm thấy hạnh phúc và an lạc.

TỪ LỜI DẠY ĐẾN HÀNH ĐỘNG: VAI TRÒ CỦA HUYNH TRƯỞNG TRONG THỜI ĐẠI MỚI

Trong thời đại hiện nay, khi nền văn hóa toàn cầu ngày càng phát triển và các giá trị truyền thống có nguy cơ bị mai một, Huynh trưởng GĐPT cần có một sự nhận thức mới mẻ về vai trò và trách nhiệm của mình trong việc giữ gìn và phát huy những giá trị đạo đức Phật giáo. Thông điệp Phật Đản của Hòa Thượng Thích Tuệ Sỹ đã nhấn mạnh tầm quan trọng của việc "tự mình thắp đuốc" trong bóng tối của vô minh và khát ái.

Là những người hướng dẫn trẻ em Phật tử, Huynh trưởng phải làm gương trong việc thực hành các phẩm hạnh của Đức Phật. Mỗi Huynh trưởng cần hiểu rõ rằng, trách nhiệm của chúng ta không chỉ dừng lại ở việc truyền đạt kiến thức Phật học, mà còn ở việc tạo dựng một môi trường lành mạnh để đoàn sinh có thể phát triển về cả tâm và trí. Điều này đòi hỏi Huynh trưởng phải không ngừng học hỏi, tu tập và tự hoàn thiện bản thân, từ đó truyền tải những giá trị tốt đẹp nhất của Phật giáo đến đoàn sinh.

Huynh trưởng trong thời đại mới cần phải kết hợp giữa truyền thống và hiện đại, giữa giáo lý Phật học và những kỹ năng sống cần thiết để giúp đoàn sinh vượt qua những thách thức của cuộc sống hiện đại. Sự phát triển của công nghệ và truyền thông hiện nay đòi hỏi Huynh trưởng phải linh hoạt, nhạy bén và sáng tạo trong việc giáo dục, nhưng đồng thời không được lãng quên những giá trị cốt lõi của Phật pháp như từ bi, trí tuệ và giác ngộ.

VƯỢT QUA KHỔ ĐAU: LỜI NHẮC NHỞ VỀ TỨ DIỆU ĐẾ VÀ BÁT CHÁNH ĐẠO

Trong Thông Điệp Phật Đản, Hòa Thượng Thích Tuệ Sỹ đã khơi gợi lại những khổ đau và thách thức mà Đức Phật đã trải qua trước khi Ngài đạt được giác ngộ. Đây là một lời nhắc nhở vô cùng quan trọng đối với Huynh trưởng GĐPTVN về bản chất khổ đau của cuộc sống và cách để vượt qua chúng thông qua giáo lý Tứ Diệu Đế và Bát Chánh Đạo.

Tứ Diệu Đế - Khổ, Tập, Diệt, Đạo - là những chân lý căn bản mà mỗi Huynh trưởng cần phải thấm nhuần và thực hành trong đời sống hàng ngày. Khổ là điều không thể tránh khỏi trong cuộc sống, nhưng với sự hiểu biết đúng đắn về Tập (nguyên nhân của khổ), chúng ta có thể tìm ra con đường dẫn đến Diệt (sự chấm dứt khổ đau) thông qua việc thực hành Đạo (Bát Chánh Đạo).

Huynh trưởng GĐPT cần nhận thức rằng, không chỉ trong quá trình tu học mà ngay trong cuộc sống thường ngày, những khổ đau có thể xuất hiện dưới nhiều hình thức khác nhau: mâu thuẫn trong tổ chức, khó khăn trong việc giáo dục đoàn sinh, hay thách thức trong việc duy trì các giá trị truyền thống giữa thời đại biến đổi nhanh chóng. Tuy nhiên, với sự hiểu biết sâu sắc về giáo lý Tứ Diệu Đế và sự thực hành Bát Chánh Đạo, mỗi Huynh trưởng có thể tìm thấy sự bình an và sáng suốt để đối diện với những khó khăn đó.

Bằng cách áp dụng giáo lý này, Huynh trưởng không chỉ tự mình vượt qua khổ đau mà còn có thể truyền đạt và hướng dẫn đoàn sinh, giúp họ hiểu rõ bản chất của cuộc sống và biết cách sống hạnh phúc, an lạc giữa những thách thức không ngừng của xã hội hiện đại.

VAI TRÒ CỦA HUYNH TRƯỞNG TRONG VIỆC BẢO VỆ VÀ PHÁT TRIỂN ĐẠO PHÁP

Thông Điệp Phật Đản của Hòa Thượng Thích Tuệ Sỹ cũng nhấn mạnh về vai trò quan trọng của người Phật tử trong việc bảo vệ và phát triển Đạo Pháp, đặc biệt là trong thời kỳ mà những giá trị đạo đức và tinh thần dường như bị lãng quên. Đối với Huynh trưởng GĐPTVN, điều này có ý nghĩa to lớn, nhắc nhở chúng ta về sứ mệnh thiêng liêng trong việc duy trì và phát huy truyền thống giáo dục Phật giáo.

Giáo lý của Đức Phật không chỉ tồn tại dưới hình thức lý thuyết mà còn là nền tảng của một hệ thống đạo đức và giá trị tinh thần giúp con người vượt qua những khó khăn trong cuộc sống. Huynh trưởng là những người tiên phong trong việc bảo vệ và truyền bá những giá trị này đến thế hệ trẻ. Chúng ta phải làm gương trong việc tu tập và hành trì, để từ đó truyền cảm hứng cho đoàn sinh noi theo.

HÀNH TRÌNH TU HỌC
VÀ DẤN THÂN CỦA HUYNH TRƯỞNG GĐPTVN

Huynh trưởng GĐPTVN không chỉ là những người dẫn dắt đoàn sinh về mặt tổ chức, mà còn là những người dấn thân sâu sắc vào con đường tu học Phật pháp. Thông điệp Phật Đản của Hòa Thượng Thích Tuệ Sỹ nhắc nhở về tầm quan trọng của sự tự giác ngộ, rằng mỗi Phật tử, đặc biệt là Huynh trưởng, phải luôn kiên định trên con đường tu tập và thấm nhuần tinh thần Bồ-đề.

Dấn thân, trong ý nghĩa cao quý của nó, không chỉ đơn thuần là những hành động vật chất mà còn bao hàm sự tu tập tâm linh. Hòa Thượng đã nói rõ về việc Đức Phật đã vượt qua mọi ràng buộc của thế gian để tìm ra con đường giải thoát. Điều này nhắc nhở rằng, Huynh trưởng phải đặt giáo lý của Đức Phật vào trung tâm đời sống, không chỉ để tu học cho riêng mình, mà còn để làm gương sáng cho đoàn sinh.

Trong môi trường của GĐPTVN, Huynh trưởng không chỉ đối diện với những khó khăn từ bên ngoài như sự thay đổi của xã hội, mà còn phải đối diện với những thử thách nội tâm, những cám dỗ và vô minh của chính bản thân. Như Hòa Thượng đã nhấn mạnh trong thông điệp, để có thể dẫn dắt đoàn sinh, trước hết Huynh trưởng cần phải vượt qua những rào cản của chính mình, đạt được sự sáng suốt trong nhận thức và hành động.

TINH THẦN ĐOÀN KẾT
VÀ LÒNG TỪ BI TRONG SINH HOẠT GĐPT

Hòa Thượng Thích Tuệ Sỹ đã nói về sự xuất hiện của Đức Phật như là biểu tượng của sự hòa hợp và đoàn kết. Điều này có ý nghĩa sâu sắc đối với GĐPT, một tổ chức dựa trên tinh thần đoàn kết không chỉ giữa các Huynh trưởng mà còn với đoàn sinh và cộng đồng xung quanh. Đoàn kết là nền tảng cho mọi hoạt động của tổ chức, là sợi dây kết nối mọi cá nhân, vượt qua mọi khác biệt để cùng nhau xây dựng một tổ chức vững mạnh.

Trong thời đại mà những khác biệt về quan điểm, chính kiến dễ dàng gây ra sự chia rẽ, tinh thần hòa hợp trở nên vô cùng cần thiết. Huynh trưởng GĐPT cần hiểu rằng đoàn kết không chỉ đơn thuần là sự thống nhất trong hành động, mà còn là sự thấu hiểu, tôn trọng và bao dung lẫn nhau. Đây chính là tinh thần từ bi mà Đức Phật đã dạy và cũng là điều mà Hòa Thượng muốn nhắc nhở thông qua thông điệp của Ngài.

Lòng từ bi không chỉ là lòng thương yêu đối với mọi chúng sinh, mà còn là khả năng nhìn thấy sự đau khổ của người khác và sẵn sàng hành động để giảm thiểu những khổ đau đó. Đối với Huynh trưởng, việc thực hành lòng từ bi cần được thể hiện qua từng hành động nhỏ trong sinh hoạt hằng ngày, từ việc hướng dẫn đoàn sinh, đến việc tham gia các hoạt động xã hội, từ thiện, giúp đỡ cộng đồng.

THÔNG ĐIỆP VỀ SỰ PHÁT TRIỂN TÂM LINH VÀ TRÁCH NHIỆM XÃ HỘI

Thông điệp Phật Đản của Hòa Thượng Thích Tuệ Sỹ còn nhấn mạnh đến mối liên kết mật thiết giữa sự phát triển tâm linh và trách nhiệm đối với xã hội. Điều này đặc biệt quan trọng đối với GĐPT, một tổ chức không chỉ giáo dục Phật pháp cho đoàn sinh mà còn khuyến khích tinh thần phụng sự, giúp đỡ xã hội, đặc biệt trong những thời kỳ khó khăn.

Hòa Thượng đã nói về những khổ đau của con người trong vòng sinh tử và vô minh. Sự tu học Phật pháp của Huynh trưởng không chỉ nhằm đạt được giác ngộ cá nhân mà còn để giúp người khác thoát khỏi khổ đau. Trách nhiệm xã hội của Huynh trưởng là phải luôn đặt lợi ích của cộng đồng lên trên lợi ích cá nhân, sống với tinh thần phụng sự và sẵn sàng giúp đỡ khi có cơ hội.

Những thử thách mà xã hội hiện đại đang phải đối diện, như đại dịch, biến đổi khí hậu và xung đột, đặt ra cho Huynh trưởng một trách nhiệm lớn lao. Để có thể đóng góp một cách tích cực, mỗi Huynh trưởng cần phát triển cả về mặt tâm linh lẫn về kiến thức, kỹ năng xã hội. Điều này bao gồm cả sự hiểu biết về các vấn đề xã hội và khả năng tổ chức, điều hành các hoạt động có lợi ích cho cộng đồng.

TINH THẦN BI HÙNG VÀ SỰ DẤN THÂN TRONG THỜI KỲ HIỆN ĐẠI

Hòa Thượng Thích Tuệ Sỹ đã dùng hình ảnh "lửa BI HÙNG" để miêu tả tinh thần dấn thân của Tăng Ni Phật tử trong thời kỳ Pháp nạn Quý Mão. Đối với hàng ngũ Huynh trưởng GĐPTVN, tinh thần bi hùng này là một bài học lớn về sự hy sinh và lòng kiên định trong việc bảo vệ Chánh pháp.

Huynh trưởng GĐPT cần nhận thức rõ rằng, trong thời kỳ hiện đại, thử thách không còn chỉ đến từ sự đàn áp chính trị hay tôn giáo, mà đến từ sự phân hóa, chia rẽ và vô minh ngay trong cộng đồng Phật tử. Tinh thần bi hùng cần được thể hiện qua sự dấn thân không ngừng nghỉ, sẵn sàng hy sinh vì mục tiêu cao cả là bảo vệ và phát huy giáo lý của Đức Phật.

Trong sinh hoạt GĐPT, tinh thần bi hùng có thể được thể hiện qua sự kiên định trong việc duy trì và phát triển các đơn vị GĐPT, dù trong những hoàn cảnh khó khăn như sau đại dịch Covid-19 hay trong những vùng thiếu điều kiện sinh hoạt. Huynh trưởng cần không ngừng phấn đấu để tạo điều kiện cho đoàn sinh tu học, không ngại khó khăn hay thử thách.

KẾT NỐI GIỮA QUÁ KHỨ VÀ HIỆN TẠI: TRUYỀN THỪA GIÁ TRỊ PHẬT GIÁO

Một trong những thông điệp quan trọng nhất mà Hòa Thượng Thích Tuệ Sỹ truyền đạt trong Thông Điệp Phật Đản 2567 là sự kết nối giữa quá khứ và hiện tại, giữa những giá trị truyền thống Phật giáo đã được gìn giữ trong suốt hàng nghìn năm và thực tại đầy biến động của xã hội hiện đại. Huynh trưởng GĐPTVN có trách nhiệm truyền thừa những giá trị này không chỉ bằng lời nói, mà còn qua hành động thực tiễn.

Trong mỗi hành động, mỗi bài giảng, Huynh trưởng cần gợi mở cho đoàn sinh thấy được sự kết nối sâu sắc giữa giáo lý Phật giáo và cuộc sống hiện tại. Sự thấu hiểu và thực hành giáo lý không chỉ giúp các em phát triển về mặt đạo đức, mà còn là một nguồn động lực to lớn để các em có thể đối diện với những thử thách trong cuộc sống. Việc bảo tồn và phát huy những giá trị này là một trách nhiệm thiêng liêng mà Huynh trưởng cần nhận thức và thực hiện một cách toàn diện.

TRÁCH NHIỆM GIÁO DỤC THẾ HỆ TRẺ VÀ SỰ HÒA QUYỆN GIỮA TRUYỀN THỐNG VÀ HIỆN ĐẠI

Một trong những sứ mệnh quan trọng nhất của hàng ngũ Huynh trưởng GĐPTVN là việc giáo dục thế hệ trẻ Phật tử. Trong Thông Điệp Phật Đản của Hòa Thượng Thích Tuệ Sỹ, tinh thần giáo dục được thể hiện qua sự truyền thụ những giá trị đạo đức và tâm linh sâu sắc từ thời Đức Phật đến với thế hệ hôm nay. Tuy nhiên, trong bối cảnh xã hội hiện đại, việc giáo dục không thể chỉ dừng lại ở những phương pháp truyền thống, mà còn cần kết hợp những yếu tố của thời đại mới để tạo nên sự hòa quyện hài hòa giữa truyền thống và hiện đại.

Huynh trưởng GĐPT không chỉ là những người bảo tồn truyền thống mà còn là những người tiên phong trong việc đổi mới phương pháp giảng dạy, nhằm bảo đảm rằng giáo lý Phật giáo có thể được thấm nhuần vào cuộc sống hiện đại của đoàn sinh. Sự chuyển giao này đòi hỏi sự nhạy bén trong việc hiểu biết những thách thức mà thế hệ trẻ đang đối diện, đồng thời phải làm cho giáo lý của Đức Phật trở nên gần gũi, dễ hiểu và ứng dụng được trong cuộc sống hàng ngày.

Thông điệp Phật Đản nhắc nhở chúng ta rằng, mặc dù xã hội có thay đổi nhanh chóng, nhưng những giá trị cốt lõi của Phật giáo như từ bi, trí tuệ và sự giác ngộ vẫn không hề phai nhạt theo thời gian. Huynh trưởng GĐPT cần có trách nhiệm không chỉ truyền đạt những giá trị này mà còn phải làm cho chúng trở nên sống động và ý nghĩa trong cuộc sống của đoàn sinh. Thế hệ trẻ cần hiểu rằng, giáo lý Phật giáo không phải là những lời dạy cổ xưa, mà chính là kim chỉ nam giúp họ đối diện với những thách thức của thế giới hiện đại, như áp lực học tập, công nghệ và sự phân hóa xã hội.

TÍNH LIÊN TỤC CỦA GIÁO DỤC PHẬT GIÁO QUA NHIỀU THẾ HỆ

Thông điệp của Hòa Thượng Thích Tuệ Sỹ cũng khẳng định rằng, giáo dục Phật giáo là một hành trình liên tục, không ngừng phát triển qua nhiều thế hệ. Huynh trưởng GĐPT có vai trò làm cầu nối, bảo đảm rằng tinh thần và những giá trị cốt lõi của Phật giáo được duy trì qua từng lớp đoàn sinh, từ thế hệ này sang thế hệ khác. Điều này đặc biệt quan trọng trong bối cảnh hiện tại, khi sự thay đổi về mặt văn hóa và xã hội có thể dễ dàng làm mờ đi những giá trị truyền thống.

Việc giáo dục không chỉ là truyền đạt kiến thức mà còn là nuôi dưỡng tâm hồn, giúp các em đoàn sinh thấu hiểu sâu sắc về bản chất của cuộc sống, biết yêu thương, bao dung và luôn tìm cách sống có ích cho xã hội. Huynh trưởng cần luôn ý thức rằng chúng ta là người gieo mầm cho những thế hệ tương lai, những con người sẽ tiếp tục gìn giữ và phát huy giáo lý Phật pháp.

Một trong những thử thách lớn mà Huynh trưởng GĐPT phải đối

diện là sự đứt gãy trong quá trình truyền thụ giáo lý khi thế hệ trẻ ngày nay bị cuốn vào những luồng thông tin và giá trị khác nhau. Để vượt qua thử thách này, Huynh trưởng cần không ngừng học hỏi, tự phát triển bản thân và áp dụng những phương pháp giáo dục mới mẻ, sáng tạo, nhằm giúp đoàn sinh tiếp cận với Phật pháp một cách dễ dàng và thực tiễn hơn.

TINH THẦN TỰ DO VÀ TRÁCH NHIỆM CỦA HUYNH TRƯỞNG TRONG VIỆC GIỮ GÌN CHÁNH PHÁP

Trong Thông Điệp Phật Đản, Hòa Thượng Thích Tuệ Sỹ đã đặt ra câu hỏi về vai trò và trách nhiệm của Phật tử trong việc bảo vệ và phát triển Chánh pháp. Đối với Huynh trưởng GĐPT, điều này có nghĩa là phải luôn dấn thân vào việc giữ gìn những giá trị cốt lõi của Phật giáo, không chỉ qua lời nói mà còn qua hành động thực tế.

Tinh thần tự do mà Đức Phật dạy không phải là sự tự do theo nghĩa tùy tiện, không gò bó, mà là tự do trong tinh thần giác ngộ, tự do khỏi những ràng buộc của vô minh và khổ đau. Huynh trưởng cần nhận thức rằng, để truyền đạt được tinh thần này, chúng ta phải tự mình giải thoát khỏi những ràng buộc của tham sân si, từ đó mới có thể hướng dẫn đoàn sinh trên con đường giác ngộ.

Huynh trưởng GĐPT phải là những người tiên phong trong việc thực hiện trách nhiệm này, không ngừng tu tập, rèn luyện bản thân để trở thành những người dẫn đường có trí tuệ và từ bi. Điều này cũng đồng nghĩa với việc chúng ta phải sẵn sàng đối diện với những thử thách, không ngại khó khăn và luôn giữ vững tinh thần bảo vệ Chánh pháp dù trong bất cứ hoàn cảnh nào.

*

BƯỚC TIẾN TRÊN CON ĐƯỜNG GIÁC NGỘ CỦA HUYNH TRƯỞNG GĐPTVN:

Cuối cùng, thông điệp Phật Đản của Hòa Thượng Thích Tuệ Sỹ là một lời nhắc nhở quý giá cho tất cả Huynh trưởng GĐPTVN về sự quan trọng của việc tu tập và dấn thân trên con đường Phật pháp. Để có thể trở thành những người dẫn dắt và giáo dục thế hệ trẻ, Huynh trưởng cần phải tự giác ngộ và thực hành giáo lý một cách đúng đắn.

Thông qua thông điệp này, Hòa Thượng muốn gửi gắm rằng, chỉ khi Huynh trưởng tự mình bước đi vững vàng trên con đường giác ngộ, chúng ta mới có thể truyền đạt được ánh sáng của Phật pháp đến với đoàn sinh. Trên hành trình này, mỗi bước đi của Huynh trưởng đều mang theo trách nhiệm lớn lao đối với tổ chức, với giáo lý Phật giáo và với sự phát triển của thế hệ trẻ.

Sự thấm nhuần sâu sắc Thông Điệp Phật Đản của Hòa Thượng Thích Tuệ Sỹ chính là kim chỉ nam giúp Huynh trưởng tiếp tục duy trì và phát huy những giá trị tốt đẹp của Phật giáo trong thế giới hiện đại. Bằng việc áp dụng tinh thần từ bi, hòa hợp và trí tuệ trong mọi hoạt động của mình, Huynh trưởng GĐPTVN có thể tiếp tục xây dựng một tổ chức vững mạnh, một cộng đồng đoàn kết và một xã hội an lạc.

TIẾNG VỌNG TỪ BI
SỰ THỨC TỈNH VÀ TRÁCH NHIỆM CỦA HUYNH TRƯỞNG GĐPTVN TRƯỚC SỰ CHIA RẼ

BỬU THÀNH

Trong suốt hành trình của GĐPTVN, hàng ngũ Huynh Trưởng luôn là lực lượng nòng cốt giúp định hướng và hướng dẫn các thế hệ Phật tử trẻ trên con đường tu học và hành trì Phật pháp. Đặc biệt, Huynh Trưởng cấp Dũng và Tấn đóng vai trò không chỉ là những người bảo vệ truyền thống mà còn là lãnh đạo dẫn dắt qua nhiều thời kỳ biến động. Tuy nhiên, trong những năm gần đây, GĐPTVN đang đối diện với một thách thức lớn – sự chia rẽ trong nội bộ tổ chức, ảnh hưởng trực tiếp đến tinh thần "Tình Lam" và sứ mệnh bảo vệ Chánh Pháp. Điều này đòi hỏi Huynh Trưởng cấp cao phải nhận thức rõ vai trò của mình trong việc giải quyết vấn đề, bảo đảm sự đoàn kết để tổ chức tiếp tục phát triển.

NHẬN THỨC TRÁCH NHIỆM TRƯỚC SỰ CHIA RẼ

Sự chia rẽ nội bộ của GĐPTVN không chỉ đơn thuần là sự phân hóa về tư tưởng hay cách thức quản trị, mà còn là một nguy cơ làm suy yếu sức mạnh tinh thần của tổ chức. Đối với một tổ chức dựa trên tinh thần đoàn kết như GĐPTVN, sự phân hóa này nếu không được giải quyết triệt để có thể làm lung lay nền tảng truyền thống và giá trị cốt lõi mà các thế hệ trước đã dày công xây dựng. Đối với Huynh Trưởng cấp Dũng và Tấn, nhận thức rõ về trách nhiệm của mình là điều vô cùng cần thiết.

Thông điệp Phật Đản* của Hòa Thượng Thích Tuệ Sỹ đã nhấn mạnh rằng để đạt đến giác ngộ, con người cần vượt qua những giới hạn của bản ngã và sự vô minh. Trong bối cảnh hiện tại của GĐPTVN, sự chia rẽ thường xuất phát từ những bất đồng quan điểm, sự thiếu hiểu biết và vô minh trong việc bảo vệ tinh thần "Tình Lam." Huynh Trưởng cấp Dũng và Tấn cần thấm nhuần tinh thần từ bi, trí tuệ và bao dung, dùng chúng làm kim chỉ nam trong mọi hành động để giải quyết các bất đồng, từ đó đưa tổ chức trở lại với con đường hòa hợp.

TẦM QUAN TRỌNG CỦA SỰ KHIÊM CUNG VÀ BUÔNG BỎ BẢN NGÃ

Một trong những nguyên nhân chính dẫn đến sự chia rẽ trong tổ chức là cái tôi cá nhân quá lớn và sự tranh chấp quyền lực. Huynh Trưởng cấp Dũng và Tấn, với vai trò là những người lãnh đạo, cần nhận thức rằng vị trí của mình không phải là để củng cố quyền lực, mà là để phục vụ tổ chức và bảo vệ Chánh Pháp. *Thông điệp Phật Đản* của Hòa Thượng Thích Tuệ Sỹ cũng nhấn mạnh tầm quan trọng của sự khiêm cung và buông bỏ bản ngã. Chỉ khi mỗi cá nhân biết từ bỏ cái tôi, không theo đuổi lợi ích cá nhân, chúng ta mới có thể đạt đến sự đoàn kết và tạo nên môi trường tu học lành mạnh.

Trong các tổ chức như GĐPTVN, mâu thuẫn thường xuất phát từ những sự khác biệt về quyền lợi và quan điểm. Tuy nhiên, theo tinh thần Phật giáo, điều quan trọng nhất là lòng từ bi và sự hòa hợp. Khi mỗi Huynh Trưởng sẵn sàng buông bỏ những tranh chấp cá nhân, tổ chức sẽ dần lấy lại được sự đoàn kết, phát triển mạnh mẽ hơn và tạo dựng được một tương lai bền vững.

TÌM GIẢI PHÁP TỪ GIÁO PHÁP CỦA ĐỨC PHẬT

Để giải quyết các vấn đề chia rẽ trong GĐPTVN, Huynh Trưởng cần tìm kiếm giải pháp từ chính giáo pháp của Đức Phật. Giáo lý Tứ Diệu Đế và Bát Chánh Đạo không chỉ giúp con người giải thoát khỏi khổ đau mà còn là nền tảng để xây dựng một tổ chức đoàn kết và vững mạnh. Tứ Diệu Đế nhấn mạnh rằng khổ đau thường xuất phát từ vô minh và lòng tham ái, mà trong trường hợp của GĐPTVN, sự vô minh có thể là sự thiếu hiểu biết về quan điểm của người khác, còn tham ái có thể là sự ham muốn quyền lực.

---

* Phụ bản 4

Bát Chánh Đạo, với các nguyên tắc như Chánh kiến, Chánh tư duy và Chánh ngữ, là kim chỉ nam cho mọi hành động của Huynh Trưởng trong việc giải quyết mâu thuẫn. Khi áp dụng những nguyên tắc này, chúng ta không chỉ tìm được giải pháp cho các vấn đề hiện tại mà còn xây dựng nền tảng vững chắc cho sự phát triển lâu dài của tổ chức. Từ bi, trí tuệ và hòa hợp không chỉ là giá trị tinh thần mà còn là phương pháp để giải quyết các vấn đề thực tế trong tổ chức.

CỦNG CỐ MỐI QUAN HỆ VỚI GIÁO HỘI MẸ

GĐPTVN không thể phát triển mạnh mẽ nếu không duy trì mối liên kết chặt chẽ GHPGVNTN. Trong suốt chiều dài lịch sử, Giáo Hội Mẹ luôn là điểm tựa tinh thần cho GĐPTVN và mọi hành động của tổ chức đều phải dựa trên lòng trung thành với Giáo Hội. Huynh Trưởng cấp Dũng và Tấn có trách nhiệm bảo vệ và phát triển mối quan hệ này, bảo đảm rằng các quyết định trong nội bộ GĐPTVN không chỉ phục vụ lợi ích của tổ chức mà còn giữ vững tinh thần gắn bó với GHPGVNTN.

Khi tinh thần đoàn kết trong GĐPTVN được củng cố, mối liên kết với Giáo Hội cũng sẽ trở nên vững mạnh hơn, tạo điều kiện cho cả hai cùng phát triển bền vững. Huynh Trưởng cần nhìn nhận lại tầm quan trọng của sự trung thành và trách nhiệm đối với Giáo Hội Mẹ, từ đó định hướng cho các hoạt động và quyết định của tổ chức.

PHÁT TRIỂN HÀNG NGŨ HUYNH TRƯỞNG TRẺ

Một trong những yếu tố quan trọng để duy trì sự phát triển của GĐPTVN là việc phát triển và đào tạo thế hệ Huynh Trưởng trẻ. Huynh Trưởng cấp Dũng và Tấn có trách nhiệm truyền đạt không chỉ giáo lý Phật giáo mà còn các kỹ năng quản trị, lãnh đạo cho thế hệ sau. Các chương trình huấn luyện cần được xây dựng sao cho phù hợp với tinh thần Phật giáo và nhu cầu thực tiễn của thời đại.

Để thế hệ Huynh Trưởng trẻ có thể đảm nhận vai trò lãnh đạo trong tương lai, họ cần được trang bị những kỹ năng cần thiết, từ việc quản trị điều hành tổ chức đến giải quyết xung đột. Sự kế thừa của thế hệ trẻ không chỉ bảo đảm sự phát triển liên tục của GĐPTVN mà còn giúp tổ chức thích nghi với những thay đổi của xã hội hiện đại.

KHƠI DẬY TINH THẦN PHỤNG SỰ VÀ ĐOÀN KẾT

Tinh thần phụng sự là giá trị cốt lõi của mọi Huynh Trưởng trong

GĐPTVN. Sự chia rẽ trong tổ chức phần lớn xuất phát từ sự thiếu tinh thần phụng sự, khi mỗi cá nhân đặt lợi ích cá nhân lên trên lợi ích chung. Huynh Trưởng cấp Dũng và Tấn cần khơi dậy tinh thần này, nhấn mạnh rằng mọi hành động của chúng ta phải hướng tới sự phát triển của tổ chức và bảo vệ Chánh Pháp.

Khi mọi thành viên trong tổ chức cùng chia sẻ tinh thần phụng sự, mâu thuẫn sẽ dễ dàng được giải quyết và sự đoàn kết sẽ trở nên bền chặt hơn. Tinh thần đoàn kết không chỉ là yếu tố giúp tổ chức vượt qua những thách thức hiện tại mà còn là nền tảng cho sự phát triển lâu dài của GĐPTVN trong tương lai.

ĐOÀN KẾT LÀ YẾU TỐ SỐNG CÒN

Cuối cùng, sự đoàn kết là yếu tố sống còn cho sự tồn tại và phát triển của GĐPTVN. Nếu tình trạng chia rẽ không được giải quyết triệt để, tổ chức sẽ không thể tiếp tục phát triển và hoàn thành sứ mệnh bảo vệ và truyền bá Chánh Pháp. Huynh Trưởng cấp Dũng và Tấn cần nhìn nhận trách nhiệm của mình trong việc vãn hồi sự đoàn kết, đồng thời kết hợp các nguyên tắc của giáo pháp Phật giáo với các phương pháp quản trị hiện đại để đưa tổ chức phát triển mạnh mẽ hơn.

"Bước đi nghe cỏ động
Đi mãi thành tâm không
Hun hút rừng như mộng
Tồn sinh rụng cánh hồng"

TUỆ SỸ,
Thiên Lý Độc Hành, 11

THÔNG ĐIỆP
KHÁNH CHÚC LỄ TIẾT ĐỨC THÍCH TÔN THÀNH ĐẠO

Nhất Tâm Kính

Lễ Bồ đề thọ hạ, hàng phục ma quân,
nhất đổ minh tinh thành đạo

BỔN SƯ THÍCH-CA MÂU-NI PHẬT

Trên hai mươi lăm thế kỷ đã trôi qua, kể từ đêm khuya ấy, một ánh Sao Mai âm thầm tỏa sáng trên bầu trời phương Đông, báo hiệu một bình minh hy vọng trước một kỷ nguyên mới của văn minh nhân loại, thời trục văn minh được khởi phát từ những nguồn minh triết Đông-Tây. Hai mươi lăm thế kỷ tiếp theo, dòng lịch sử nhân loại trôi đi trong máu lửa với những cuộc chiến khốc liệt tranh quyền thống trị thống nhất đất nước, tranh quyền bá chủ thế giới, cùng với những cuộc chiến tranh tôn giáo kéo dài hàng trăm năm, tranh quyền thống trị Thiên quốc trần gian.

Trong dòng lịch sử bi thương ấy và cũng không kém hào hùng, hai nguồn mạch minh triết Đông-Tây vẫn âm thầm tuôn chảy, nuôi dưỡng nguồn hy vọng, khát vọng sinh tồn của con người; bằng trí tuệ, bằng tình yêu, đã âm thầm khám phá những quy luật tồn tại và vận hành của thiên nhiên, mang lại cho con người những phương tiện cần thiết để xoa dịu bớt những thống khổ của thân tâm. Những khám phá ấy, một mặt khác không khỏi bị lợi dụng bởi những tham vọng điên cuồng, gieo rắc những thảm họa khốc liệt cho loài người không ít. Hai cuộc chiến tranh thế giới đi qua, cho đến lúc các nhà khoa học vĩ đại của thế kỷ chợt thấy những khám phá của mình đang đe dọa những sụp đổ kinh hoàng của thế giới và đã cùng nhau đồng loạt lên tiếng cảnh tỉnh: "Các nhà khoa học chúng ta đã phạm tội ác với nhân loại".

Hơn nửa thế kỷ trôi qua, những lời cảnh tỉnh ấy chưa báo hiệu một cuộc hồi sinh của tình yêu và trí tuệ. Nhân loại đang khắc khoải giữa thảm họa tiểu tam tai, ôn dịch, chiến tranh và đói kém, đang diễn ra trên quy mô toàn cầu. Một cuộc chiến tàn khốc đang đe dọa hủy diệt 25 thế kỷ văn minh nhân bản của nhân loại.

Trong những nỗi hy vọng và tuyệt vọng ấy, tại một diễn đàn, nơi quy tụ các cơ cấu quyền lực thế giới đang đấu tranh quyết liệt để giành quyền thống trị và cũng tại nơi ấy, giữa những mâu thuẫn ý thức tôn giáo, xung đột quyền lợi kinh tế, xung đột chủng tộc; giữa những xung đột rối ren ấy, trong thâm tâm của mỗi con người tham vọng quyền lực ấy, vẫn âm thầm tìm dấu của một ánh Sao Mai le lói, soi đường định hướng cho bản thân và thế giới; tất cả đồng tâm nhất trí, đồng thanh quyết nghị, nêu cao một Con Người lịch sử, đã xuất hiện trong thế giới loài người, cũng hiện thân giữa những con người cùng khổ, bị áp bức. Những điều mà Con Người ấy đã nghĩ, đã nói và đã làm, suốt trên 25 thế kỷ trôi qua, vẫn âm thầm như ánh Sao Mai soi tỏ đường hướng hòa bình, nhân ái, bao dung, trong đêm tối mịt mù của lịch sử.

Trong trận ôn dịch vừa qua, trong trận chiến tàn khốc đang diễn ra, tấm lòng nhân ái như ánh Sao Mai chợt bừng sáng giữa những bạo hành hung ác, soi sáng nguồn hy vọng trước một bình minh hòa bình, nhân ái, bao dung trong thế giới loài người.

Cũng từ trong thảm họa tiểu tam tai ấy, khi mà những quyền lực đen tối cấu kết thành một hệ thống bạo hành khép kín, hút cạn dòng máu và hơi thở những con người khốn khổ, cô đơn hấp hối trên giường bệnh; giữa cảnh giới cùng hung cực ác ấy, tấm lòng nhân ái bao dung, đã từng là tố chất dệt thành truyền thống của một dân tộc, dẫn lịch sử dân tộc vượt qua những đọa đày khổ lụy, vượt qua những sóng gió thăng trầm vinh nhục; tấm lòng bao dung, nhân ái lại được khơi sáng như ánh Sao Mai soi sáng nguồn mạch tâm linh, để san sẻ cho nhau những bát gạo, những bó rau, để dìu nhau cùng vượt qua những cơn thống khổ nhân sinh, như Cha Ông đã từng vượt qua trong lịch sử. Những đóa hoa nhân ái bé nhỏ ấy đã hé nụ, nhưng làm sao để được thấm đượm nguồn nước từ bi, để nở hoa trí tuệ, làm sao để được kết dệt thành những tràng hoa tươi thắm trang nghiêm thiện tính của con người.

Trên 25 thế kỷ trôi qua, tùy quốc độ, phương vực, địa phương, tùy theo thời gian nhân duyên, chúng đệ tử Đức Thích Tôn đã từ những điểm chuẩn khác nhau trên quả đất mà chiêm ngưỡng ánh Sao Mai, để bằng ánh sáng ấy mà soi tỏ tự tâm, để thấy biết từ những cảm nghiệm khổ lạc của thân tâm, để hiểu rõ đâu là căn nguyên vô minh và hữu ái mà từ vô thủy đã hiện thực thành khát vọng sinh tồn được thúc đẩy bởi động lực mù quáng của mọi loài chúng sinh, nhận chìm tất cả trong dòng sống chết khổ đau bất tận.

Bị thúc đẩy bởi khát vọng sinh tồn mù quáng, mọi loài chúng sinh đều cần hướng ra ngoại giới để tìm nguồn dưỡng chất để tồn tại. Từ đó, Đức Phật đã chỉ ra nguồn gốc của những bước tiến cạnh tranh sinh tồn khốc liệt, để thu hoạch những gì ta cần và nhiều hơn, những gì ta cần; phát minh những công cụ sát hại lẫn nhau càng lúc càng tinh vi và tàn bạo trong lịch sử tiến hóa của mọi loài, từ những sinh vật hạ đẳng cho đến đẳng cấp trí tuệ siêu việt, để bảo vệ những gì ta đang có và chiếm đoạt những gì ta không có. Đức Phật đã chỉ rõ căn nguyên sâu xa bản chất và hiện tượng của những tranh chấp để chiếm hữu, cạnh tranh tích lũy để sinh tồn, tạo thành một thế giới bất bình đẳng giữa kẻ yếu và kẻ mạnh, cấu thành những thế lực tham tàn: "Nhất thiết chúng sinh giai y thực trụ", mọi loài chúng sinh đều nương thức ăn mà tồn tại. Nguyên lý đó đã hiện thực thành động lực cạnh tranh chiếm hữu, chiếm đoạt sinh tồn. Do đó, bước đầu học Phật và tu Phật, chúng đệ tử cần phải tích lũy công đức bằng bố thí.

Bằng bố thí để nuôi dưỡng tâm từ. Bằng tâm từ, bằng cảm nghiệm sâu xa những thống khổ thân tâm của người cùng khổ mà tự thân không đủ năng lực để tồn tại trong một thế giới đầy áp bức, bóc lột do bởi cạnh tranh sinh tồn, để từ đó hiểu rõ, thấu suốt bản chất của tồn tại, cứu cánh của sinh tồn của mọi loài.

Bằng bố thí để phân phối thu nhập, quân phân bình đẳng thu nhập giữa kẻ mạnh và người yếu, thu hẹp khoảng cách giàu nghèo, để mỗi cá nhân trong mọi cộng đồng xã hội nhận ra phẩm giá con người của mình, để nhận biết Phật tính bình đẳng trong ta và trong tất cả mọi loài, để biết thương yêu và kính trọng, để biết tự nâng cao phẩm giá của chính mình và tôn trọng phẩm giá của người khác.

Thế nhưng, làm thế nào để hành nguyện bố thí được thể hiện bằng cơ chế vĩ mô, để mang lại đời sống sung mãn, tăng ích và an lạc cho toàn xã hội. Từ trên đó, tạo dựng một trật tự an ninh toàn xã hội, bồi dưỡng đạo đức cá nhân, bao dung, hóa giải hài hòa mọi mâu thuẫn dị đồng giữa các xu hướng tư duy, tín ngưỡng tôn giáo dị biệt. Đạo đức và bao dung, giới và nhẫn, là hai đức lý cơ bản để giáo dục các thế hệ đương đại và kế thừa phấn đấu sinh tồn bằng ý chí và nghị lực kiên cường, để có đủ khả năng trấn áp tâm tư bất thiện, phát triển đức tính từ ái, bao dung. Bằng thiện tâm, từ ái và bao dung mà quan sát, chiêm nghiệm những mối quan hệ sinh tồn giữa ta và thế giới quanh ta, phát triển trí tuệ để thấy biết rõ căn nguyên và quy luật tồn tại, sinh thành và hủy diệt trong chuỗi dài vô tận của những chu kỳ thành-trụ-hoại-không. Chư Phật Thế Tôn đã thọ ký cho mọi loài chúng sinh: Phật tử đời nay hành đạo, đời sau sẽ thành Phật.

Ngày hôm nay, chúng đệ tử Phật nhìn ánh Sao Mai mà định hướng đi cứu cánh cho đời mình, tâm tự tịch tĩnh trong ánh Sao Mai, trấn áp và dập tắt những ngọn lửa phiền não đang đốt cháy tâm tư bằng những hận thù, nghi kỵ, tị hiềm, hãy cùng hòa hiệp đồng tu, để xoa dịu những thống khổ của chính mình và của những người thân yêu, cho đến cùng mọi loài chúng sinh.

Tổ đình Phật Ân, ngày 7 tháng Chạp, năm Nhâm Dần, Phật lịch 2566

Thừa ủy nhiệm Hội Đồng Giáo Phẩm Trung Ương,
Chánh Thư Ký Viện Tăng Thống

Tỳ-kheo Thích Tuệ Sỹ

NGUYỆN LỰC GIÁC NGỘ
HÀNH TRÌNH GIỮ VỮNG
MẠNG MẠCH PHẬT GIÁO VIỆT NAM
CỦA HUYNH TRƯỞNG GĐPT

TÂM ĐỊNH

ÁNH SAO MAI VÀ TRÁCH NHIỆM
CỦA HUYNH TRƯỞNG GĐPT TRONG THỜI ĐẠI MỚI

Nhìn lại hơn hai mươi lăm thế kỷ kể từ ngày Đức Thích Ca Mâu Ni Phật thành đạo, ánh sáng trí tuệ và từ bi của Ngài vẫn tiếp tục soi rọi khắp nhân gian, dẫn dắt hàng triệu người vượt qua khổ đau và vô minh. Trong suốt hành trình lịch sử ấy, từ những quốc gia phương Đông đến các nền văn hóa phương Tây, Phật giáo đã lan tỏa và không ngừng thích ứng với những biến động của xã hội và thời đại. Trải qua các biến cố chiến tranh, dịch bệnh và những xung đột tôn giáo, ánh sáng từ bi của Đức Phật vẫn là ngọn đèn soi đường cho nhân loại.

Trong thông điệp *"Khánh Chúc Lễ Tiết Đức Thích Tôn Thành Đạo"*, Hòa thượng Thích Tuệ Sỹ đã gửi gắm những tâm tư sâu sắc về trách nhiệm và sứ mệnh của mỗi người con Phật, đặc biệt là những Huynh trưởng đang đảm nhận vai trò giáo dục và dẫn dắt thế hệ trẻ. Thông qua biểu tượng của ánh Sao Mai, Thầy nhấn mạnh rằng chúng ta cần phải biết soi tỏ tự tâm, hiểu rõ cội nguồn của vô minh và khổ đau, từ đó tìm ra con đường giải thoát cho bản thân và giúp đỡ những người xung quanh.

Trong bối cảnh hiện đại, khi GHPGVNTN và mạng mạch Phật giáo Việt Nam đối diện với nhiều thách thức cả trong lẫn ngoài nước, vai trò

*Phụ bản 5

của GĐPTVN trở nên vô cùng quan trọng. Huynh trưởng không chỉ có trách nhiệm giữ gìn và phát huy những giá trị cốt lõi của đạo Phật, mà còn phải thể hiện tinh thần đoàn kết, từ bi và sự dẫn dắt tinh thần đối với thế hệ trẻ. Đây không chỉ là sứ mệnh tạm thời mà là một hành trình dài hạn, đòi hỏi sự kiên nhẫn, tinh tấn và trách nhiệm sâu sắc.

Bài viết này phân tích thông điệp của Thầy Thích Tuệ Sỹ, đưa ra những nhận định giải pháp về hành động của GĐPT đối với mạng mạch Phật giáo Việt Nam, mà tiêu biểu là GHPGVNTN. Đồng thời, bài viết sẽ đưa ra những hướng đi thực tiễn để Huynh trưởng có thể tiếp tục duy trì và phát triển các giá trị của Phật giáo, không chỉ trong phạm vi quốc gia mà còn trên toàn cầu.

TÂM TƯ CỦA THẦY THÍCH TUỆ SỸ TRONG "THÔNG ĐIỆP KHÁNH CHÚC LỄ TIẾT ĐỨC THÍCH TÔN THÀNH ĐẠO"

1. Từ ánh sáng của Sao Mai: Biểu tượng của sự giác ngộ và từ bi

Trong đêm huyền diệu dưới cội bồ đề, khi Đức Phật thành đạo, một ánh Sao Mai xuất hiện, không chỉ báo hiệu một ngày mới mà còn là biểu tượng cho sự khai sáng tâm trí, giải thoát khỏi mọi xiềng xích vô minh. Hòa thượng Thích Tuệ Sỹ đã sử dụng hình ảnh này để nhấn mạnh rằng sự giác ngộ không phải chỉ là một sự kiện lịch sử mà còn là con đường mà tất cả chúng sinh có thể và cần phải đạt đến.

Đối với Huynh trưởng GĐPT, ánh sáng của Sao Mai tượng trưng cho trách nhiệm lớn lao trong việc dẫn dắt đoàn sinh hướng tới sự giác ngộ. Trách nhiệm này không chỉ dừng lại ở việc truyền đạt lý thuyết Phật pháp mà còn là việc giúp các em đoàn sinh nhận ra bản chất thực sự của cuộc sống, vượt qua những khổ đau bằng trí tuệ và từ bi. Điều này đòi hỏi Huynh trưởng phải tự giác ngộ bản thân, không ngừng học hỏi và thực hành đạo pháp trong đời sống thường nhật.

Thầy Thích Tuệ Sỹ nhấn mạnh rằng, ánh sáng Sao Mai vẫn còn đó, âm thầm soi tỏ trong đêm tối của lịch sử và điều đó nhắc nhở rằng hành trình tìm kiếm sự giác ngộ là không ngừng nghỉ. Huynh trưởng cần phải là người dẫn đầu trong hành trình này, trở thành tấm gương cho đoàn sinh và cộng đồng bằng những hành động cụ thể, từ lòng từ bi, yêu thương đến trí tuệ và sự kiên định.

2. Lòng nhân ái trong thế giới hiện đại: Lời kêu gọi vượt qua sự chia rẽ

Một trong những thông điệp quan trọng của Hòa thượng Thích Tuệ Sỹ là sự cần thiết của lòng nhân ái trong bối cảnh xã hội hiện đại, nơi mà con người đang phải đối diện với những khủng hoảng toàn cầu như dịch bệnh, chiến tranh và sự phân hóa xã hội. Lòng nhân ái, theo Thầy, không chỉ là lòng từ bi cá nhân mà còn là sự bao dung, biết san sẻ và giúp đỡ lẫn nhau để vượt qua những khó khăn trong đời sống.

Huynh trưởng GĐPT, với vai trò là những người lãnh đạo tinh thần, cần phải nhận thức rõ ràng về sự quan trọng của lòng nhân ái trong công việc giáo dục. Trong thời đại hiện nay, khi mà các giá trị đạo đức truyền thống đang bị thử thách bởi chủ nghĩa cá nhân và sự cạnh tranh khốc liệt, Huynh trưởng cần phải khơi dậy và nuôi dưỡng lòng nhân ái trong từng đoàn sinh. Thông qua các hoạt động thiện nguyện, từ thiện và giúp đỡ cộng đồng, đoàn sinh sẽ học được giá trị của lòng từ bi và biết cách áp dụng nó vào đời sống.

3. Khai triển triết lý sống từ bi và trí tuệ trong đời sống GĐPT

Thầy Thích Tuệ Sỹ nhấn mạnh, từ bi và trí tuệ không chỉ là lý tưởng cao xa mà còn phải được thực hiện trong đời sống thường ngày của mỗi Phật tử. Đặc biệt, đối với Huynh trưởng GĐPT, từ bi và trí tuệ phải trở thành động lực chính trong mọi hành động, quyết định và cách đối nhân xử thế.

Việc nuôi dưỡng tâm từ bi không chỉ dừng lại ở việc giúp đỡ người khác mà còn bao gồm việc lắng nghe, cảm thông và chia sẻ những khó khăn mà đoàn sinh cũng như cộng đồng đang đối diện. Sự kiên nhẫn và bao dung trong cách giải quyết mâu thuẫn nội bộ cũng là một biểu hiện của lòng từ bi mà mỗi Huynh trưởng cần thực hành. Trí tuệ, mặt khác, là khả năng nhìn thấu suốt các vấn đề phức tạp, tìm ra giải pháp tốt nhất và mang lại lợi ích chung cho tất cả.

Như Thầy Tuệ Sỹ đã viết, "Bằng thiện tâm, từ ái và bao dung, mà quan sát, chiêm nghiệm những mối quan hệ sinh tồn giữa ta và thế giới quanh ta," Huynh trưởng phải biết quan sát, thấu hiểu mối quan hệ giữa cá nhân và xã hội, giữa đoàn sinh và cộng đồng Phật giáo, từ đó tìm ra cách làm sao để giúp các em đoàn sinh nhận ra Phật tính trong chính mình và trong những người xung quanh.

HÀNH ĐỘNG CHIẾN LƯỢC CỦA GĐPT ĐỐI VỚI MẠNG MẠCH PHẬT GIÁO VIỆT NAM

1. Xây dựng thế hệ kế thừa với tinh thần trách nhiệm và từ bi

Đối với GĐPT, việc xây dựng một thế hệ kế thừa là nhiệm vụ sống còn để bảo tồn và phát huy truyền thống Phật giáo. Huynh trưởng không chỉ đơn thuần là người hướng dẫn kiến thức, mà còn là người truyền đạt các giá trị đạo đức và tinh thần từ bi, trí tuệ cho thế hệ trẻ. Từ đó, GĐPT không chỉ tiếp nối những giá trị của quá khứ mà còn chuẩn bị sẵn sàng cho những thách thức trong tương lai.

Để thực hiện điều này, các Huynh trưởng cần:

Tạo dựng nền tảng đạo đức vững chắc: Giáo dục đoàn sinh về những giá trị cốt lõi của Phật pháp, đặc biệt là lòng từ bi, sự tha thứ và lòng bao dung. Việc dạy cho các em cách yêu thương, chăm sóc những người yếu thế sẽ giúp hình thành những cá nhân có đạo đức và trách nhiệm đối với xã hội.

Đào tạo kỹ năng lãnh đạo: Mỗi đoàn sinh có tiềm năng trở thành những nhà lãnh đạo tương lai. Huynh trưởng cần khuyến khích các em tham gia vào các hoạt động tổ chức, giao phó những nhiệm vụ cụ thể để giúp các em phát triển kỹ năng lãnh đạo và tự tin trong việc ra quyết định.

Khuyến khích học hỏi và thực hành: Thực hành Phật pháp không chỉ dừng lại ở việc hiểu lý thuyết mà còn cần thông qua hành động thực tiễn. Các buổi học đạo đức, khóa tu học, hay những hoạt động xã hội là những cơ hội để các em áp dụng những điều đã học vào cuộc sống. Từ đó, các em không chỉ trở thành những Phật tử tinh tấn mà còn là những công dân có trách nhiệm đối với xã hội.

2. Đẩy mạnh đoàn kết nội bộ và cộng tác với GHPGVNTN

Một trong những thách thức lớn đối với GĐPT và mạng mạch Phật giáo Việt Nam là sự thiếu đoàn kết và những chia rẽ nội bộ. Huynh trưởng có trách nhiệm to lớn trong việc tạo dựng một tinh thần đoàn kết và cộng tác chặt chẽ, không chỉ trong nội bộ GĐPT mà còn giữa GĐPT với các tổ chức Phật giáo khác, đặc biệt là GHPGVNTN.

Thúc đẩy sự đoàn kết: GĐPT cần phải khắc phục những khác biệt cá nhân và tập trung vào mục tiêu chung là duy trì và phát triển mạng mạch Phật giáo. Huynh trưởng có thể tổ chức các buổi họp mặt, sinh hoạt chung giữa các đơn vị khác nhau, từ đó xây dựng sự hiểu biết lẫn nhau, chia sẻ kinh nghiệm và cùng nhau phát triển.

Kề cận và hỗ trợ GHPGVNTN: Giáo Hội Phật Giáo Việt Nam Thống Nhất (GHPGVNTN) là tổ chức đóng vai trò trung tâm trong việc duy trì mạng mạch Phật giáo Việt Nam. GĐPT cần phải gắn bó chặt chẽ với GHPGVNTN, không chỉ trong việc tổ chức các hoạt động Phật sự mà còn trong việc chia sẻ trách nhiệm duy trì và phát triển các giá trị truyền thống của Phật giáo.

Giải quyết mâu thuẫn nội bộ một cách từ bi và trí tuệ: Thông qua việc áp dụng các nguyên tắc Phật giáo như từ bi, bao dung và sự lắng nghe, Huynh trưởng có thể giải quyết các xung đột một cách ôn hòa, không gây ra thêm những chia rẽ trong nội bộ tổ chức. Đây là yếu tố sống còn để giữ vững sự đoàn kết và sức mạnh của GĐPT.

3. Phát triển các hoạt động xã hội và cộng đồng dựa trên tinh thần Phật giáo

Một trong những hoạt động quan trọng mà GĐPT cần triển khai là mở rộng các hoạt động xã hội dựa trên tinh thần từ bi và trí tuệ của Phật giáo. Những hoạt động này không chỉ giúp củng cố hình ảnh của GĐPT trong xã hội mà còn giúp đoàn sinh học hỏi, phát triển kỹ năng xã hội và xây dựng lòng yêu thương đối với cộng đồng.

Hoạt động từ thiện và giúp đỡ cộng đồng: GĐPT có thể tổ chức các hoạt động từ thiện như quyên góp, giúp đỡ người già, người nghèo, trẻ em mồ côi hoặc người bị bệnh tật. Những hành động này không chỉ giúp đoàn sinh hiểu rõ hơn về giá trị của lòng từ bi mà còn tạo cơ hội để các em thực hành những gì đã học về Phật pháp.

Bảo vệ môi trường: Một trong những vấn đề lớn mà thế giới đang phải đối diện là sự tàn phá môi trường. GĐPT có thể tham gia vào các chiến dịch bảo vệ môi trường như trồng cây xanh, làm sạch rác thải, nâng cao nhận thức về bảo vệ môi trường trong cộng đồng. Thông qua những hoạt động này, đoàn sinh sẽ học được cách sống hài hòa với thiên nhiên và tôn trọng mọi sự sống.

Lan tỏa thông điệp hòa bình và nhân ái: GĐPT cần tổ chức các buổi hội thảo, tọa đàm để truyền bá những giá trị cốt lõi của Phật giáo về hòa bình, nhân ái và sự bao dung. Điều này không chỉ giúp củng cố mối quan hệ giữa các thành viên trong tổ chức mà còn giúp lan tỏa những giá trị tốt đẹp của Phật giáo đến cộng đồng rộng lớn hơn.

XÂY DỰNG TẦM NHÌN DÀI HẠN CHO GĐPT VÀ PHẬT GIÁO VIỆT NAM

1. Phát triển một tổ chức vững mạnh và có khả năng thích ứng với thời đại

Để GĐPTVN tồn tại và phát triển vững bền trong tương lai, tổ chức cần xây dựng một hệ thống hoạt động hiệu quả và thích ứng với những thay đổi của thời đại. Trong đó, Huynh trưởng đóng vai trò là người lãnh đạo, biết cách vận dụng những tiến bộ công nghệ và phương pháp giáo dục hiện đại để phát triển tổ chức.

Cải tiến chương trình giáo dục Phật pháp: GĐPT cần thường xuyên cập nhật và điều chỉnh chương trình giảng dạy để phù hợp với nhu cầu và sự thay đổi của thế hệ trẻ. Bên cạnh các bài học truyền thống về Phật pháp, Huynh trưởng cần đưa vào các chủ đề về trách nhiệm xã hội, kỹ năng sống và các giá trị hiện đại nhưng vẫn phù hợp với tinh thần Phật giáo.

Sử dụng công nghệ trong quản trị và giáo dục: Công nghệ có thể trở thành một công cụ hỗ trợ quan trọng trong việc quản trị và giáo dục đoàn sinh. Các khóa học trực tuyến, ứng dụng học Phật pháp và các công cụ quản trị điện tử có thể giúp GĐPT hoạt động hiệu quả hơn trong bối cảnh công nghệ phát triển nhanh chóng.

2. Cộng tác quốc tế và mở rộng tầm ảnh hưởng

Trong bối cảnh toàn cầu hóa và sự kết nối chặt chẽ giữa các quốc gia, Phật giáo Việt Nam, thông qua GĐPT và các tổ chức Phật giáo khác, cần phải mở rộng tầm ảnh hưởng của mình ra quốc tế. Điều này không chỉ giúp Phật giáo Việt Nam học hỏi từ các nền văn hóa khác, mà còn là cơ hội để truyền bá những giá trị độc đáo của Phật giáo Việt Nam đến cộng đồng quốc tế.

Học hỏi từ các tổ chức Phật giáo quốc tế: Để bảo đảm sự phát triển vững bền và cập nhật với những tiến bộ mới trong việc giáo dục Phật pháp, GĐPT cần thiết lập mối quan hệ cộng tác với các tổ chức Phật giáo quốc tế. Các Huynh trưởng cần tham gia các hội nghị, hội thảo

Phật giáo quốc tế để trao đổi kinh nghiệm và học hỏi những phương pháp giảng dạy và quản trị hiệu quả từ các tổ chức bạn.

Lan tỏa giá trị Phật giáo Việt Nam ra thế giới: Việt Nam là một quốc gia với lịch sử lâu đời về Phật giáo, với những giá trị đặc sắc và tinh hoa riêng biệt. GĐPT có thể tổ chức các sự kiện văn hóa, các buổi gặp gỡ quốc tế để giới thiệu và truyền bá những giá trị này. Việc này không chỉ giúp cộng đồng quốc tế hiểu rõ hơn về Phật giáo Việt Nam mà còn khẳng định vị thế của GHPGVNTN và GĐPT trong mạng lưới Phật giáo toàn cầu.

Tăng cường gặp gỡ trao đổi văn hóa và giáo dục: GĐPT có thể khuyến khích đoàn sinh tham gia vào các chương trình gặp gỡ trao đổi văn hóa và giáo dục với các tổ chức thanh niên Phật giáo trên thế giới. Đây là cơ hội để các em học hỏi, trao đổi kinh nghiệm và phát triển tư duy toàn cầu, từ đó mở rộng tầm nhìn và đóng góp vào sự phát triển chung của Phật giáo quốc tế.

3. Xây dựng hệ thống hỗ trợ và phát triển cộng đồng

Một trong những yếu tố quan trọng giúp GĐPT phát triển vững bền là việc xây dựng một hệ thống hỗ trợ chặt chẽ, từ đó tạo nền tảng vững chắc cho tổ chức hoạt động hiệu quả. Huynh trưởng cần có cái nhìn xa hơn, không chỉ tập trung vào các hoạt động giáo dục nội bộ mà còn mở rộng ra việc xây dựng cộng đồng Phật giáo toàn diện.

Hỗ trợ lẫn nhau trong các đơn vị GĐPT: Huynh trưởng cần thiết lập một hệ thống liên kết giữa các đơn vị GĐPT, từ đó có thể chia sẻ nguồn lực và kinh nghiệm lẫn nhau. Điều này sẽ giúp các đơn vị yếu hơn có thêm sự hỗ trợ từ các đơn vị mạnh, từ đó tạo nên một hệ thống phát triển đồng bộ và vững bền.

Phát triển các chương trình hỗ trợ xã hội: GĐPT có thể tổ chức các chương trình hỗ trợ cộng đồng như giúp đỡ người già neo đơn, trẻ em có hoàn cảnh khó khăn, người bệnh tật. Những hoạt động này không chỉ thể hiện lòng từ bi của Phật giáo mà còn giúp xây dựng hình ảnh tốt đẹp của GĐPT trong cộng đồng, tạo dựng niềm tin và uy tín.

Hướng tới một tổ chức mạnh về nội lực: Sự phát triển lâu dài của GĐPT cần dựa trên nền tảng nội lực vững mạnh. Huynh trưởng cần chú trọng đến việc đào tạo nhân sự kế thừa, xây dựng một hàng ngũ Huynh trưởng trẻ đầy tâm huyết và có kỹ năng quản trị tổ chức tốt. Bên cạnh đó, việc nâng cao trình độ hiểu biết về Phật pháp và khả năng ứng dụng thực tiễn cũng là yếu tố quyết định sự thành công của tổ chức.

HƯỚNG DẪN THỰC TIỄN CHO HUYNH TRƯỞNG GĐPT TRONG VIỆC PHÁT TRIỂN TỔ CHỨC VÀ GIÁO DỤC THẾ HỆ TRẺ

1. Triển khai các chương trình giáo dục sáng tạo và thực tiễn

Để thu hút và giữ chân đoàn sinh, GĐPT cần không ngừng đổi mới trong các phương pháp giảng dạy Phật pháp, tạo sự hấp dẫn và phù hợp với nhu cầu của thế hệ trẻ. Huynh trưởng cần khai thác những phương pháp giáo dục sáng tạo, kết hợp giữa lý thuyết Phật pháp và các kỹ năng thực tiễn, từ đó giúp các em không chỉ học mà còn áp dụng vào đời sống hàng ngày.

Tạo ra các chương trình học đa dạng và hấp dẫn: Để giúp đoàn sinh hiểu sâu hơn về Phật pháp và áp dụng vào đời sống, Huynh trưởng có thể tổ chức các khóa học trải nghiệm thực tế như thiền định, hội thảo, hoặc các hoạt động ngoại khóa có liên quan đến đạo Phật. Điều này giúp các em không chỉ học trong sách vở mà còn trực tiếp trải nghiệm, từ đó hiểu rõ hơn về các giá trị Phật giáo.

Khuyến khích tư duy phản biện và sáng tạo: Trong việc giảng dạy, Huynh trưởng cần khuyến khích các em đoàn sinh bày tỏ ý kiến, tranh luận và sáng tạo. Đây là cách giúp các em phát triển tư duy độc lập, biết cách nhìn nhận vấn đề một cách toàn diện và sâu sắc hơn, từ đó hiểu rõ hơn về đạo lý Phật giáo.

Sử dụng phương tiện truyền thông và công nghệ: GĐPT có thể tận dụng các phương tiện truyền thông xã hội và công nghệ để tạo ra các khóa học trực tuyến, diễn đàn thảo luận và chia sẻ tài liệu học tập. Điều này giúp đoàn sinh dễ dàng tiếp cận và học hỏi, đồng thời tăng cường sự gắn kết giữa các thành viên trong tổ chức.

2. Hướng dẫn thực hành Phật pháp trong đời sống hàng ngày

Một trong những điểm mạnh của Phật giáo là khả năng áp dụng các giáo lý vào đời sống thường ngày. Huynh trưởng cần hướng dẫn đoàn sinh thực hành các giá trị Phật pháp trong những hành động nhỏ nhất, từ cách đối nhân xử thế đến việc chăm sóc bản thân và cộng đồng.

Thực hành thiền định và phát triển tâm từ bi: Thiền định không chỉ giúp người thực hành tĩnh tâm mà còn giúp phát triển lòng từ bi và trí tuệ. Huynh trưởng cần khuyến khích đoàn sinh thực hành thiền định hàng ngày, từ đó phát triển sự bình an trong tâm hồn và khả năng nhìn nhận sự việc một cách sáng suốt.

Áp dụng tư tưởng từ bi vào việc chăm sóc gia đình và cộng đồng: Đoàn sinh cần hiểu rằng lòng từ bi không chỉ là lòng thương đối với những người xa lạ mà còn là sự chăm sóc và yêu thương đối với gia đình, bạn bè và những người xung quanh. Thông qua việc dạy các em biết yêu thương và kính trọng cha mẹ, anh chị em, Huynh trưởng giúp các em hình thành đạo đức tốt đẹp ngay từ trong gia đình.

Kết nối giữa việc học Phật pháp và các hoạt động xã hội: Huynh trưởng cần liên kết những bài học Phật pháp với các hoạt động xã hội như từ thiện, bảo vệ môi trường, giúp đỡ người nghèo. Những hoạt động này không chỉ giúp đoàn sinh hiểu rõ hơn về giá trị của lòng từ bi mà còn giúp các em có cơ hội thực hành, từ đó xây dựng một nhân cách Phật tử vững vàng.

3. Nâng cao kỹ năng lãnh đạo và quản trị tổ chức cho Huynh trưởng

Để GĐPTVN phát triển vững bền, hàng ngũ Huynh trưởng cần có những kỹ năng lãnh đạo và quản trị tốt. Điều này không chỉ bảo đảm cho việc điều hành các hoạt động nội bộ hiệu quả mà còn giúp tạo ra một tổ chức gắn kết, có khả năng đối diện với những thách thức của thời đại.

Đào tạo kỹ năng lãnh đạo cho Huynh trưởng trẻ: Các khóa đào tạo về kỹ năng lãnh đạo, tổ chức và quản trị là điều cần thiết để chuẩn bị cho thế hệ Huynh trưởng kế thừa. Thông qua các khóa học này, các Huynh trưởng trẻ sẽ học được cách làm việc nhóm, quản trị thời gian và ra quyết định một cách hiệu quả.

Xây dựng tinh thần trách nhiệm và cam kết đối với tổ chức: Một Huynh trưởng giỏi không chỉ có khả năng lãnh đạo mà còn phải có tinh thần trách nhiệm cao đối với tổ chức. Huynh trưởng cần thể hiện sự cam kết của mình thông qua việc hoàn thành tốt các nhiệm vụ, chăm sóc đoàn sinh và đồng hành cùng tổ chức trên mọi phương diện.

Tăng cường sự cộng tác và chia sẻ kiến thức: GĐPT cần thiết lập các buổi họp, hội thảo để các Huynh trưởng có thể chia sẻ kinh nghiệm, học hỏi lẫn nhau. Những buổi trao đổi này không chỉ giúp các Huynh trường nâng cao trình độ mà còn giúp tạo ra một môi trường làm việc đồng đội, cộng tác chặt chẽ.

*

SỨ MỆNH CỦA HUYNH TRƯỞNG TRONG VIỆC GIỮ GÌN VÀ PHÁT TRIỂN MẠNG MẠCH PHẬT GIÁO VIỆT NAM

Ánh sáng từ bi và trí tuệ của Đức Phật Thích Ca Mâu Ni, qua sự khai sáng dưới cội bồ đề, đã soi rọi con đường của nhân loại suốt hơn hai ngàn năm qua. Sứ mệnh này nay được trao lại cho các Huynh trưởng GĐPTVN – những người không chỉ dẫn dắt thế hệ trẻ mà còn phải gìn giữ mạng mạch Phật giáo, bảo đảm sự tiếp nối tinh thần từ bi, trí tuệ qua mỗi thế hệ.

Thông qua việc giáo dục đoàn sinh, duy trì tinh thần đoàn kết và phát triển tổ chức, Huynh trưởng có trách nhiệm lớn lao trong việc bảo vệ và phát triển mạng mạch của Phật giáo Việt Nam. Đây không chỉ là sứ mệnh thiêng liêng mà còn là hành động cụ thể, được thực hiện qua từng ngày, từng bước trên con đường giáo dục và phụng sự.

GĐPTVN, dưới sự dẫn dắt của các Huynh trưởng, sẽ tiếp tục phát triển, không chỉ giữ vững tinh thần truyền thống mà còn thích nghi với sự thay đổi của thời đại, đóng góp tích cực vào mạng mạch Phật giáo và xã hội Việt Nam.

ÁNH SAO MAI SOI ĐƯỜNG
SỨ MỆNH CỦA HUYNH TRƯỞNG GĐPTVN TRONG DÒNG CHẢY PHẬT GIÁO VÀ XÃ HỘI ĐƯƠNG ĐẠI

QUẢNG THẾ

ÁNH SÁNG TỪ SAO MAI VÀ HÀNH TRÌNH HƯỚNG DẪN

Sao Mai xuất hiện vào đêm Đức Thích Ca Mâu Ni thành đạo là biểu tượng cho trí tuệ và từ bi bừng sáng trong đêm đen của vô minh và khổ đau. Hành trình của Đức Phật không chỉ là hành trình giải thoát cá nhân mà còn là lời mời gọi tất cả chúng sinh hướng tới sự giác ngộ, từ bi và hòa bình.

Huynh trưởng GĐPTVN, trong bối cảnh xã hội hiện đại, được trao trách nhiệm không chỉ là người dẫn dắt đoàn sinh mà còn là những người tiếp nối ánh sáng trí tuệ và từ bi từ Đức Phật. Sứ mệnh của Huynh trưởng không chỉ là một nhiệm vụ tạm thời trong tổ chức mà là cả một hành trình dài gắn bó với đời sống của từng cá nhân và cộng đồng. Thông qua ánh sáng của Sao Mai, mỗi Huynh trưởng cần nhìn lại mình và tổ chức, từ đó hiểu rõ hơn về vai trò của chúng ta trong thời đại đầy biến động này.

NHÌN LẠI HÀNH TRÌNH LỊCH SỬ PHẬT GIÁO VÀ TRÁCH NHIỆM CỦA NGƯỜI HUYNH TRƯỞNG

1. Sự kiện Đức Phật thành đạo và dấu ấn lịch sử

Khi Đức Thích Ca Mâu Ni thành đạo dưới cội Bồ-đề, Ngài không chỉ chứng đắc chân lý giải thoát cá nhân mà còn khởi xướng một cuộc cách mạng tinh thần cho toàn thể nhân loại. Hành trình của Ngài đã truyền tải một thông điệp mạnh mẽ về lòng từ bi, trí tuệ và sự tự do thoát khỏi những ràng buộc của khổ đau.

Huynh trưởng GĐPTVN, với tư cách là người kế thừa di sản tinh thần ấy, có trách nhiệm không chỉ truyền đạt các giáo lý Phật giáo cho đoàn sinh, mà còn thể hiện sự giác ngộ thông qua lối sống, tư tưởng và hành động của mình. Chúng ta là những ngọn đuốc soi đường cho thế hệ trẻ, giúp các em nhìn rõ con đường đi tới hạnh phúc và sự giải thoát.

2. Trách nhiệm của Huynh trưởng trong bối cảnh xã hội hiện đại

Trong hơn 25 thế kỷ, dòng chảy lịch sử Phật giáo đã không ngừng truyền tải những giá trị cốt lõi về từ bi, trí tuệ và tình yêu thương con người. Tuy nhiên, với sự biến động không ngừng của thế giới hiện đại, Huynh trưởng không chỉ đối diện với thách thức bảo tồn truyền thống mà còn phải thích ứng với những thay đổi của xã hội.

Thách thức từ sự đa dạng văn hóa và tôn giáo: Thế giới hiện nay là một xã hội đa dạng về văn hóa, tôn giáo và tư tưởng. Huynh trưởng phải thể hiện sự hòa hợp giữa truyền thống và hiện đại, giữa văn hóa Phật giáo và các giá trị toàn cầu, từ đó dẫn dắt đoàn sinh trong một môi trường đa văn hóa.

Vai trò trong giáo dục đạo đức và tinh thần: Huynh trưởng không chỉ là những nhà giáo dục về Phật pháp mà còn là những nhà giáo dục về đạo đức và tinh thần. Trong bối cảnh thế giới đầy cạnh tranh, sự áp lực từ xã hội và sự mất cân bằng về đạo đức, chúng ta phải giúp đoàn sinh nhận thức rõ giá trị của lòng từ bi, sự bình đẳng và lòng yêu thương.

3. Bài học từ các thế hệ lãnh đạo Phật giáo hiện đại

Các thế hệ lãnh đạo Phật giáo, từ Đức Thích Ca Mâu Ni cho đến các nhà lãnh đạo hiện đại như Hòa thượng Thích Tuệ Sỹ, đã để lại những bài học quý báu về sự cống hiến và hy sinh. Từ sự kiên nhẫn và lòng từ bi của các Ngài, Huynh trưởng GĐPTVN cần nhận ra rằng trách nhiệm của mình không chỉ là giáo dục mà còn là sự lãnh đạo tinh thần, sự hy sinh cá nhân để phục vụ cho lợi ích chung.

HIỂU SÂU HƠN VỀ LÒNG TỪ BI VÀ TRÍ TUỆ TRONG ĐỜI SỐNG HUYNH TRƯỞNG

1. Lòng từ bi và trí tuệ là cốt lõi của sự lãnh đạo

Trong thông điệp của Hòa thượng Thích Tuệ Sỹ, lòng từ bi được ví như ánh sáng soi rọi khắp cõi nhân gian, mang lại sự an lành giữa những đau khổ. Huynh trưởng GĐPTVN cần nuôi dưỡng và phát huy lòng từ bi qua hành động cụ thể. Việc giúp đỡ đoàn sinh không chỉ dừng lại ở việc dạy học hay tổ chức các hoạt động, mà còn cần thể hiện qua sự quan tâm và thấu hiểu sâu sắc tâm lý của các em.

Nuôi dưỡng lòng từ bi qua hành động: Huynh trưởng cần tổ chức và tham gia các hoạt động từ thiện, hỗ trợ người nghèo, bệnh tật và những người yếu thế trong xã hội. Những hành động này không chỉ dạy cho đoàn sinh về giá trị của lòng từ bi mà còn giúp các em thực hành những gì đã học.

2. Trí tuệ trong lãnh đạo

Lòng từ bi và trí tuệ phải luôn đi đôi với nhau. Trí tuệ là yếu tố giúp Huynh trưởng nhìn nhận rõ ràng hơn về tình hình của tổ chức, của xã hội và từ đó có những hành động phù hợp. Trí tuệ không chỉ là hiểu biết lý thuyết về Phật pháp, mà còn là khả năng nhìn thấu những vấn đề thực tiễn mà đoàn sinh và tổ chức đang đối diện.

Áp dụng trí tuệ vào việc giải quyết xung đột nội bộ: Trong một tổ chức, không thể tránh khỏi những mâu thuẫn và xung đột. Huynh trưởng cần biết cách dùng trí tuệ để giải quyết những vấn đề này một cách ôn hòa, không gây ra thêm chia rẽ. Trí tuệ giúp chúng ta tìm ra những giải pháp lâu dài, vững bền và mang lại lợi ích chung cho toàn tổ chức.

3. Phát triển lòng bao dung và kiên nhẫn

Như Hòa thượng Thích Tuệ Sỹ đã chỉ ra, lòng bao dung là một yếu tố quan trọng trong việc hòa giải các mâu thuẫn. Huynh trưởng cần thực hành lòng bao dung, không chỉ đối với đoàn sinh mà còn với những người đồng hành trong tổ chức. Sự kiên nhẫn trong việc giải quyết các vấn đề phát sinh sẽ giúp tổ chức phát triển ổn định và vững bền hơn.

SỰ ĐỒNG HÀNH TRONG THẾ GIỚI BIẾN ĐỘNG: HÀNH ĐỘNG THỰC TIỄN

1. Thế giới hiện đại và những thách thức cho sứ mệnh Huynh trưởng

Xã hội hiện đại, với sự phát triển nhanh chóng của khoa học công nghệ, đồng thời cũng đối diện với những thách thức như chiến tranh, ôn dịch và sự phân hóa xã hội. Trong tình thế này, Huynh trưởng GĐPTVN cần nhận ra rằng sứ mệnh của chúng ta không chỉ dừng lại ở việc giáo dục Phật pháp mà còn cần phải trở thành những người dẫn dắt tinh thần, tạo động lực cho đoàn sinh vượt qua những khó khăn.

Đại dịch Covid-19 và bài học về sự kiên trì: Đại dịch Covid-19 đã gây ra một cuộc khủng hoảng toàn cầu, từ sức khỏe đến kinh tế và xã hội. Trong thời gian này, Huynh trưởng đã phải đối diện với nhiều thử thách trong việc duy trì các hoạt động của GĐPT. Tuy nhiên, chính trong những lúc khó khăn ấy, tinh thần kiên cường và lòng từ bi đã giúp chúng ta vượt qua và đây chính là bài học quý báu cho đoàn sinh: sự kiên trì, tinh thần hỗ trợ lẫn nhau trong gian khó.

Chiến tranh và những xung đột chính trị, xã hội: Trong thông điệp của Hòa thượng Thích Tuệ Sỹ, Thầy nhắc đến những xung đột đang diễn ra trên toàn thế giới. Đối với Huynh trưởng, đây là một lời nhắc nhở rằng trách nhiệm của chúng ta không chỉ dừng lại trong phạm vi giáo dục đoàn sinh mà còn cần ý thức về vai trò của mình trong việc xây dựng một cộng đồng hòa hợp, không bị chia rẽ bởi những tác động từ bên ngoài.

2. Trách nhiệm của Huynh trưởng trong việc xây dựng cộng đồng và sự gắn kết xã hội

Huynh trưởng cần làm gương sáng trong việc xây dựng một cộng đồng Phật giáo hòa hợp, bằng cách không ngừng tìm kiếm sự đồng thuận và tránh những xung đột nội bộ. Điều này bao gồm việc giải quyết các vấn đề mâu thuẫn trong nội bộ tổ chức, cũng như khuyến khích các thành viên và đoàn sinh sống trong tinh thần tôn trọng lẫn nhau, cùng hướng về mục tiêu chung.

Hành động xây dựng cộng đồng: Huynh trưởng có trách nhiệm tạo ra các cơ hội để đoàn sinh tham gia vào các hoạt động xã hội, giúp đỡ người nghèo, người khó khăn. Đây không chỉ là việc làm từ thiện mà còn là cách để giáo dục các em về lòng từ bi, sự đồng cảm và ý thức trách nhiệm với cộng đồng.

Khơi dậy tinh thần trách nhiệm trong đoàn sinh: Đoàn sinh GĐPTVN, dưới sự dẫn dắt của Huynh trưởng, cần được giáo dục về trách nhiệm của mình đối với xã hội và cộng đồng. Từ những việc nhỏ như giúp đỡ gia đình, người thân, cho đến việc tham gia vào các hoạt động cộng đồng, họ cần hiểu rằng mỗi hành động của mình đều có thể mang lại sự thay đổi tích cực cho xã hội.

3. Vai trò của Huynh trưởng trong việc kết nối các thế hệ

Trong thông điệp của Hòa thượng Thích Tuệ Sỹ, Thầy nhấn mạnh sự nối tiếp truyền thống giữa các thế hệ. Đối với GĐPTVN, đây là một yếu tố quan trọng để duy trì sự tồn tại và phát triển của tổ chức. Huynh trưởng không chỉ là người thầy, người hướng dẫn, mà còn là cầu nối giữa quá khứ và tương lai, giữa những giá trị truyền thống và sự thay đổi của thời đại.

Kết nối giữa các thế hệ Huynh trưởng và đoàn sinh: Mỗi thế hệ Huynh trưởng đều mang trong mình những giá trị và kinh nghiệm riêng. Sự kế thừa và phát huy những kinh nghiệm này là yếu tố quyết định sự phát triển vững bền của tổ chức. Huynh trưởng cần tạo ra các cơ hội để đoàn sinh có thể học hỏi từ những thế hệ trước, đồng thời truyền đạt những giá trị mới cho thế hệ kế tiếp.

Giữ vững bản sắc GĐPTVN trong thế giới hiện đại: Bản sắc của GĐPTVN là sự kết hợp giữa truyền thống Phật giáo và tinh thần yêu nước, hòa nhập nhưng không hòa tan. Trong bối cảnh xã hội hiện đại, Huynh trưởng cần nhấn mạnh tầm quan trọng của việc duy trì và phát huy bản sắc này, đặc biệt trong việc giáo dục đoàn sinh sống đúng với đạo đức Phật giáo, đồng thời biết cách đối diện với những thay đổi của xã hội.

XÂY DỰNG MỘT GĐPTVN ĐOÀN KẾT VÀ VỮNG MẠNH

1. Sự hòa hợp và đoàn kết trong tổ chức: Trách nhiệm của Huynh trưởng

Trong bất kỳ tổ chức nào, sự đoàn kết là yếu tố sống còn để duy trì và phát triển. Đối với GĐPTVN, sự đoàn kết không chỉ là một giá trị đạo đức mà còn là nền tảng để tổ chức vượt qua mọi khó khăn. Huynh trưởng có vai trò quan trọng trong việc giữ vững tinh thần đoàn kết, tránh những xung đột nội bộ và luôn hướng tới mục tiêu chung.

Giải quyết mâu thuẫn nội bộ: Trong một tổ chức lớn như GĐPTVN, không thể tránh khỏi những xung đột về quan điểm và cách điều hành. Tuy nhiên, Huynh trưởng cần hiểu rằng, việc giải quyết mâu thuẫn không phải là để phân thắng bại, mà là để đạt được sự đồng thuận vì mục tiêu lớn hơn. Điều này đòi hỏi chúng ta phải có sự bao dung, lắng nghe và thấu hiểu ý kiến của các thành viên khác.

Tạo dựng môi trường đồng tu: Để duy trì sự đoàn kết, Huynh trưởng cần tạo ra một môi trường đồng tu, nơi mọi người cùng nhau học hỏi và phát triển. Tinh thần đồng tu không chỉ giới hạn trong việc học Phật pháp mà còn trong các hoạt động đời sống thường ngày, giúp đỡ lẫn nhau và cùng hướng tới mục tiêu chung là phát triển tổ chức.

2. Xây dựng cơ chế quản trị minh bạch và hiệu quả

Một tổ chức chỉ có thể hoạt động tốt khi có cơ chế quản trị minh bạch và hiệu quả. Huynh trưởng không chỉ là người dẫn dắt về tinh thần mà còn phải là những người lãnh đạo có trách nhiệm, biết cách tổ chức và quản trị. Điều này đòi hỏi chúng ta phải hiểu rõ cơ cấu tổ chức, biết cách điều hành các hoạt động và luôn minh bạch trong mọi quyết định.

Tạo cơ chế quản trị hiệu quả: Huynh trưởng cần thiết lập những nguyên tắc rõ ràng trong việc điều hành tổ chức, từ việc quản trị tài chính đến phân công nhiệm vụ. Điều này sẽ giúp GĐPTVN hoạt động ổn định và phát triển vững bền, tránh những vấn đề phát sinh từ sự thiếu minh bạch.

Phát triển kỹ năng lãnh đạo: Để quản trị hiệu quả, Huynh trưởng cần không ngừng học hỏi và phát triển các kỹ năng lãnh đạo, từ việc giao tiếp đến quản trị xung đột và ra quyết định. Đây là yếu tố quan trọng giúp chúng ta trở thành những nhà lãnh đạo giỏi, không chỉ trong phạm vi tổ chức mà còn trong cuộc sống xã hội.

GIÁO DỤC THẾ HỆ TRẺ
VỚI ÁNH SÁNG TỪ BI VÀ TRÍ TUỆ

1. Giáo dục Phật pháp: Cốt lõi của sứ mệnh Huynh trưởng

Giáo dục Phật pháp là nền tảng của GĐPTVN, với mục tiêu giúp đoàn sinh hiểu rõ về các giá trị cốt lõi của Đạo Phật như từ bi, trí tuệ và sự giác ngộ. Sứ mệnh của Huynh trưởng là truyền đạt những giá trị này không chỉ qua lý thuyết mà còn thông qua hành động và lối sống của chính mình.

Truyền tải giáo lý qua cuộc sống hàng ngày: Huynh trưởng cần nhận thức rằng việc giáo dục Phật pháp không chỉ dừng lại trong sách vở hay những buổi học Phật pháp mà còn phải thấm nhuần vào đời sống hàng ngày. Điều này đòi hỏi sự mẫu mực từ Huynh trưởng, không chỉ trong lời nói mà còn trong hành động. Mỗi hành động thiện, mỗi lời nói ái ngữ sẽ là bài học sống động cho đoàn sinh.

Áp dụng Phật pháp vào cuộc sống: Huynh trưởng cần giúp đoàn sinh hiểu rõ rằng Phật pháp không phải là những lý thuyết xa vời mà là những quy luật thực tiễn, có thể áp dụng để giải quyết các vấn đề cuộc sống. Chẳng hạn, giáo lý về từ bi có thể giúp đoàn sinh hiểu và cảm thông với những người gặp khó khăn, trong khi trí tuệ giúp họ phân biệt đúng sai và đưa ra những quyết định sáng suốt.

2. Phương pháp giáo dục Phật pháp trong GĐPTVN

Trong thời đại hiện nay, phương pháp giáo dục Phật pháp cần phải đổi mới để phù hợp với đối tượng là thế hệ trẻ, đặc biệt là khi họ đang bị cuốn vào cuộc sống hiện đại đầy biến động và áp lực. Huynh trưởng cần áp dụng những phương pháp giáo dục linh hoạt, sáng tạo, kết hợp giữa truyền thống và hiện đại.

Sử dụng công nghệ trong giáo dục: Công nghệ có thể trở thành một công cụ mạnh mẽ để hỗ trợ việc giảng dạy Phật pháp. Các bài giảng, tài liệu học tập có thể được số hóa, tạo thành các video, bài viết và nội dung đa phương tiện để đoàn sinh dễ tiếp cận và học hỏi. Bên cạnh đó, các buổi học online, khóa học trực tuyến cũng có thể trở thành phương tiện hữu ích để truyền đạt kiến thức.

Tạo môi trường học tập gần gũi: Huynh trưởng cần xây dựng môi trường học tập thân thiện, khuyến khích sự trao đổi giữa các đoàn sinh, giúp các em tự do bày tỏ quan điểm và chia sẻ những khó khăn trong cuộc sống. Phương pháp dạy học không chỉ là thuyết giảng một chiều mà còn cần tạo điều kiện cho đoàn sinh thực hành và áp dụng ngay những gì họ đã học vào cuộc sống.

3. Phát triển lòng từ bi và trí tuệ thông qua các hoạt động thực tiễn

Huynh trưởng có trách nhiệm tổ chức các hoạt động thực tiễn giúp đoàn sinh phát triển lòng từ bi và trí tuệ. Các hoạt động từ thiện, bảo vệ môi trường, hay các buổi thiền định đều là những cách hiệu quả để giúp đoàn sinh thấm nhuần những giá trị Phật giáo.

Hoạt động từ thiện và xã hội: Tham gia các hoạt động từ thiện như quyên góp, giúp đỡ người nghèo, hay tham gia các chiến dịch bảo vệ môi trường không chỉ giúp đoàn sinh hiểu sâu hơn về lòng từ bi mà còn giúp họ thấy được giá trị của hành động thiện trong cuộc sống.

Thiền định và phát triển trí tuệ: Huynh trưởng cần khuyến khích đoàn sinh thực hành thiền định, giúp các em rèn luyện sự tập trung, tĩnh tâm và phát triển trí tuệ. Qua việc thực hành thiền định, đoàn sinh có thể học cách kiểm soát cảm xúc, nhìn sâu vào bên trong và phát triển sự sáng suốt trong tư duy.

GĐPTVN TRONG BỐI CẢNH TOÀN CẦU HÓA VÀ PHÁT TRIỂN XÃ HỘI HIỆN ĐẠI

1. Toàn cầu hóa và những thách thức đối với GĐPTVN

Toàn cầu hóa mang đến nhiều cơ hội cho sự phát triển, nhưng đồng thời cũng đặt ra không ít thách thức cho tổ chức GĐPTVN. Khi thế giới trở nên kết nối hơn, các giá trị truyền thống dễ bị phai mờ và thay thế bởi những ảnh hưởng từ văn hóa hiện đại, điều này đòi hỏi Huynh trưởng phải giữ vững bản sắc của tổ chức và truyền tải các giá trị Phật pháp một cách linh hoạt.

Sự xung đột văn hóa và giá trị: Thế hệ trẻ ngày nay đang chịu nhiều tác động từ các nền văn hóa khác nhau, điều này có thể dẫn đến sự mâu thuẫn giữa các giá trị truyền thống và hiện đại. Huynh trưởng cần giúp đoàn sinh hiểu rằng, trong quá trình phát triển, họ có thể học hỏi và áp dụng những yếu tố tốt đẹp từ các nền văn hóa khác, nhưng vẫn cần giữ vững gốc rễ của mình, đó là lòng từ bi, trí tuệ và những giá trị của Phật giáo.

Vai trò của Huynh trưởng trong việc thích ứng với toàn cầu hóa: Trong bối cảnh toàn cầu hóa, Huynh trưởng cần nâng cao sự hiểu biết về các giá trị văn hóa khác nhau, đồng thời biết cách sử dụng những phương pháp giảng dạy hiện đại để thích nghi với sự thay đổi của thế giới. Tuy nhiên, cần phải luôn nhớ rằng giá trị cốt lõi của GĐPTVN vẫn là từ bi và trí tuệ và đây chính là ngọn đuốc soi đường trong mọi quyết định và hành động.

2. Tầm nhìn và định hướng phát triển của GĐPTVN trong thời đại mới

Để đối diện với những thách thức của thời đại hiện tại và tương lai, GĐPTVN cần có một tầm nhìn và định hướng phát triển rõ ràng, trong đó vai trò của Huynh trưởng là yếu tố then chốt. Huynh trưởng cần hiểu rằng tổ chức GĐPT không chỉ tồn tại vì một mục tiêu ngắn hạn mà còn phải có kế hoạch dài hạn, phát triển vững bền.

Phát triển theo hướng vững bền và toàn diện: Để phát triển vững bền, GĐPTVN cần chú trọng vào việc đào tạo hàng ngũ Huynh trưởng kế thừa, đồng thời tiếp tục giáo dục thế hệ trẻ theo hướng toàn diện, không chỉ về mặt trí tuệ mà còn về mặt đạo đức và tinh thần.

Xây dựng cộng đồng Phật giáo mạnh mẽ và có tầm ảnh hưởng: GĐPTVN không chỉ là nơi để học hỏi Phật pháp mà còn là cộng đồng có sức ảnh hưởng đến xã hội. Huynh trưởng cần phát triển tinh thần lãnh đạo và lòng nhiệt huyết để giúp tổ chức GĐPT trở thành một nguồn lực tích cực trong cộng đồng, góp phần xây dựng xã hội hòa bình và nhân ái.

3. Kết nối và cộng tác quốc tế

Trong bối cảnh toàn cầu hóa, việc kết nối và cộng tác với các tổ chức Phật giáo trên toàn thế giới là cần thiết để học hỏi và trao đổi kinh nghiệm. Huynh trưởng cần phát huy vai trò kết nối này, giúp GĐPTVN trở thành một phần trong cộng đồng Phật giáo toàn cầu.

Cộng tác với các tổ chức quốc tế: Huynh trưởng cần chủ động trong việc xây dựng các mối quan hệ với các tổ chức Phật giáo quốc tế, từ đó tạo cơ hội học hỏi và phát triển cho tổ chức. Các hoạt động trao đổi văn hóa, hội thảo quốc tế, hay các dự án chung có thể giúp GĐPTVN mở rộng tầm nhìn và phát triển mạnh mẽ hơn.

Trao đổi kinh nghiệm và học hỏi lẫn nhau: Việc học hỏi từ các tổ chức khác, đặc biệt là trong việc quản trị và giáo dục đoàn sinh, sẽ giúp GĐPTVN tiếp tục đổi mới và phát triển vững bền trong thời đại hiện đại.

*

ÁNH SAO MAI SOI ĐƯỜNG
CHO HUYNH TRƯỞNG VÀ TỔ CHỨC GĐPTVN

Tóm lại, trong suốt hành trình 25 thế kỷ, ánh sáng từ bi và trí tuệ của Đức Phật vẫn tiếp tục soi rọi, hướng dẫn nhân loại đi qua những thách thức và khó khăn. Trong thế giới hiện đại, ánh Sao Mai ấy tiếp tục dẫn dắt các Huynh trưởng GĐPTVN trong sứ mệnh giáo dục, lãnh đạo và phát triển tổ chức.

Sứ mệnh của Huynh trưởng không chỉ là giảng dạy Phật pháp mà còn là người dẫn dắt tinh thần, xây dựng cộng đồng và bảo tồn những giá trị cốt lõi của Phật giáo. Họ phải đối diện với những thách thức của toàn cầu hóa, xã hội hiện đại và sự đa dạng văn hóa, nhưng ánh sáng của trí tuệ và lòng từ bi sẽ là ngọn đuốc giúp họ vượt qua mọi khó khăn.

GĐPTVN, dưới sự lãnh đạo của các Huynh trưởng, sẽ tiếp tục phát triển mạnh mẽ, giữ vững bản sắc Phật giáo trong dòng chảy của thế giới hiện đại, trở thành một nguồn lực tích cực trong xã hội, góp phần xây dựng một tương lai tốt đẹp hơn cho tất cả mọi người.

ÁNH ĐẠO DẪN ĐƯỜNG
SỨ MỆNH GIÁC NGỘ VÀ GIÁO DỤC PHẬT GIÁO TRONG LÒNG NGƯỜI HUYNH TRƯỞNG GĐPT

NGUYÊN KHÔNG

ÁNH SÁNG SAO MAI VÀ SỨ MỆNH GIÁC NGỘ

Trong đêm tịch mịch dưới cội Bồ-đề, ánh Sao Mai bừng sáng, báo hiệu khoảnh khắc giác ngộ của Đức Thích Ca Mâu Ni, mang theo hy vọng và trí tuệ đến cho thế gian. Hành trình từ khổ đau đến giác ngộ ấy không chỉ là câu chuyện của một cá nhân mà còn là nền tảng cho toàn bộ Phật giáo, nơi mỗi chúng sinh đều có thể tìm thấy con đường giải thoát cho mình.

Trong *"Thông điệp Khánh chúc Lễ Tiết Đức Thích Tôn Thành Đạo"**, Thầy Tuệ Sỹ đã khéo léo sử dụng biểu tượng ánh Sao Mai, không chỉ để nhắc nhở về sự giác ngộ của Đức Phật mà còn là lời mời gọi chúng đệ tử hãy tự soi rọi nội tâm và nhận thức sâu sắc về vai trò của mình trong cuộc sống và trong cộng đồng. Với tư cách là một Huynh trưởng GĐPT, sứ mệnh giác ngộ và giáo dục Phật giáo là hai yếu tố không thể tách rời. Giáo dục chính là phương tiện đưa đàn em đến gần hơn với chân lý giác ngộ và đàn em chính là đối tượng phụng sự mà người Huynh trưởng phải chăm sóc và dẫn dắt.

Ánh sáng từ Sao Mai, biểu trưng cho trí tuệ và lòng từ bi, soi sáng con đường mà Huynh trưởng phải đi. Đây không chỉ là một trách nhiệm mà còn là sự cam kết lớn lao, một hành trình mà Huynh trưởng không chỉ giúp đàn em nhận thức và thấu hiểu Phật pháp mà còn chính bản thân

---
* Phụ bản 5

mình cũng phải không ngừng tu dưỡng, trau dồi trí tuệ và lòng từ bi để trở thành tấm gương sáng cho thế hệ sau.

TÂM TƯ CỦA THẦY TUỆ SỸ
TRONG THÔNG ĐIỆP: GIÁC NGỘ LÀ CỨU CÁNH

1. Khái niệm giác ngộ và sự nghiệp giải thoát

Trong bối cảnh lịch sử đầy biến động mà Thầy Tuệ Sỹ đề cập, con đường giác ngộ của Đức Phật trở thành nguồn hy vọng cho nhân loại. Giác ngộ, theo quan điểm của Phật giáo, không chỉ là sự giải thoát cá nhân khỏi vòng sinh tử mà còn là sự giải thoát tập thể, nơi tất cả chúng sinh đều có thể đạt được sự bình an, tự tại và giác ngộ. Thầy Tuệ Sỹ đã nhấn mạnh rằng, cuộc hành trình đến giác ngộ là một cuộc đấu tranh không ngừng nghỉ, đòi hỏi lòng kiên trì, sự nhẫn nại và trên hết là tình yêu thương và lòng bao dung với tất cả mọi loài.

Giác ngộ, trong lời dạy của Thầy Tuệ Sỹ, không đơn thuần là một cứu cánh cho riêng mỗi cá nhân mà còn là một sự nghiệp chung cho tất cả những người con Phật. Đây là lý do mà Huynh trưởng GĐPT, với vai trò là người hướng dẫn đàn em, cần phải hiểu rõ về khái niệm giác ngộ này để biết cách định hướng con đường giáo dục. Mục tiêu của giáo dục Phật giáo không chỉ là cung cấp kiến thức lý thuyết mà còn giúp đoàn sinh nhận ra được mục tiêu cuối cùng của cuộc đời, đó là giác ngộ và giải thoát.

2. Giáo dục Phật giáo như phương tiện

Qua thông điệp, Thầy Tuệ Sỹ đã ngầm gửi gắm rằng giáo dục là con đường thiết yếu để đạt đến giác ngộ. Trong bối cảnh hiện đại, khi xã hội đang ngày càng phức tạp và đầy những thách thức về đạo đức, giáo dục Phật giáo trở thành phương tiện quan trọng giúp định hình nhân cách và tinh thần của thế hệ trẻ. Huynh trưởng GĐPT, qua việc truyền tải những giáo lý của Đức Phật, không chỉ mang lại kiến thức mà còn mở ra cánh cửa để đàn em có thể tiếp cận với trí tuệ giác ngộ.

Giáo dục Phật pháp không chỉ dừng lại ở lý thuyết mà phải được thực hành trong đời sống. Thầy Tuệ Sỹ đã nhấn mạnh rằng lòng từ bi và trí tuệ cần được nuôi dưỡng qua những hành động cụ thể, qua việc bố thí, giúp đỡ và chăm sóc những người yếu đuối, kém may mắn. Điều này cũng chính là tinh thần mà Huynh trưởng GĐPT phải thấm nhuần và truyền lại cho đàn em của mình, để từ đó xây dựng một thế hệ mới biết yêu thương, bao dung và sống có trách nhiệm với cộng đồng.

3. Lòng từ bi và trí tuệ trong từng câu chữ của Thầy

Trong từng dòng của thông điệp, ta cảm nhận rõ nét tình yêu thương và lòng trắc ẩn của Thầy Tuệ Sỹ. Những câu chữ như "tấm lòng nhân ái như ánh Sao Mai" hay "lòng từ bi bao dung" không chỉ là những lý tưởng cao xa mà chính là sự kêu gọi hành động cụ thể, thiết thực. Đối với Huynh trưởng, những lời này là nguồn cảm hứng để chúng ta không ngừng phát triển lòng từ bi trong chính bản thân mình và từ đó lan tỏa đến đàn em.

Lòng từ bi, theo Thầy, không chỉ là một phẩm hạnh mà còn là một sức mạnh nội tại, giúp ta đối diện và vượt qua mọi khó khăn trong cuộc sống. Đặc biệt, trong bối cảnh đầy rẫy những khổ đau như chiến tranh, ôn dịch và nghèo đói, lòng từ bi trở thành yếu tố then chốt giúp con người tìm thấy sự bình an trong chính tâm hồn mình.

NHẬN ĐỊNH VỀ VAI TRÒ CỦA HUYNH TRƯỞNG GĐPT QUA LĂNG KÍNH CỦA THẦY TUỆ SỸ

1. Huynh trưởng là người dẫn đường cho đàn em

Thông qua thông điệp, Thầy Tuệ Sỹ đã truyền đạt một tư tưởng sâu sắc rằng Huynh trưởng không chỉ là người dẫn dắt đàn em trong các hoạt động giáo dục mà còn là người soi đường cho thế hệ trẻ trên con đường tìm kiếm chân lý giác ngộ. Vai trò của Huynh trưởng không chỉ giới hạn trong phạm vi truyền đạt kiến thức Phật pháp mà còn là sự đồng hành, cùng các đoàn sinh trải nghiệm và hiểu sâu hơn về ý nghĩa của cuộc sống.

Huynh trưởng phải trở thành tấm gương sáng, một người bạn lớn mà đàn em có thể tin cậy và học hỏi. Chúng ta không chỉ truyền dạy bằng lời nói mà còn bằng chính hành động, lối sống và thái độ của mình trong từng tình huống cụ thể. Điều này đòi hỏi Huynh trưởng phải luôn giữ cho mình một tâm hồn trong sáng, bình tĩnh và đầy lòng từ bi.

2. Trách nhiệm giáo dục và phát triển tinh thần

Thầy Tuệ Sỹ nhấn mạnh rằng giáo dục không chỉ là việc truyền đạt kiến thức mà còn là sự phát triển tinh thần cho thế hệ trẻ. Huynh trưởng phải nhận thức rằng nhiệm vụ của mình không chỉ dừng lại ở việc giảng dạy những điều cơ bản về Phật pháp, mà còn giúp đoàn sinh nhận ra giá trị của sự giác ngộ, lòng từ bi và trí tuệ.

Qua thông điệp của Thầy, Huynh trưởng cần hiểu rõ rằng sự nghiệp giáo dục Phật giáo là một con đường dài, đòi hỏi sự kiên nhẫn và lòng yêu thương vô điều kiện. Mỗi một bài học, mỗi lời dạy dỗ đều cần phải thấm đẫm tinh thần từ bi và trí tuệ, giúp các đoàn sinh không chỉ biết mà còn hiểu và thực hành những giá trị đó trong cuộc sống hàng ngày.

3. Tấm gương từ bi và kiên nhẫn

Lòng từ bi và sự kiên nhẫn là hai phẩm chất không thể thiếu của một Huynh trưởng GĐPT. Qua những dòng thông điệp, Thầy Tuệ Sỹ đã gửi gắm rằng Huynh trưởng cần phải biết yêu thương, hiểu rõ từng hoàn cảnh của đàn em, từ đó mới có thể giúp đỡ và dẫn dắt các em đi đúng con đường giác ngộ.

Kiên nhẫn không chỉ là đức tính cá nhân mà còn là phương pháp giáo dục. Huynh trưởng cần kiên nhẫn trong việc giảng dạy, không nản lòng trước những khó khăn hay thất bại, mà phải luôn giữ vững niềm tin rằng giáo dục Phật pháp sẽ mang lại sự chuyển hóa tích cực cho đàn em.

TÂM ĐIỂM: GIÁO DỤC PHẬT GIÁO VÀ VAI TRÒ CỦA NÓ TRONG SỰ NGHIỆP GIÁC NGỘ

1. Giáo dục là con đường dẫn đến giác ngộ

Trong lời dạy của Thầy Tuệ Sỹ, giáo dục Phật giáo được coi là phương tiện thiết yếu để hướng tới mục tiêu cao nhất là giác ngộ. Huynh trưởng GĐPT, với vai trò là người dẫn dắt đàn em, phải nhận thức rằng mọi nỗ lực trong việc giảng dạy và giáo dục Phật pháp đều có một mục tiêu chung: giúp đàn em nhận thức rõ ràng hơn về con đường thoát khỏi vòng sinh tử khổ đau và hướng tới giác ngộ.

Giáo dục Phật giáo không chỉ là việc truyền đạt kiến thức về kinh điển, mà còn là hành trình khai mở trí tuệ và lòng từ bi. Thầy Tuệ Sỹ nhấn mạnh rằng, thông qua giáo dục, con người có thể thấy được căn nguyên của mọi khổ đau, từ đó phát triển tâm từ bi và đạt được sự giải thoát. Đây là lý do tại sao Huynh trưởng phải làm gương cho đàn em, truyền đạt cho các em không chỉ những bài học lý thuyết mà còn là những kinh nghiệm sống động về thực hành Phật pháp trong đời sống hàng ngày.

2. Bố thí tri thức là bố thí cao quý nhất

Bố thí là một trong những hạnh lành cốt lõi trong Phật giáo và trong lời dạy của Thầy Tuệ Sỹ, việc bố thí tri thức được xem là một hình thức cao quý của sự từ thiện. Khi Huynh trưởng truyền dạy Phật pháp cho đàn em, chúng ta không chỉ trao cho các em kiến thức, mà còn mở ra cánh cửa để các em tiếp cận với trí tuệ giác ngộ. Điều này là một hình thức bố thí, vì Huynh trưởng không giữ lại tri thức cho riêng mình, mà chia sẻ cho thế hệ kế cận, giúp họ thấy được con đường giải thoát khỏi vô minh.

Giáo dục Phật giáo chính là hành động bố thí tri thức mà Huynh trưởng cần thực hiện một cách kiên nhẫn và kiên định. Bằng cách này, Huynh trưởng không chỉ giúp đỡ đoàn sinh của mình phát triển về mặt tâm linh, mà còn giúp chính mình đạt được công đức và sự tiến bộ trên con đường giác ngộ.

3. Từ giáo dục đến sự phát triển vững bền của tổ chức

Thông qua giáo dục, không chỉ đoàn sinh được phát triển mà toàn bộ tổ chức GĐPT cũng được củng cố và phát triển mạnh mẽ hơn. Một tổ chức chỉ có thể tồn tại và phát triển vững bền khi có một nền tảng giáo dục vững chắc, nơi các thế hệ Huynh trưởng và đoàn sinh liên tục được học hỏi và phát triển.

Trong thông điệp của Thầy Tuệ Sỹ, tinh thần giáo dục và sự nghiệp phụng sự cộng đồng được nhấn mạnh như một yếu tố quyết định sự tồn tại lâu dài của tổ chức. Huynh trưởng, với vai trò giáo dục của mình, phải bảo đảm rằng chúng ta không chỉ hướng dẫn các em trong việc tu tập Phật pháp mà còn xây dựng được một tổ chức đoàn kết, mạnh mẽ, có khả năng đối diện với mọi thách thức của thời đại. Tinh thần giáo dục không chỉ dừng lại ở việc giảng dạy mà còn là sự tạo dựng và phát triển một cộng đồng Phật giáo vững bền.

ÁNH SAO MAI SOI SÁNG
CON ĐƯỜNG GIÁO DỤC CHO THẾ HỆ TRẺ

1. Lòng nhân ái là chìa khóa

Trong thông điệp của Thầy Tuệ Sỹ, lòng nhân ái được ví như ánh Sao Mai – nguồn sáng giúp con người vượt qua những bóng tối của khổ đau và thất vọng. Huynh trưởng GĐPT phải nhận thức rằng, vai trò của mình không chỉ là người truyền đạt kiến thức mà còn là người khơi dậy và phát triển lòng từ bi trong trái tim đàn em. Điều này không chỉ giúp các em trở thành những con người có phẩm chất đạo đức cao quý mà còn là nền tảng để các em có thể tiếp tục con đường giác ngộ.

Lòng từ bi là một trong những phẩm chất cốt lõi của Phật giáo. Thông qua các hoạt động giáo dục và tu học, Huynh trưởng cần giúp các em hiểu rằng lòng nhân ái không chỉ là lý thuyết mà cần được thể hiện qua những hành động thực tiễn, như việc giúp đỡ những người yếu thế, chia sẻ tình thương với mọi người xung quanh. Đây chính là cách mà Huynh trưởng có thể thực hiện sứ mệnh của mình, không chỉ trong việc giảng dạy mà còn trong việc nuôi dưỡng những tâm hồn biết yêu thương.

2. Giác ngộ bắt đầu từ nhận thức sâu sắc về khổ đau

Giống như Đức Phật đã giác ngộ từ sự thấu hiểu sâu sắc về bản chất của khổ đau, Huynh trưởng cũng phải giúp đàn em nhận ra rằng khổ đau là một phần không thể tránh khỏi của cuộc sống. Thông qua quá trình giáo dục, các em phải nhận thức được bản chất của cuộc sống và cách vượt qua những khó khăn bằng trí tuệ và lòng từ bi.

Thầy Tuệ Sỹ nhắc nhở rằng, ánh sáng từ giác ngộ chỉ có thể bừng lên khi chúng ta đối diện và vượt qua khổ đau. Huynh trưởng, với sự dẫn dắt của mình, cần phải giúp đàn em hiểu rõ điều này, để từ đó các em có thể phát triển sự kiên nhẫn, lòng bao dung và tìm thấy sự an lạc trong cuộc sống. Bằng cách này, các em sẽ không chỉ trở thành những người hiểu biết Phật pháp mà còn là những người biết cách đối diện với thử thách trong cuộc sống với tinh thần lạc quan và tích cực.

VAI TRÒ CỦA HUYNH TRƯỞNG TRONG VIỆC XÂY DỰNG TƯƠNG LAI

1. Phụng sự đàn em là phụng sự Phật pháp

Trong thông điệp của Thầy Tuệ Sỹ, ta có thể nhận thấy một sự nhấn mạnh sâu sắc về việc phụng sự cộng đồng và cụ thể hơn, phụng sự đàn em chính là phụng sự Phật pháp. Huynh trưởng không chỉ là người giảng dạy Phật pháp mà còn là người đưa đàn em đến gần hơn với giá trị chân thật của Phật giáo, qua việc nuôi dưỡng tâm hồn các em bằng những bài học về từ bi, trí tuệ và sự kiên trì trong tu tập.

Phụng sự đàn em không chỉ là nhiệm vụ mà còn là niềm vinh dự của người Huynh trưởng. Đây là cơ hội để Huynh trưởng thể hiện lòng từ bi của mình qua việc chăm sóc, hướng dẫn và dạy dỗ đàn em. Thông qua việc phụng sự này, Huynh trưởng không chỉ đóng góp cho sự phát triển của GĐPT mà còn thực hiện sự nghiệp giác ngộ của chính mình.

2. Khai sáng tinh thần và duy trì truyền thống

Thông điệp của Thầy Tuệ Sỹ gửi gắm một tinh thần mạnh mẽ về việc duy trì và phát huy truyền thống Phật giáo. Huynh trưởng, với vai trò là người kế thừa di sản tinh thần này, phải không ngừng học hỏi, phát triển và đổi mới để phù hợp với bối cảnh hiện đại. Việc duy trì truyền thống không có nghĩa là bảo thủ mà là biết cách kết hợp giữa những giá trị cốt lõi của Phật giáo và những đòi hỏi của thời đại mới.

Huynh trưởng cần khuyến khích đàn em tôn trọng và bảo vệ những giá trị truyền thống của GĐPT, nhưng đồng thời cũng phải giúp các em hiểu rằng sự đổi mới là cần thiết để tổ chức có thể phát triển vững bền. Điều này đòi hỏi sự khéo léo trong cách tiếp cận, giúp các em vừa biết giữ gìn những giá trị của quá khứ, vừa cởi mở với những ý tưởng mới để phù hợp với thực tế hiện nay.

3. Thích nghi và đổi mới trong giáo dục

Như đã nêu trong thông điệp, giáo dục Phật giáo không thể mãi giữ nguyên mà phải thay đổi để đáp ứng nhu cầu của thế hệ mới. Huynh trưởng phải luôn sáng tạo trong cách giảng dạy, kết hợp giữa những bài học truyền thống và những phương pháp giáo dục hiện đại, để giúp đàn em tiếp cận Phật pháp một cách dễ dàng hơn.

Trong thời đại công nghệ số, việc sử dụng các công nghệ kỹ thuật số như tài liệu học trực tuyến, các buổi giảng dạy qua mạng có thể là những phương tiện mới giúp đàn em học hỏi và tiếp cận với Phật pháp. Tuy nhiên, điều quan trọng là Huynh trưởng phải luôn giữ vững tinh thần từ bi và trí tuệ, không để công nghệ làm mất đi giá trị cốt lõi của giáo dục Phật giáo.

*"Khi về anh nhớ cài quai nón
Mưa lạnh đèo cao không cõi người"*

TUỆ SỸ,
Thiên Lý Độc Hành, 13

PHỤ BẢN 6

ĐẠO PHẬT
VỚI THANH NIÊN

TUỆ SỸ

Các anh chị thân mến,

Đề tài thảo luận của chúng ta hôm nay là "Đạo Phật với Thanh Niên". Tiêu đề như thế thường gây ấn tượng rằng có nhiều hình thái đạo Phật khác nhau; và mỗi hình thái cho từng lứa tuổi, hay tùy theo thành phần xã hội khác nhau. Nhưng cũng có thể hiểu, chỉ có một đạo Phật mà thôi và nội dung thảo luận của chúng ta nay sẽ xem xét đạo Phật ấy có những đặc điểm gì được xem là cơ bản, rồi từ đó rút ra kết luận rằng, đạo Phật trong ý nghĩa như vậy có phù hợp với tuổi trẻ hay không? Tất nhiên, các anh chị ở đây đều là Phật tử, do đó câu trả lời đã có sẵn từ bao lâu rồi. Dù nói theo ý nghĩa nào, hay nhìn vấn đề từ góc cạnh nào, chúng ta sẽ không nêu ra bất cứ định nghĩa và cũng không quy chiếu đạo Phật vào những yếu tính hay đặc tính nào.

Nói thế, có khi cũng hơi khó cho các anh chị vấn đề. Chắc ở trong đây cũng có nhiều anh chị đã từng đọc sách Thiền và có thể đã nghe nói đến công án Thiền, đại khái như thế này. Một người hỏi Thiền sư: Phật là gì? Thiền sư đáp: "Ba cân gai". Không phải là câu chuyện bông đùa, cũng không phải Thiền sư muốn đưa ra một mệnh đề triết học siêu nghiệm rắc rối. Bởi vì, ở đây chúng ta đi tìm ý nghĩa của đời sống, tìm để phát hiện những giá trị của đời sống. Nói theo cách nói của một nhà văn hay nhà thơ, chúng ta không định nghĩa, không mô tả, vì chúng ta không đi tìm kiến thức bách khoa về sự sống, mà đi tìm hương vị đích thực của nó. Như con ong đi tìm hoa, không phải chỉ tìm hương sắc của hoa. Hương sắc của hoa chỉ là tín hiệu của giá trị tồn tại. Nó tìm hoa để hút mật, làm dưỡng chất cho tồn tại của mình và cho tất cả nòi giống của mình.

Tuổi trẻ thường được nhắc nhở, khuyên bảo rằng cần phải học hỏi để sống cho đáng sống. Ca dao cũng nói rằng "Làm trai cho đáng nên trai, xuống Đông Đông tĩnh lên Đoài Đoài yên" và các bạn trẻ hiểu rằng, ta sẽ phải làm nên sự nghiệp hiển hách nào đó kẻo không thì sẽ uổng phí cuộc đời. Rồi bạn ấy làm nên sự nghiệp lớn thật và người đời thán phục. Chúng ta cũng hết sức thán phục. Nhưng hãy nhìn sâu vào đôi mắt của bạn ấy một chút, nếu có ai trong chúng ta đây có vinh dự được nhìn. Chúng ta thấy gì? Những phương trời cao rộng, để cho "cánh hồng bay bổng tuyệt vời", hay một phương trời tiếc nuối, "khi ngoảnh lại ngắm màu dương liễu, thà khuyên chàng đừng chịu tước phong"? Cả hai. Người đuổi bắt ảo ảnh để tìm ảnh thực vĩnh cửu của chính mình. Vị ngọt của đời ở đâu, trong cả hai?

Bây giờ chúng ta hãy tạm rời bức tranh lãng mạn ấy, để nhìn sang một hướng khác. Có hình ảnh nào đáng chiêm ngưỡng hơn hay không? Cũng còn tùy theo điểm đứng nghệ thuật của người nhìn.

Thuở xưa, có một vương tử, mà ngai vàng đã dọn sẵn, vó ngựa chinh phục cũng đã sẵn sàng yên cương. Rồi một đêm, khi cả cung đình đang ngủ say trong giấc ngủ êm đềm của uy quyền, danh vọng, giàu sang; vương tử gọi quân hầu thắng cho ngài con tuấn mã trường chinh. Nhưng vó ngựa trường chinh của ngài không tung hoành chiến trận. Thanh gươm chinh phục của ngài không đánh gục những chiến sĩ yếu hèn. Gót chân vương giả từ đó lang thang khắp chốn sơn cùng thủy tận: cô đơn bên bờ suối, dưới gốc cây. Ngài đi tìm cái gì? Ta hãy nghe Ngài nói: "Rồi thì, này các Tỳ kheo, một thời gian sau, trong tuổi thanh xuân, khi tóc còn đen mượt, với sức sống cường tráng; mặc dù cha mẹ không đồng ý với gương mặt đầm đìa nước mắt, Ta đã cạo bỏ râu tóc, khoác áo cà-sa, lìa bỏ gia đình, sống không gia đình. Ta trong khi ra đi như vậy, làm người đi tìm cái gì đó chí thiện, tìm con đường hướng thượng, tìm dấu vết của sự tịch mịch tối thượng". Ngài đi tìm và khai phát con đường dẫn về thế giới bình an và hạnh phúc vĩnh cửu.

Rồi con đường ấy được công bố, được giới thiệu cho những ai như những đóa sen tuy sinh trưởng từ bùn sình, nước đọng, đang đã có thể vươn lên khỏi bùn sình, bản thân không bị nhiễm mùi tanh hôi của bùn sình. Tuy vậy, không phải ngay từ đầu con đường vừa được khám phá và công bố ấy được tiếp nhận một cách đầy tin tưởng bởi tất cả mọi người. Số người chống đối không phải ít.

Khi Đức Đạo Sư trẻ tuổi đến Magadha, vương quốc hùng mạnh nhất thời bấy giờ, nhiều thanh niên con nhà gia thế, như Yasa cùng các bạn bè và các thanh niên trí thức hàng đầu như Sariputta và Moggallana và nhiều thanh niên quý tộc, vương tôn công tử, tiếp nối nhau từ bỏ gia đình, từ bỏ địa vị xã hội sang cả, chọn con đường vinh quang của Chân lý. Từ một góc độ nào đó mà nhìn, sự ra đi của họ tạo thành một khoảng trống lớn cho xã hội, làm đảo lộn nếp sống đã thành thói quen của quần chúng. Dân chúng lo ngại. Họ thì thầm bàn tán, rồi phiền muộn, rồi thất vọng và rồi giận dữ. Dư luận gần như dấy lên đợt sóng phản đối: "Sa-môn Gotama làm cho những người cha mất con, những bà vợ trẻ trở thành góa bụa. Sa-môn Gotama làm cho các gia đình có nguy cơ sụp đổ". Dư luận phản đối ấy không kéo dài đủ để gây thành làn sóng phản đối. Chẳng mấy chốc, những người cha, những bà vợ trẻ ấy nhận thấy không phải họ bị phản bội hay bị bỏ rơi cho số phận cô đơn, mà họ được chỉ cho thấy hương vị tuyệt vời của tình yêu và hạnh phúc mà trong một thời gian dài họ không tìm thấy.

Như thế, trong những ngày đầu tiên khi vừa được công bố, con đường chí thiện, con đường tối thắng và tối thượng của thế gian, dẫn đến thế giới bình an vĩnh cửu không phải bằng sức mạnh chinh phục của gươm giáo, mà bằng sức mạnh của từ bi và trí tuệ; con đường ấy được nồng nhiệt tiếp nhận bởi những con người rất trẻ, bởi tầng lớp ưu tú nhất của xã hội; tầng lớp định hướng tương lai của xã hội.

Rồi ba thế kỷ sau, một bạo chúa với đạo quân hùng mạnh bách chiến bách thắng, sau một trận tàn sát khốc liệt, chống gươm đứng nhìn hàng vạn xác chết chợt thấy rằng chiến thắng oanh liệt đẫm máu này không thể là sức mạnh tối thượng để có thể chinh phục lòng người. Dù nó mang lại cho người chiến thắng những giây phút vinh quang ngây ngất. Vị hoàng đế trẻ cảm thức sâu xa đó không phải là nguồn suối của bình an và hạnh phúc. Kể từ đó, đế quốc mênh mông không cần được bảo vệ bằng sức mạnh của gươm giáo; thần dân của đế quốc sống trong thái bình thịnh trị, được bảo vệ bằng sức mạnh của từ bi và khoan dung.

Có lẽ chúng ta nên dừng lại ở đây. Hình ảnh ấy đối với nhiều người quá cao xa, nhìn lâu tất choáng ngợp. Dù vậy, tự thâm tâm của mình, không một bạn trẻ nào, dù là nam hay nữ, không cảm nhận rằng mình đang được thúc đẩy bởi một động lực không thể cưỡng, đó là khát vọng chinh phục. Chinh phục tình yêu, chinh phục danh vọng, chinh phục địa vị. Dù nhìn từ góc độ nào, dù tiến theo hướng nào; chúng ta như những trẻ nít đuổi theo cánh bướm. Khi đã nắm được xác bướm trong lòng tay, ít ai tự hỏi: chinh phục và chiến thắng này có ý nghĩa gì? Và ta vẫn mãi miết đuổi theo những cánh bướm này rồi đến cánh bướm khác. Trong lịch sử loài người, có bao nhiêu nhà chinh phục vĩ đại, sau chiến thắng, lại cảm thấy ta cũng chỉ là một con đường yếu đuối trước sức mạnh bao dung của tình yêu nhân loại?

Vó ngựa của Thành-cát-tư Hãn không chùn bước trước bất cứ kẻ thù nào, nhưng tâm tư của Đại Hãn cảm thấy bất an khi nhìn sâu vào cuối con đường chinh phục một bóng dáng đang thấp thoáng đợi chờ. Đó là kẻ thù cần phải chinh phục sau cùng. Đại Hãn cũng biết rằng dẫu cho tập hợp sức mạnh của trăm vạn hùng binh cũng không thể đánh bại kẻ thù ấy, chinh phục vương quốc ấy. Ông cho đi tìm một người trợ thủ, tìm cố vấn thông thái nhất và khôn ngoan nhất để tập hợp được sức mạnh siêu nhiên. Sứ giả của Đại Hãn đi vào núi Chung Nam thỉnh cầu Đạo trưởng Khưu Xử Cơ. Đạo trưởng khởi hành, băng sa mạc, đến tận đại bản doanh của Đại Hãn, để giảng giải cho Đại Hãn ý nghĩa trường sinh bất tử, những ẩn nghĩa huyền vi từ quyển thiên thư năm nghìn chữ của Thái Thượng Lão Quân. Cuối quyển thiên thư, khi tất cả ẩn ngữ coi như đã phơi bày ý nghĩa thâm sâu. Khả Hãn chỉ xác nhận được một điều: ta sẽ là người chiến bại trong cuộc chiến cuối cùng ấy.

Vậy, ý nghĩa của chinh phục là gì?

Mỗi người trong chúng ta sống và đi tìm một cái gì đó, một ý nghĩa nào đó, cho sự sống hay lẽ sống của mình. Với tuyệt đại đa số, tình yêu và hạnh phúc là lẽ sống, hoặc là tài sản, hoặc danh vọng, hoặc quyền lực, là lẽ sống. Người ta tự đày đọa tâm trí mình, làm khổ nhọc hình hài mình, để đuổi bắt những gì được coi là tinh hoa của đời sống. Người ta cũng biết rằng ngoài những cái lẽ sống phù du, ảo ảnh của hạnh phúc, còn có những phương trời cao rộng, còn có con đường chí thiện; nhưng chỉ một số rất ít người bước theo hướng đó và lại rất ít người đến đích. Vì sao thế?

Có một nhà nghiên cứu văn học, khi viết về nhà thơ Lý Bạch, không tiếc lời ca ngợi con người tài và đời sống phóng khoáng ấy. Rồi nhà nghiên cứu kết luận: nhưng chúng ta không sống như Lý Bạch được, vì chúng ta còn có gia đình vợ con và nhiều thứ ràng buộc khác. Phải chăng tất cả chúng ta đều sinh ra với một dây thòng lọng treo sẵn nơi cổ, còn Lý Bạch thì không? Phải chăng chúng ta chỉ được phép chiêm ngưỡng, thán phục những cuộc đời và những nhân cách cao thượng, như người hành khất đói rách chỉ được phép từ xa đứng nhìn một cách thèm thuồng những ngọc ngà châu báu trên thân thể một công nương mỹ miều? Lý Bạch không thể sống như ta và ta cũng chẳng cần phải trở thành người như Lý Bạch để được người đời thán phục. Mỗi người ẩn chứa trong tự thân một kho báu vô tận. Cần gì phải vay mượn hay ăn cắp giá trị của tha nhân. Không nên tự đánh giá mình quá thấp kém.

Người cùng tử trong kinh Pháp Hoa, không dám vọng tưởng bản thân là con trai và cũng là người thừa kế duy nhất của vị trưởng giả giàu sang, mà thế lực có khi còn lấn lướt trên hàng khanh tướng của triều đình. Anh chàng trai trẻ này cảm thấy sung sướng khi người ta nhận mình làm một tôi tớ hèn mọn và rất lấy làm vinh dự được là tôi tớ hèn mọn của gia đình sang cả ấy. Vinh dự với công việc quét dọn các hố xí. Vinh dự được nằm ngủ trong chuồng ngựa. Thế nhưng, tự bản chất, trong huyết thống và như một định mệnh quái dị, nó phải là người thừa kế duy nhất của gia đình ông trưởng giả. Nó chỉ được công nhận tư cách thừa kế khi nào tự nhận ra nguồn gốc huyết thống của mình, tự khẳng định giá trị cao sang của mình. Không thể rằng một kẻ tự xác nhận giá trị con người của nó không cao hơn giá trị con ngựa nòi của ông chủ, mà kẻ đó lại có ý nghĩa muốn khẳng định mình là kẻ thừa kế duy nhất. Đó không phải là thừa kế, mà là âm mưu sang đoạt. Chắc chắn nó sẽ phải bị trừng phạt vì tham vọng điên rồ. Ở đây, trong khi chúng ta không tự khẳng định được phẩm chất cao quý của mình, không nhìn thấy những giá trị cao cả của đời sống; những giá trị không cao hơn các hàng ghế và các nấc thang xã hội đã được cố định như là trật tự không thể đảo lộn; ấy thế mà nghĩ rằng "Ta là Phật tử", nghĩa là kẻ thừa tự hợp pháp của gia tộc Như Lai, há chẳng phải là một sự soán nghịch chăng?

Trong số những người bạn trẻ của tôi, không ít người cố vươn lên, tự khẳng định giá trị bản thân; tự cho rằng khi cần và nếu muốn thì có thể khoác lên mình phẩm phục sang nhất, ngồi ở địa vị cao nhất trong xã hội không phải là khó; và khi không cần thiết thì cũng có thể "vứt bỏ ngai vàng như đôi dép rách". Những người bạn ấy, sau một thời gian vật lộn với đời để tự khẳng định giá trị của mình, có bạn "may mắn" leo lên được chiếc ghế cao, bỗng chợt thấy tất cả ý nghĩa và giá trị của đời sống đều được vẽ vời, được khắc chạm lên chiếc ghế này. Từ đó, họ cố buộc chặt mình vào đó và quyết tâm bảo vệ nó "với bất cứ giá nào".

Cũng có người bạn, sau cuộc tình đổ vỡ, chợt thấy hạnh phúc trong vòng tay chỉ là ảo ảnh. Anh tìm đến tôi sau những ngày lang thang, đau khổ. Không phải anh đến tìm nơi tôi một nguồn an ủi, mà đến để giảng cho tôi một bài pháp rất hay về nghĩa của tình yêu và vĩnh cửu; hạnh phúc chân thật và lẽ sống cao cả, chí thiện. Trong khi lặng lẽ nghe anh nói, cảm thấy như mình đang uống từng giọt nước cam lồ ngưng tụ từ những giọt nước mắt nóng bỏng; và thầm tự hỏi: bạn mình đã "chứng ngộ Niết bàn" rồi chăng? Phải thú nhận rằng, bây giờ, đã ba mươi năm sau, tôi vẫn không quên được "bài thuyết pháp" tuyệt vời ấy. Nhưng chỉ một thời gian ngắn thôi; anh lại lao mình chạy theo những cuộc tình mới. Tôi hỏi. Anh nói, hương vị ngọt ngào của mối tình đầu ấy không nhạt mờ theo năm tháng được. Nó vĩnh viễn ẩn kín ở một góc tối nào đó trong trái tim anh. Anh đuổi theo những mối tình hời hợt, thoáng chốc; chạy theo danh vọng phù hoa; tất cả chỉ muốn quên đi những gì đã đi và đi mất mà không bao giờ níu kéo lại được. Thỉnh thoảng, nhớ lại anh, tôi tự hỏi, bây giờ thực tế anh đang gặt hái những thành công trên đường đời; nếu nghĩ lại những năm tháng của tuổi trẻ ấy, anh có thấy mình dại dột chăng? Là đuổi bắt ảo ảnh chăng? Và giữa hai quãng đời ấy, thật sự đâu là ảo ảnh?

Người ta nói, tuổi trẻ các bạn đang đứng trước ngưỡng cửa cuộc đời; vậy hãy chuẩn bị hành trang mà vào đời. Tôi muốn nói cách khác. Bằng tuổi trẻ của mình đã đi qua, tôi muốn nói rằng, tuổi trẻ các bạn đang được đặt trước hai câu hỏi cần phải trả lời dứt khoát, hay trước hai ngả đường cần phải lựa chọn không lưỡng lự: tình yêu và sự nghiệp. Trước mặt các bạn là con đường thăm thẳm, đang ẩn hiện mơ hồ dưới ánh sao mai. Chưa phải là buổi bình minh để các bạn thấy rõ mình đang đứng đâu và con đường mình sẽ đi đang dẫn về đâu. Và trước mắt có thật sự là hai ngả đường phải lựa chọn, hay thực tế chỉ một mà thôi? Các bạn sẽ tiến tới theo hướng nào? Học tiến lên theo con đường công danh sự nghiệp, bởi vì "đã sinh ra ở trong trời đất, phải có danh gì với núi sông"? Hay săn đuổi bóng dáng một mùa xuân vĩnh cửu? Cả hai ý nghĩa, các bạn trẻ đều hiểu rõ. Chúng ta không cần biện giải dài dòng. Có điều, sự hiểu biết của các bạn về con đường trước mắt không phải do chính mình đã nhìn thấy, như thấy rõ con đường mình đang đi, khi ánh bình minh xuất hiện; mà do dấu vết của nhiều thế hệ đi trước. Dễ có mấy ai tự vạch cho mình một lối đi riêng biệt, không dẫm theo bất cứ lối mòn nào.

Lần bước theo những vết mờ của người đi trước, tuổi trẻ định hướng cho tương lai của mình. Trong số họ, rất ít người bước ra khỏi bóng đêm của rừng rậm, để bằng chính đôi mắt của mình, nhìn thấy rõ con đường đang đi đang chạy theo hướng nào, dưới mặt trời rực sáng của ban mai.

Chúng ta hãy đi tìm một người trong số rất ít người ấy. Người không xa lạ với chúng ta. Tôi muốn nhắc các bạn vua Trần Nhân Tông. Tuổi trẻ, lớn lên giữa cung đình xa hoa, đầy lạc thú, nhưng người thiếu niên vương giả lại sống như một ẩn sĩ ngay giữa hoàng thành. Trường trai, khổ hạnh; không biết người ta có nhìn thấy phong độ hào hoa nơi thiếu niên vương giả này hay không. Nhưng vua cha nhìn thân thế gầy còm của người kế vị ngai vàng mà khóc: Biết con có đủ nghị lực để giữ vững giềng mối giang sơn chăng? Tuy vậy, con người ấy, về sau, khi ngự trị trên ngai vàng, làm chủ một đất nước, không chỉ đã tự khẳng định giá trị bản thân, mà còn khẳng định ý nghĩa sinh tồn của một dân tộc. Dù ngồi trên bệ rồng cao vời vợi; dù xông pha chiến trận; hay dù trên vó ngựa khải hoàn, từ những chiến thắng oanh liệt; mà cho đến nay, trong bóng đêm khuya, trong bóng đêm tịch mịch của lịch sử, chúng ta vẫn mường tượng nhịp mõ công phu và giọng kinh man mác nhưng vẫn rành rọt khí phách anh hùng của bậc quân vương vốn coi ngai vàng như đôi dép bỏ: "Nhất thiết hữu vi pháp, Như mộng huyễn bào ảnh". Làm sao trong con mắt nhìn, thế giới này chỉ tồn tại như hạt sương trên đầu cỏ, lại có thể định hướng không chỉ cuộc đời của riêng mình mà cho cả vận mệnh của dân tộc? Hy vọng các bạn trẻ có thể tự mình tìm thấy câu trả lời. Bởi vì, nếu các bạn có thể trả lời được câu hỏi ấy, các bạn cũng có thể định hướng cuộc đời của mình mà không e ngại rằng sẽ có điều nhầm lẫn.

Bây giờ, chúng ta hãy trở lại đề tài thảo luận. Rất nhiều anh chị khi nghe đọc lên đề tài, nghĩ rằng diễn giả sẽ nêu lên một hình thái đạo Phật như thế nào đó, sau đó nghiệm xét xem hình thái ấy có những điểm nào phù hợp với tuổi trẻ, ích lợi thiết thực cho tuổi trẻ. Cho đến đây, chưa có hình thái nào được giới thiệu. Có anh chị nào cảm thấy thất vọng không? Cũng nên thất vọng một ít. Như thế để chứng tỏ rằng chúng ta đến với đề tài không phải thụ động; ai nói sao nghe vậy. Nhất định, phải có sự lựa chọn; dù không phải là lựa chọn một cách tùy tiện. Khởi đầu của nhận thức, tất phải có sự lựa chọn. Hoạt động trí năng của tuổi trẻ, trước tất cả, là khả năng lựa chọn. Tuổi trẻ học tập để biết lựa chọn. Định hướng cho tương lai của mình bằng sự lựa chọn sáng suốt.

Vả lại, ở đây ta cũng không nên thất vọng nếu nói rằng không có một hình thái đạo Phật nhất định nào dành riêng cho tuổi trẻ. Chỉ có một mảnh trăng trên trời. Nhưng là trăng bạc màu tang tóc; hay trăng tươi mát hồn nhiên; hoặc là trăng thề làm chứng cho trái tim chung thủy; và cũng có khi là "trăng già độc địa làm sao, xe dây chẳng lựa buộc vào như chơi". Cũng có tuổi trẻ đến với đạo Phật, mong cầu giọt nước cành dương làm sống dậy một tâm hồn khô héo vì tình yêu bị phản bội. Cũng có tuổi trẻ đến với đạo Phật để gột rửa sạch "gót danh lợi bùn pha sắc xám, mặt công hầu nắng rám mùi dâu". Các bạn trẻ ấy tự tìm thấy hình thái đạo Phật thích hợp với mình. Nếu đạo Phật không đáp ứng được cho những tâm hồn đau khổ, chán chường cuộc sống ấy, chẳng khác nào y sĩ từ chối bệnh nhân. Vậy thì, các bạn trẻ cũng nên tự mình tìm cho mình một hình thái cho đạo Phật thích hợp; không phải là hình thái được lập thành khuôn mẫu do bởi các anh chị trưởng, do các đại đức, thượng tọa, hay do các nhà nghiên cứu uyên bác. Một thiền sư Việt Nam đã nói: "Nam nhi tự xung thiên chí, hưu hướng Như Lai hành xứ hành". Ta hãy đi con đường do chính ta lựa chọn, không cần gì phải lắc nhắc theo dấu vết của Như Lai. Khẩu khí này nhiều khi khiến ta sợ hãi, e rằng có quá tự phụ, quá ngạo mạn chăng? Đừng có phổ nhạc những lời ấy thành giai điệu với tiết tấu hành khúc dồn dập, mà hãy thử phổ thành một sonata nhỏ của mặt hồ tĩnh lặng, ta sẽ nghe được âm hưởng này: hãy bình thản tự chọn cho mình một hướng đi, sẵn sàng chịu trách nhiệm đối với hậu quả xuất hiện trên hướng đi mà ta đã chọn. Lời Phật cần ghi nhớ: "Chúng sanh là kẻ thừa tự những hành vi mà nó đã làm". Và còn có lời Phật khác nữa: "Hãy là kẻ thừa tự Chánh pháp của Như Lai; chớ đừng là kẻ thừa tự tài vật".

Các bạn trẻ đang học tập để chuẩn bị cho mình xứng đáng là kẻ thừa tự. Kế thừa gia nghiệp của ông cha, cũng như dòng họ. Kế thừa sự nghiệp của dân tộc. Kế thừa di sản nhân loại. Dù đặt ở vị trí nào; bản thân của các bạn trẻ trước hết phải là người thừa kế. Thành công hay thất bại trong sự nghiệp thừa kế của mình, đó là trách nhiệm của từng người, của từng cá nhân. Hãy tự đào luyện cho mình một trí tuệ, một bản lĩnh, để sáng suốt lựa chọn hướng đi và dũng cảm chịu trách nhiệm những gì ta đã lựa chọn và gây ra cho bản thân và cho cả chúng sanh.

Không có đạo Phật chung chung cho đồng loạt tuổi trẻ. Mỗi cá nhân tuổi trẻ là biểu hiện của mỗi hình thái đạo Phật sinh động.

Chúc các anh chị có đầy đủ nghị lực để chinh phục những vương quốc cần chinh phục; để chiến thắng những sức mạnh cần chiến thắng.

"Lời Phật cần ghi nhớ: 'Chúng sanh là kẻ thừa tự những hành vi mà nó đã làm'. Và còn có lời Phật khác nữa: 'Hãy là kẻ thừa tự Chánh pháp của Như Lai; chớ đừng là kẻ thừa tự tài vật'".

TUỆ SỸ,
Đạo Phật Với Thanh Niên

HÀNH TRÌNH TỰ THỨC:
ĐẠO PHẬT TRONG TÂM HỒN THANH NIÊN

HẠ HUYỀN

KHỞI ĐẦU CỦA CUỘC HÀNH TRÌNH NỘI TÂM

Tuổi trẻ là giai đoạn đẹp nhất của đời người, khi tinh thần và thể xác đang tràn đầy sức sống, khi tâm hồn đang khát khao chinh phục những đỉnh cao của tri thức, tình yêu và sự nghiệp. Nhưng trong hành trình đi tìm lẽ sống và giá trị của cuộc đời, chúng ta nhiều khi đứng trước những ngã rẽ, mà câu trả lời không chỉ nằm trong sự hối hả và nhiệt huyết của tuổi trẻ, mà còn cần sự tỉnh thức và trí tuệ. Đạo Phật, từ những thời kỳ sơ khởi, đã được truyền bá không chỉ như một tôn giáo, mà còn như một phương tiện để con người tự tìm lại chính mình, giải thoát khỏi khổ đau và mê lầm.

Chúng ta thường nhầm lẫn rằng Đạo Phật, với những lý tưởng cao siêu, chỉ phù hợp cho những người đã trải qua tuổi đời trầm lặng, đã xa rời cuộc sống xô bồ. Nhưng thực chất, như Thầy Tuệ Sỹ từng nêu ra trong bài tham luận *"Đạo Phật với Thanh niên,"** Đạo Phật không phân biệt tuổi tác và không hề xa lạ với thanh niên. Chính những người trẻ, với tinh thần mạnh mẽ, trí tuệ sáng suốt, là những người dễ dàng tìm thấy con đường hướng đến sự giác ngộ, nếu chúng ta biết định hướng đúng và dũng cảm đi theo con đường ấy.

Ý NGHĨA CỦA SỰ CHINH PHỤC NỘI TÂM

Trong hành trình của một con người, đặc biệt là tuổi trẻ, khát vọng chinh phục luôn là một động lực mạnh mẽ. Chúng ta chinh phục kiến thức, sự nghiệp, danh vọng và cả tình yêu. Nhưng sự chinh phục này có

---
*Phụ lục 6

ý nghĩa gì nếu cuối cùng chúng ta không thể tìm thấy sự bình an trong lòng mình? Như Đức Phật từng từ bỏ ngai vàng và gia đình để đi tìm con đường giác ngộ, thanh niên hôm nay cũng cần tự hỏi: liệu những thành công bên ngoài có đủ để tạo nên ý nghĩa cho cuộc sống?

Sự chinh phục lớn nhất không nằm ở việc đánh bại kẻ thù hay đạt được địa vị cao sang, mà nằm ở việc tự chiến thắng chính mình, tìm lại bản chất chân thật của cuộc đời. Điều này đòi hỏi sự dũng cảm để nhìn sâu vào bên trong, nhận ra những vô minh và tham sân si đang chế ngự chúng ta. Khi chúng ta biết quay về với nội tâm, khi chúng ta đủ trí tuệ để nhìn thấy bản chất của sự sống và cái chết, chúng ta mới có thể thực sự "chinh phục" được cuộc đời.

THÁCH THỨC CỦA THANH NIÊN TRONG XÃ HỘI HIỆN ĐẠI

Trong xã hội hiện đại, tuổi trẻ ngày càng bị cuốn theo những áp lực của công việc, học tập và những tiêu chuẩn xã hội mà đôi khi họ không còn cơ hội để dừng lại và tự hỏi về ý nghĩa của cuộc đời mình. Đạo Phật, với những lời dạy về vô thường và khổ đau, không chỉ là một hệ tư tưởng mà còn là một phương pháp để thanh niên giải phóng khỏi những lo âu và căng thẳng. Nhưng để thực hành Đạo Phật một cách thực sự, chúng ta không chỉ học hỏi những tri thức bề ngoài, mà còn phải áp dụng những nguyên lý của từ bi và trí tuệ vào trong từng hành động hàng ngày.

Như Thầy Tuệ Sỹ đã nhắc nhở, không có một hình thái cố định nào của Đạo Phật chỉ dành riêng cho tuổi trẻ. Mỗi người trẻ là một cá nhân và Đạo Phật sẽ hiện hữu dưới hình thức khác nhau trong từng tâm hồn. Điều quan trọng không phải là tuân theo một khuôn mẫu, mà là tự khám phá và trải nghiệm Đạo Phật trong chính cuộc sống của mình, từ đó xây dựng nên một con đường riêng biệt.

BÀI HỌC THỰC TIỄN CHO THANH NIÊN TỪ ĐẠO PHẬT

Khi đặt câu hỏi về vai trò của Đạo Phật với thanh niên, chúng ta cần trở về với những giá trị cốt lõi: sự tự do, từ bi và trí tuệ. Những giá trị này không chỉ là nền tảng của Đạo Phật, mà còn là những phẩm chất cần thiết để thanh niên xây dựng một cuộc đời hạnh phúc và ý nghĩa.

Trong thời đại toàn cầu hóa, khi thanh niên ngày càng phải đối diện với nhiều sự cám dỗ và thách thức, việc giữ gìn sự trong sáng của tâm hồn và biết tỉnh thức trước những ảo ảnh của cuộc đời là vô cùng quan trọng. Đạo Phật không yêu cầu chúng ta từ bỏ cuộc sống xã hội, mà là hướng dẫn chúng ta sống trong xã hội một cách tỉnh thức, không bị cuốn theo những tham vọng phù du.

NHẬN DIỆN SỰ VÔ THƯỜNG TRONG ĐỜI SỐNG TUỔI TRẺ

Khi nói về thanh niên, chúng ta không thể bỏ qua sức mạnh tiềm tàng của tuổi trẻ, nơi mà nhiệt huyết và đam mê thúc đẩy con người tiến về phía trước. Tuy nhiên, chính trong thời điểm rực rỡ nhất của cuộc đời, Đạo Phật lại khuyên chúng ta hãy nhận diện sự vô thường của tất cả mọi thứ xung quanh. Thanh niên với sức khỏe, trí tuệ và lòng nhiệt huyết dễ rơi vào ảo tưởng rằng những thứ mình đang có sẽ tồn tại mãi mãi, rằng cuộc đời là bất tận.

Tuy nhiên, vô thường là chân lý không thể tránh khỏi và Đạo Phật luôn nhắc nhở chúng ta về điều đó. Những thành công hôm nay, những vinh quang của tuổi trẻ, dù đẹp đẽ đến đâu, cũng chỉ là tạm bợ. Như bông hoa nở rộ trong sương sớm, vẻ đẹp của nó không thể kéo dài mãi mãi. Bằng cách hiểu sâu sắc về tính vô thường của vạn vật, thanh niên sẽ không bị vướng mắc vào những ảo vọng phù phiếm, mà thay vào đó, họ sẽ biết trân trọng từng khoảnh khắc của cuộc sống, sống hết mình nhưng không để bản thân bị cuốn đi bởi những tham vọng vô nghĩa.

Trong giáo lý nhà Phật, vô thường không phải là lời cảnh báo về sự suy tàn, mà chính là cơ hội để thanh niên nhận ra bản chất thực của cuộc sống. Để không bị vô minh chi phối, người trẻ cần nhìn thẳng vào những thay đổi của cuộc đời, không sợ hãi mà ngược lại, dũng cảm đón nhận và chuyển hóa nó thành động lực để tiến xa hơn trên con đường giác ngộ.

CON ĐƯỜNG TỪ BI TRONG CUỘC SỐNG CỦA THANH NIÊN

Một trong những giá trị cốt lõi của Đạo Phật mà thanh niên có thể học hỏi và áp dụng vào cuộc sống là từ bi. Từ bi không chỉ là lòng yêu thương và sự đồng cảm, mà còn là hành động thực tế để giảm bớt khổ đau của người khác. Trong xã hội hiện đại, khi thanh niên đối diện với nhiều thách thức từ công việc, học tập và những áp lực xã hội, nhiều khi họ quên mất việc dừng lại và nhìn về những người xung quanh, những người đang cần sự giúp đỡ.

Thanh niên có thể dễ dàng bị cuốn vào vòng xoáy của cái tôi cá nhân, của những tham vọng và khát khao vinh quang. Nhưng như Thầy Tuệ Sỹ nhắc nhở, con đường của Đạo Phật không nằm ở sự chinh phục bên ngoài, mà là sự chinh phục cái tôi và lòng ích kỷ. Bằng cách thực hành từ bi, người trẻ không chỉ mang lại hạnh phúc cho người khác, mà còn giải thoát bản thân khỏi những trói buộc của sự so đo và ganh đua.

Từ bi cũng không chỉ là một lý tưởng, mà nó còn thể hiện qua những hành động nhỏ nhặt hàng ngày. Một nụ cười, một lời động viên, hay sự chia sẻ chân thành đều có thể tạo nên sự thay đổi lớn trong cuộc sống của người khác. Thanh niên, với sự nhiệt huyết và khả năng tạo ra ảnh hưởng, hoàn toàn có thể lan tỏa từ bi và xây dựng một cộng đồng mạnh mẽ, nơi mà mọi người đều được sống trong hòa bình và hạnh phúc.

SỰ DŨNG CẢM ĐỐI DIỆN VỚI CHÍNH MÌNH

Một trong những thách thức lớn nhất của tuổi trẻ là đối diện với chính mình, với những điểm yếu và khuyết điểm mà chúng ta thường cố gắng che giấu. Trong xã hội hiện đại, khi mà sự hoàn hảo và thành công được đánh giá cao, thanh niên thường bị áp lực phải luôn tỏ ra mạnh mẽ và không thể hiện bất kỳ điểm yếu nào. Tuy nhiên, Đạo Phật dạy rằng, dũng cảm không phải là che giấu sự yếu đuối, mà là đối diện và chấp nhận chúng.

Khi đối diện với những thất bại và khó khăn trong cuộc sống, nhiều thanh niên cảm thấy tuyệt vọng và mất phương hướng. Nhưng qua lăng kính của Đạo Phật, những thất bại này không phải là dấu chấm hết, mà chính là bài học quý giá giúp ta trưởng thành và tiến xa hơn trên con đường phát triển bản thân. Dũng cảm đối diện với chính mình có nghĩa là chấp nhận những sai lầm, biết học hỏi từ chúng và không để chúng kéo ta xuống vực sâu của sự tự ti và mặc cảm.

Sự dũng cảm này còn được thể hiện qua việc thanh niên biết dừng lại và tự hỏi về mục đích thực sự của cuộc sống. Những thành công về mặt vật chất, danh vọng và quyền lực chỉ mang lại hạnh phúc tạm thời, nhưng chúng ta cần tự hỏi: liệu những thứ đó có mang lại hạnh phúc lâu dài và thực sự hay không? Để có thể tìm được câu trả lời, mỗi người phải dũng cảm đối diện với bản thân và không ngừng tìm kiếm ý nghĩa sâu sắc hơn của cuộc sống.

ĐỊNH HƯỚNG TƯƠNG LAI QUA TRÍ TUỆ

Nếu như từ bi là nền tảng của tình yêu thương và lòng bao dung, thì trí tuệ chính là ánh sáng dẫn lối cho thanh niên trên con đường phát triển cá nhân và xã hội. Trong Đạo Phật, trí tuệ không chỉ là sự hiểu biết về tri thức bề ngoài, mà là khả năng nhìn thấu bản chất của vạn vật, nhận ra sự vô thường và tính tương duyên của tất cả những gì tồn tại.

Trí tuệ của Đạo Phật giúp thanh niên không bị vướng mắc vào những ảo tưởng về cuộc sống, mà biết sống một cách tỉnh thức và minh triết. Điều này đặc biệt quan trọng trong một thế giới đầy biến động và thay đổi không ngừng như ngày nay. Để có thể định hướng tương lai một cách đúng đắn, thanh niên cần phải trang bị cho mình trí tuệ, không chỉ qua học tập tri thức mà còn qua sự rèn luyện tinh thần và tâm thức.

Như Thầy Tuệ Sỹ đã nhấn mạnh, khả năng lựa chọn là điều quyết định cho cuộc sống của mỗi người. Thanh niên không chỉ học hỏi để tích lũy kiến thức, mà còn phải học cách lựa chọn, định hướng cuộc đời của mình bằng sự sáng suốt. Trí tuệ sẽ giúp họ không bị lạc lối trong mê cung của tham vọng và ảo tưởng, mà biết đặt mục tiêu dài hạn, dựa trên sự hiểu biết sâu sắc về bản chất của cuộc sống và những giá trị thật sự của nó.

KẾT NỐI GIỮA ĐẠO PHẬT VÀ THANH NIÊN TRONG THỜI ĐẠI MỚI

Trong thời đại toàn cầu hóa và hiện đại hóa, Đạo Phật không còn chỉ là một tôn giáo của Á Đông, mà đã trở thành một phần quan trọng trong cuộc sống tinh thần của nhiều người trên khắp thế giới. Thanh niên, dù sống ở bất kỳ quốc gia nào, cũng có thể tìm thấy trong Đạo Phật những giá trị chung để xây dựng cuộc đời mình. Điều này không có nghĩa là họ phải từ bỏ những giá trị văn hóa và truyền thống của mình, mà ngược lại, Đạo Phật sẽ giúp họ hiểu rõ hơn và tôn vinh những giá trị đó trong bối cảnh hiện đại.

Trong bối cảnh hiện nay, khi mà công nghệ và truyền thông ngày càng phát triển, tuổi trẻ đang đối diện với nhiều cám dỗ và những hình thức giải trí dễ dãi. Đạo Phật có thể giúp thanh niên tỉnh thức trước những cạm bẫy này, biết sử dụng công nghệ và truyền thông một cách tỉnh táo và không để chúng chi phối đời sống tinh thần của mình. Đạo Phật không chỉ là một phương tiện để thanh niên tự giác ngộ, mà còn là cầu nối để họ kết nối với cộng đồng, với xã hội và thế giới một cách sâu sắc và đầy ý nghĩa.

Trong bối cảnh hiện nay, khi mà công nghệ và truyền thông ngày càng phát triển, tuổi trẻ đang đối diện với nhiều cám dỗ và những hình thức giải trí dễ dãi. Đạo Phật có thể giúp thanh niên tỉnh thức trước những cạm bẫy này, biết sử dụng công nghệ và truyền thông một cách tỉnh táo và không để chúng chi phối đời sống tinh thần của mình. Đạo Phật không chỉ là một phương tiện để thanh niên tự giác ngộ, mà còn là cầu nối để họ kết nối với cộng đồng, với xã hội và thế giới một cách sâu sắc và đầy ý nghĩa.

SỰ HÒA QUYỆN GIỮA ĐẠO PHẬT VÀ TINH THẦN KHỞI NGHIỆP CỦA THANH NIÊN

Trong thời đại hiện nay, khởi nghiệp không chỉ là việc xây dựng sự nghiệp kinh doanh mà còn là khát vọng xây dựng tương lai riêng cho bản thân và xã hội. Thanh niên ngày nay được khuyến khích sáng tạo, đổi mới và tự mình đi tìm con đường thành công. Tuy nhiên, không ít người, trong hành trình khởi nghiệp của mình, lại rơi vào những vũng lầy của tham vọng và sự chấp trước vào thành công vật chất.

Đạo Phật, với những giáo lý về vô thường, về tính tương duyên và sự tĩnh lặng, có thể là kim chỉ nam giúp thanh niên khởi nghiệp mà không để bản thân bị cuốn vào vòng xoáy của áp lực và tham vọng. Bằng cách áp dụng trí tuệ Phật giáo, thanh niên có thể nhìn nhận rằng khởi nghiệp không chỉ là quá trình tạo ra giá trị vật chất, mà còn là sự sáng tạo mang tính vững bền và có trách nhiệm với cộng đồng.

Tinh thần từ bi và vô ngã trong Đạo Phật cũng khuyến khích thanh niên hướng đến những mô hình kinh doanh mà lợi ích không chỉ dừng lại ở cá nhân, mà còn lan tỏa đến toàn xã hội. Những người trẻ dám dấn thân vào con đường khởi nghiệp bằng cách áp dụng những giá trị từ bi và trí tuệ sẽ không chỉ xây dựng được sự nghiệp cho riêng mình, mà còn đóng góp vào việc xây dựng một xã hội tốt đẹp hơn, nơi con người sống với nhau trong sự hòa hợp và đồng cảm.

SỰ CHUYỂN HÓA TÂM THỨC VÀ TRÁCH NHIỆM XÃ HỘI CỦA THANH NIÊN

Thanh niên, với năng lực và nhiệt huyết của mình, không chỉ là những người định hình tương lai cho bản thân mà còn có trách nhiệm với cộng đồng và xã hội. Đạo Phật không khuyến khích chúng ta từ bỏ trách nhiệm xã hội để lui về cuộc sống tĩnh lặng, mà ngược lại, hướng dẫn chúng ta chuyển hóa tâm thức và làm tròn bổn phận đối với những người xung quanh. Từ bi trong Đạo Phật không phải là lòng từ bi tĩnh tại, mà là từ bi động, thể hiện qua hành động giúp đỡ và sẻ chia.

Trong bối cảnh xã hội hiện đại đầy biến động và khủng hoảng, thanh niên cần ý thức rõ ràng về trách nhiệm của mình đối với những vấn đề lớn của xã hội như môi trường, giáo dục, y tế và sự bình đẳng. Đạo Phật dạy rằng, mọi thứ đều có sự liên kết với nhau và mỗi hành động của cá nhân đều có ảnh hưởng đến cộng đồng. Thanh niên, bằng cách thực hành từ bi và trí tuệ, có thể trở thành những người tiên phong trong việc giải quyết những vấn đề cấp bách của thời đại.

Khi thanh niên biết sống tỉnh thức và nhận ra rằng sự nghiệp cá nhân không thể tách rời khỏi sự thịnh vượng và hạnh phúc của cộng đồng, họ sẽ bắt đầu hành động với trách nhiệm và lòng từ bi sâu sắc hơn. Những người trẻ này không chỉ tạo ra sự thay đổi cho bản thân, mà còn truyền cảm hứng cho những người khác cùng chung tay xây dựng một xã hội công bằng, nhân ái và vững bền.

SỰ NGHIỆP TU TẬP VÀ CON ĐƯỜNG HƯỚNG ĐẾN GIÁC NGỘ CỦA THANH NIÊN

Trong những giá trị mà Đạo Phật mang lại, sự nghiệp tu tập là một trong những yếu tố cốt lõi. Đối với thanh niên, việc tu tập không chỉ giới hạn trong việc đọc kinh, thiền định hay thực hành các nghi lễ tôn giáo, mà còn là quá trình rèn luyện tinh thần và tâm thức, hướng đến sự giác ngộ và giải thoát.

Đối với một Huynh trưởng GĐPT, việc tu tập là nền tảng không thể thiếu để dẫn dắt đàn em và cộng đồng đi theo con đường đúng đắn. Thanh niên, trong vai trò của người lãnh đạo tương lai, không chỉ tu tập cho bản thân mà còn phải biết truyền bá những giá trị tu tập đó đến với người khác. Điều này đòi hỏi một sự kiên nhẫn, lòng dũng cảm và sự hy sinh, nhưng chính sự tu tập sẽ mang lại cho họ trí tuệ để thấu hiểu và lòng từ bi để yêu thương.

Thanh niên ngày nay đối diện với rất nhiều thử thách về mặt tinh thần, từ áp lực học tập, công việc cho đến các mối quan hệ cá nhân. Việc tu tập sẽ giúp họ tìm được sự bình an và tĩnh lặng trong tâm hồn, không bị cuốn theo những lo toan và căng thẳng của cuộc sống. Khi tâm hồn thanh thản, trí tuệ sẽ được khai mở và những quyết định của họ sẽ trở nên sáng suốt và đúng đắn hơn.

TẦM QUAN TRỌNG CỦA SỰ TỰ DO TRONG TƯ TƯỞNG VÀ HÀNH ĐỘNG

Một trong những bài học quan trọng mà Đạo Phật mang lại cho thanh niên là khái niệm về sự tự do – tự do trong tư tưởng và tự do trong hành động. Đạo Phật không gò bó con người vào những khuôn mẫu cứng nhắc, mà luôn khuyến khích chúng ta tự tìm kiếm con đường riêng, tự mình khám phá và trải nghiệm cuộc sống một cách tỉnh thức.

Tự do trong Đạo Phật không phải là sự phóng túng, mà là khả năng nhận ra và vượt qua những ràng buộc của bản ngã, của tham sân si. Khi thanh niên hiểu được sự tự do thật sự không nằm ở việc làm những gì mình muốn, mà ở việc thoát khỏi những ham muốn và sự kiểm soát của những cảm xúc tiêu cực, họ sẽ bắt đầu tìm thấy một cuộc sống đầy ý nghĩa.

Sự tự do này giúp thanh niên không bị kẹt lại trong những định kiến và khuôn khổ của xã hội, mà biết tự đặt ra mục tiêu cho cuộc đời mình, sống chân thành với chính mình và với người khác. Đây cũng là điều mà Thầy Tuệ Sỹ đã nhấn mạnh: rằng Đạo Phật không phải là một hệ thống lý thuyết cố định, mà là con đường mở rộng để mỗi người tự do khám phá và đi tìm chân lý cho riêng mình.

ĐẠO PHẬT VÀ VIỆC XÂY DỰNG MỐI QUAN HỆ LÀNH MẠNH TRONG XÃ HỘI

Một trong những yếu tố quan trọng giúp thanh niên phát triển vững bền trong cuộc sống là khả năng xây dựng mối quan hệ lành mạnh với những người xung quanh. Đạo Phật, với giáo lý về lòng từ bi, sự đồng cảm và không chấp trước, mang đến cho thanh niên những công cụ quý giá để tạo dựng và duy trì những mối quan hệ này.

Trong một thế giới mà sự ganh đua, so bì và tranh giành đang trở thành những hiện tượng phổ biến, việc giữ gìn sự bình an và hòa hợp trong các mối quan hệ không phải là điều dễ dàng. Đạo Phật dạy rằng, mỗi người đều có khả năng yêu thương và đồng cảm, nhưng để thực sự thực hành điều này, chúng ta cần rèn luyện tâm thức và vượt qua cái tôi ích kỷ của mình.

Thanh niên có thể áp dụng những nguyên tắc từ bi và vô ngã của Đạo Phật vào cuộc sống hàng ngày, từ đó xây dựng những mối quan hệ vững bền và ý nghĩa hơn. Không chỉ là mối quan hệ với gia đình, bạn bè, mà còn là mối quan hệ với cộng đồng và xã hội. Khi biết hành động dựa trên lòng từ bi và sự chân thành, thanh niên sẽ tạo ra một mạng lưới mối quan hệ lành mạnh, nơi mà sự thấu hiểu và hỗ trợ lẫn nhau là nền tảng cho sự phát triển cá nhân và xã hội.

*

LỜI KẾT – CON ĐƯỜNG THANH NIÊN VÀ ĐẠO PHẬT

Nhìn lại, hành trình của một người thanh niên trong Đạo Phật không chỉ là hành trình cá nhân mà còn là hành trình cộng đồng, nơi mà mỗi cá nhân không chỉ sống cho mình mà còn vì người khác. Thanh niên, với trí tuệ và lòng từ bi, có khả năng thay đổi cuộc sống của bản thân và của những người xung quanh.

Đạo Phật, với những giáo lý sâu sắc và thực tiễn, đã và đang trở thành nguồn cảm hứng mạnh mẽ cho tuổi trẻ. Nhưng trên hết, điều mà Đạo Phật mong muốn ở thanh niên không phải là sự tuân thủ cứng nhắc các nguyên lý, mà là sự tự do khám phá và thực hành những giá trị đó trong cuộc sống hàng ngày. Khi làm được điều này, thanh niên không chỉ tìm thấy hạnh phúc và ý nghĩa cho cuộc sống của mình, mà còn góp phần xây dựng một xã hội hòa bình và thịnh vượng.

Với lời dạy của Đức Phật, "Hãy là ngọn đèn soi sáng chính mình," thanh niên hãy biết dũng cảm đi trên con đường đã chọn, luôn giữ vững lòng từ bi và trí tuệ trong mỗi bước đi. Đạo Phật không chỉ là lý tưởng cao xa, mà chính là con đường thực tiễn để thanh niên tự định hình và phát triển trong cuộc sống hiện đại.

TỪ BÙN SÌNH ĐẾN HƯƠNG SEN: HÀNH TRÌNH THANH NIÊN PHẬT TỬ DƯỚI ÁNH TỪ QUANG

TÂM THƯỜNG ĐỊNH

"Chúng ta không đi tìm kiến thức bách khoa về sự sống, mà đi tìm hương vị đích thực của nó." – lời mở đầu đầy thâm thúy của Thầy Tuệ Sỹ trong pháp thoại "Đạo Phật với Thanh Niên" như tiếng chuông ngân trong lòng mỗi người, thức tỉnh những ai còn đang lạc bước trong cuộc đời, đặc biệt là thế hệ trẻ.

Với lời văn sâu sắc, đầy từ bi và trí tuệ, Thầy không chỉ dẫn dắt chúng ta tìm hiểu về Đạo Phật từ những khái niệm căn bản, mà còn khéo léo thắp sáng con đường mà mỗi người trẻ Phật tử có thể theo đuổi – con đường của sự giác ngộ và chân hạnh phúc. Qua từng lời giảng, chúng ta không chỉ học hỏi mà còn cảm nhận được nguồn năng lượng tích cực, một sự động viên lặng lẽ nhưng mạnh mẽ, khuyến khích mỗi cá nhân trẻ tuổi tự tin trên hành trình tìm kiếm ý nghĩa đích thực của đời sống.

Là Huynh trưởng GĐPT, chúng ta nhận thấy rằng những lời dạy của Thầy không chỉ là một ánh sáng dẫn đường cho bản thân, mà còn là ngọn lửa soi sáng cho thế hệ Phật tử trẻ trong nước và hải ngoại. Bài pháp thoại đã mở ra một thế giới mới, nơi mà thanh niên không bị ràng buộc bởi những khuôn mẫu xã hội, mà được khuyến khích tự do lựa chọn, tự do tìm kiếm chân lý trong chính tâm hồn mình.

*

CON ĐƯỜNG CHINH PHỤC: TỰ DO LỰA CHỌN TRONG ĐẠO PHẬT VÀ THANH NIÊN

Pháp thoại của Thầy Tuệ Sỹ khởi đầu với một câu hỏi tưởng chừng như giản dị, nhưng mang trong mình sự sâu xa vô tận: **"Đạo Phật có phù hợp với thanh niên hay không?"** Dường như câu trả lời đã có sẵn trong lòng mỗi người Phật tử, nhưng qua cách dẫn dắt đầy trí tuệ của Thầy, chúng ta nhận ra rằng, Đạo Phật không đơn giản chỉ là một hệ thống giáo lý cố định. Đạo Phật, với những giá trị cốt lõi, chính là nơi mỗi cá nhân, đặc biệt là những người trẻ, có thể tìm thấy con đường cho riêng mình.

Thầy Tuệ Sỹ nói về sự tự do lựa chọn trong đời sống, đặc biệt là với thanh niên – những người đứng trước ngưỡng cửa cuộc đời, bị vây quanh bởi vô vàn lối đi. Lựa chọn trong Đạo Phật không phải là sự ràng buộc, mà là sự giải phóng. Trong từng lời giảng, Thầy đã nhắc nhở rằng: **"Chúng ta không đi tìm những định nghĩa cứng nhắc về sự sống, mà tìm hương vị đích thực của nó."**

Như con ong hút mật từ đóa hoa, thanh niên Phật tử tìm kiếm giá trị của cuộc sống thông qua hành trình tu học. Điều này không phải là sự trốn tránh những thực tại của xã hội, mà ngược lại, nó chính là sự can đảm đối diện với những thử thách lớn nhất của cuộc đời. Khi Thầy nói về con đường dẫn đến sự giác ngộ, tôi nhận ra rằng, đối với người Huynh trưởng GĐPT, nhiệm vụ của chúng ta là giúp các em nhận ra ý nghĩa sâu xa của tự do lựa chọn – rằng, trong sự tự do ấy, ta không chỉ chinh phục được bản thân mà còn khám phá ra chân hạnh phúc.

BÀI HỌC TỪ ĐỨC PHẬT: CHINH PHỤC CHÍNH MÌNH

Một trong những hình ảnh đặc biệt trong pháp thoại của Thầy Tuệ Sỹ là câu chuyện về Đức Phật từ bỏ cung điện, rời xa sự xa hoa để tìm kiếm chân lý. Đây không phải là một câu chuyện xa lạ với các Phật tử, nhưng dưới cách diễn giải của Thầy, hình ảnh này trở nên gần gũi hơn bao giờ hết với thanh niên ngày nay. Đức Phật, trong thời thanh niên của Ngài, đã từ bỏ mọi thứ để tìm con đường chân chính và qua đó, Ngài đã chinh phục được điều quan trọng nhất: chính bản thân mình.

Thầy khẳng định rằng, việc chinh phục chính mình là một hành trình mà mỗi thanh niên, mỗi Huynh trưởng đều cần phải đi qua. Điều này không đồng nghĩa với việc ta phải từ bỏ tất cả như Đức Phật, nhưng lại khẳng định rằng, thanh niên cần học cách buông bỏ những mong cầu không thực sự mang lại hạnh phúc. Thông qua sự buông bỏ ấy, họ sẽ tìm thấy giá trị thực sự trong cuộc sống.

Trong vai trò là một Huynh trưởng, tôi nhận ra rằng bài học lớn nhất mà chúng ta có thể truyền đạt cho các em Phật tử không phải là những quy tắc khô cứng, mà là khả năng giúp các em tự mình khám phá và chinh phục những yếu tố tiêu cực trong tâm trí mình. Đây là hành trình dài và mỗi người Huynh trưởng cần phải là người bạn đồng hành tin cậy, giúp các em vượt qua những thử thách này.

GIÁ TRỊ CỦA ĐẠO PHẬT TRONG THẾ GIỚI HIỆN ĐẠI

Trong phần tiếp theo của pháp thoại, Thầy Tuệ Sỹ đưa ra một nhận định đáng suy ngẫm: **Đạo Phật không dành riêng cho lứa tuổi hay tầng lớp nào.** Đây là điểm khiến tôi suy nghĩ rất nhiều, bởi trong GĐPT, chúng ta thường gặp những em nhỏ đến từ nhiều hoàn cảnh khác nhau, có những cách nhìn cuộc sống và niềm tin khác biệt. Tuy nhiên, thông điệp của Thầy rất rõ ràng: Đạo Phật, trong hình thái phổ quát nhất, phù hợp với mọi người, đặc biệt là thanh niên.

Thế giới hiện đại, với những giá trị về tình yêu, danh vọng và sự nghiệp, thường dễ dàng lôi cuốn thanh niên vào vòng xoáy tìm kiếm bên ngoài. Tuy nhiên, trong lời giảng của Thầy, tôi cảm nhận được một sự nhắc nhở: Đạo Phật không phải là một hệ thống giáo lý để ràng buộc thanh niên, mà là nơi họ có thể tìm thấy con đường của chính mình. Sự phù hợp của Đạo Phật với tuổi trẻ không nằm ở những khuôn mẫu cố định, mà ở chỗ nó giúp thanh niên thấu hiểu và khám phá bản thân, từ đó tìm ra chân lý trong thế giới phức tạp này.

Vai trò của Huynh trưởng là làm cầu nối giữa thanh niên Phật tử và giáo lý Phật giáo, giúp họ hiểu rằng, giữa cơn bão của cuộc đời, Đạo Phật chính là bến đỗ bình yên, nơi họ có thể tìm thấy sự an lạc nội tâm và hướng tới những giá trị chân chính. Tôi tin rằng, với những bài học này, chúng ta có thể giúp thế hệ trẻ không chỉ phát triển về mặt trí tuệ mà còn nuôi dưỡng lòng từ bi, trí tuệ và sự kiên nhẫn – những giá trị cốt lõi của Phật giáo.

KHÁT VỌNG HƯỚNG THƯỢNG: CON ĐƯỜNG CỦA THANH NIÊN PHẬT TỬ

Cuối cùng, trong phần pháp thoại của Thầy Tuệ Sỹ, tôi tìm thấy một hình ảnh đẹp đẽ và sâu sắc: khát vọng chinh phục của tuổi trẻ. Thầy nói về những thanh niên, những con người trẻ tuổi, luôn khao khát đạt đến những đỉnh cao trong tình yêu, sự nghiệp và danh vọng. Đây là một sự thật hiển nhiên của đời sống và mỗi chúng ta đều đã từng trải qua.

Tuy nhiên, Thầy không dừng lại ở việc chỉ ra những khát vọng ấy. Thầy khéo léo dẫn dắt chúng ta đến một ý niệm sâu xa hơn: rằng con đường hướng thượng thực sự không phải là con đường của sự chinh phục bên ngoài, mà là con đường của sự giác ngộ nội tâm. Thầy nhấn mạnh rằng, **thanh niên cần phải hiểu rõ bản chất thực sự của cuộc sống và không để mình bị cuốn vào những ảo ảnh của thành công thế gian.**

Là một Huynh trưởng, tôi cảm nhận được rằng nhiệm vụ của chúng ta không chỉ dừng lại ở việc dạy các em cách sống đạo đức, mà còn là hướng dẫn các em biết nhận diện những ảo ảnh trong cuộc sống. Chúng ta cần giúp các em nhận ra rằng, sự thành công chân chính không nằm ở những gì bên ngoài, mà nằm ở khả năng giữ vững lòng kiên nhẫn và tu tập trong tâm hồn.

NHẬN THỨC GIÁ TRỊ BẢN THÂN: BÀI HỌC TỪ NGƯỜI CÙNG TỬ

Trong pháp thoại của Thầy Tuệ Sỹ, câu chuyện **Người Cùng Tử** trong kinh Pháp Hoa được đưa ra như một ẩn dụ sâu sắc về sự tự nhận thức và khẳng định giá trị bản thân. Thầy khéo léo so sánh câu chuyện này với việc mỗi thanh niên phải tự mình tìm ra giá trị đích thực của bản thân, không để bị lệ thuộc vào những hình ảnh bên ngoài. Câu chuyện kể về một chàng trai trẻ, dù là con trai của một vị trưởng giả giàu có, nhưng không dám nhận ra thân phận thật sự của mình, chấp nhận làm kẻ hèn mọn, sống kiếp tôi tớ. Chỉ khi tự mình nhận ra bản chất cao quý, anh mới xứng đáng kế thừa gia tài của cha mình.

Bài học từ câu chuyện này vô cùng rõ ràng: **Mỗi người chúng ta, đặc biệt là thanh niên, đều sở hữu những phẩm chất cao quý tiềm tàng.** Tuy nhiên, điều này chỉ được khám phá khi mỗi người tự nhận thức và khẳng định giá trị bản thân, thay vì chấp nhận sự ràng buộc từ bên ngoài hay tự hạ thấp mình. Thầy Tuệ Sỹ nhấn mạnh rằng, không có gì ngăn cản chúng ta trở thành những con người có giá trị cao cả, ngoài chính bản thân ta.

Là một Huynh trưởng, tôi nhận ra rằng bài học này có ý nghĩa rất lớn trong việc hướng dẫn thế hệ trẻ trong GĐPT. Trong thời đại mà thanh niên thường bị cuốn vào vòng xoáy của sự cạnh tranh xã hội, họ dễ dàng đánh mất niềm tin vào bản thân, chấp nhận những giá trị giả tạo mà xã hội áp đặt. Nhiệm vụ của người Huynh trưởng không chỉ là giáo dục về đạo lý, mà còn phải giúp các em nhận ra giá trị thực sự của mình, giúp các em tự tin vào khả năng của bản thân và không bị lệ thuộc vào những đánh giá từ bên ngoài.

Người Cùng Tử trong kinh Pháp Hoa chính là hình ảnh của mỗi chúng ta khi không biết nhìn nhận đúng giá trị của mình. Là Huynh trưởng, chúng ta phải giúp thanh niên thấy rằng họ có thể trở thành những người thừa tự hợp pháp của di sản tinh thần Phật giáo – không chỉ bằng việc học hỏi giáo lý mà còn bằng sự tự tin và kiên định trong cuộc sống.

HƯỚNG ĐI CHO THANH NIÊN PHẬT TỬ TRONG NƯỚC VÀ HẢI NGOẠI

Một điểm quan trọng mà Thầy Tuệ Sỹ đề cập trong pháp thoại là làm thế nào để thanh niên Phật tử có thể đối diện với những thách thức của cuộc sống hiện đại, đặc biệt trong bối cảnh xã hội đang thay đổi nhanh chóng. **Thanh niên Phật tử trong nước và hải ngoại**, dù ở những môi trường khác nhau, đều đối diện với những vấn đề về giá trị đạo đức, sự hòa nhập xã hội và việc giữ gìn truyền thống tâm linh.

Thầy Tuệ Sỹ nhấn mạnh rằng, **Đạo Phật là con đường vượt thời gian**, phù hợp với mọi hoàn cảnh, bất kể không gian và thời đại. Điều này có nghĩa là thanh niên, dù ở bất cứ nơi đâu, nếu biết tự thân tu tập và giữ vững lòng từ bi, trí tuệ, thì đều có thể sống một cuộc đời ý nghĩa và hạnh phúc. Tuy nhiên, trong thực tế, thanh niên Phật tử ở nước ngoài thường gặp nhiều khó khăn trong việc duy trì và phát triển đời sống tâm linh, đặc biệt là khi đối diện với những giá trị văn hóa và xã hội khác biệt.

Là Huynh trưởng, tôi nhận thấy rằng **chúng ta cần có những phương pháp giáo dục linh hoạt** để hướng dẫn thanh niên Phật tử trong nước và hải ngoại. Ở hải ngoại, nơi mà thanh niên dễ bị ảnh hưởng bởi lối sống phương Tây và những quan điểm thế tục, vai trò của người Huynh trưởng càng trở nên quan trọng. Chúng ta cần giúp các em hiểu rằng, dù sống ở đâu, họ vẫn có thể giữ gìn và phát triển giá trị tâm linh của mình, mà không cần phải đánh mất bản sắc dân tộc và đạo pháp.

Điều này đòi hỏi một **sự đổi mới trong cách giáo dục Phật pháp**, không chỉ dừng lại ở việc truyền đạt kiến thức mà còn phải giúp thanh niên thấy được sự liên kết giữa Phật giáo và cuộc sống hàng ngày. Chúng ta cần tạo ra những môi trường học tập và sinh hoạt phù hợp, nơi các em có thể vừa học hỏi vừa thực hành Phật pháp trong bối cảnh hiện đại.

THỰC HÀNH PHẬT PHÁP TRONG ĐỜI SỐNG HÀNG NGÀY

Trong pháp thoại, Thầy Tuệ Sỹ nhấn mạnh rằng Đạo Phật không phải là một hệ thống triết lý trừu tượng, mà là **một con đường thực hành** có thể áp dụng trong từng khoảnh khắc của đời sống. Thầy dạy rằng: "Chúng ta không chỉ tìm hương sắc của hoa, mà phải hút mật từ đó để nuôi dưỡng bản thân và cộng đồng."

Đây chính là điểm mấu chốt mà người Huynh trưởng cần hiểu rõ và truyền đạt cho thế hệ trẻ. **Phật pháp không chỉ là những bài giảng lý thuyết trên giấy tờ**, mà là những hành động cụ thể trong cuộc sống hàng ngày. Từ cách chúng ta cư xử với người khác, cho đến việc chúng ta đối diện với những khó khăn và thách thức của cuộc sống – tất cả đều là cơ hội để thực hành Phật pháp.

Trong GĐPT, người Huynh trưởng cần hướng dẫn các em Phật tử thực hành những giá trị này qua các hoạt động thường nhật, từ việc tổ chức các buổi sinh hoạt, học hỏi, đến việc tham gia vào các hoạt động xã hội có ích. Đặc biệt, trong xã hội hiện đại, nơi mà áp lực về thành công và danh vọng đang chi phối mạnh mẽ cuộc sống của thanh niên, việc thực hành Phật pháp trở nên cần thiết hơn bao giờ hết.

Hạnh phúc chân thật mà Thầy Tuệ Sỹ nhắc đến không đến từ những thành công ngoài xã hội, mà từ sự an lạc nội tâm – điều mà chỉ có thể đạt được khi chúng ta biết thực hành Phật pháp một cách chân thành. Là Huynh trưởng, chúng ta phải là những người tiên phong, làm gương cho thế hệ trẻ bằng chính cuộc sống tu tập của mình. Chúng ta không thể dạy các em thực hành Phật pháp nếu chính mình không sống đúng với những giá trị mà mình đang truyền đạt.

*

LÒNG TRI ÂN VÀ SỨ MỆNH CỦA HUYNH TRƯỞNG

Pháp thoại "Đạo Phật với Thanh Niên" của Thầy Tuệ Sỹ không chỉ mang đến kiến thức uyên bác về giáo lý Phật giáo, mà còn là một nguồn động lực mạnh mẽ cho tất cả những ai đang trên con đường tìm kiếm chân lý. Thầy đã dạy chúng ta rằng, **con đường giác ngộ không phải là điều xa vời**, mà là những bước đi cụ thể, gần gũi trong đời sống hàng ngày.

Là một Huynh trưởng trong GĐPT, tôi cảm nhận được **sứ mệnh lớn lao** khi tiếp nhận những lời giảng của Thầy. Đó không chỉ là việc truyền đạt kiến thức Phật pháp cho thế hệ trẻ, mà còn là việc dìu dắt họ tìm ra con đường của riêng mình, giúp họ tự tin bước đi trong cuộc đời với trái tim từ bi và trí tuệ sáng suốt. Chúng ta không chỉ là những người thầy, mà còn là những người bạn đồng hành, những người dẫn dắt các em Phật tử trẻ trên con đường tu tập và phát triển.

Lòng tri ân sâu sắc đối với Thầy Tuệ Sỹ không chỉ dừng lại ở những lời cảm tạ, mà được thể hiện qua hành động cụ thể. Chúng ta tri ân Thầy bằng cách sống đúng với những gì Thầy đã dạy, bằng cách truyền tải những giá trị này cho thế hệ sau và bằng cách giữ gìn và phát triển tinh thần Phật giáo trong cuộc sống hàng ngày.

Trong bối cảnh xã hội đang thay đổi nhanh chóng, GĐPT cần phải tiếp tục giữ vững truyền thống nhưng cũng cần đổi mới, để phù hợp với thế hệ trẻ. **Chúng ta có trách nhiệm lớn lao** trong việc giáo dục thanh niên Phật tử, giúp họ không chỉ thành công trong đời sống vật chất, mà còn tìm thấy hạnh phúc chân thật từ việc tu tập và thực hành Phật pháp.

"Tuổi trẻ học Phật không có mục đích trở thành nhà nghiên cứu Phật học, mà học Phật là tự thực tập khả năng tư duy bén nhạy, linh hoạt, để có thể nhìn thẳng vào bản chất sự sống. Cho nên, sự học Phật pháp không hề cản trở sự học thế gian pháp; kiến thức Phật học không xung đột với kiến thức thế tục. Duy chỉ có điều khác biệt là học Phật khởi đi từ thực trạng đau khổ của nhân sinh để nhận thức đâu là hạnh phúc chân thật. Bi và trí là đôi cánh chắc thật sẽ nâng đỡ tuổi trẻ bay liệng vào suốt không gian vô tận của đời sống."

TUỆ SỸ,
*Suy Nghĩ Về Hướng Giáo Dục Đạo Phật
Cho Tuổi Trẻ*

PHỤ BẢN 7

SUY NGHĨ VỀ HƯỚNG GIÁO DỤC ĐẠO PHẬT CHO TUỔI TRẺ

TUỆ SỸ

Phật giáo Việt Nam đang chứng kiến những xáo trộn và khủng hoảng chưa từng có trong lịch sử. Các mô hình tổ chức, những lễ tiết sinh hoạt, từ ma chay, cưới hỏi, đều được cố gắng rập khuôn theo mô hình phương Tây một cách vội vã, đã làm xói mòn phần nào truyền thống tâm linh của dân tộc. Thêm vào đó, dưới tác động của xã hội tiêu thụ và sức ép của quyền lực chính trị, đã nảy sinh những tâm trạng bệnh hoạn do quan điểm thế quyền và giáo quyền thiếu nền tảng giáo lý. Tình trạng đó tất nhiên đã có những tác động tiêu cực lên đường hướng giáo dục thanh niên Phật tử Việt Nam.

Ngày nay, nói đến tuổi trẻ Việt Nam, có lẽ nên tượng hình như hai đường thẳng mà điểm hội tụ là một điểm trong xã hội tiêu thụ. Đó là hai bộ phận tuổi trẻ trong nước và ngoài nước. Tuy tất cả cùng được giáo dục theo mô hình phương Tây, nhưng do khác biệt định chế xã hội dựa trên quyền lực chính trị chứ không phải do xu hướng phát triển tự nhiên. Đó là sự khác biệt giả tạo như vũng sình, không biết đâu là chỗ chắc thật để bám vào mà thoát thân. Tuổi trẻ Việt Nam đang bị bật rễ, do đó có nguy cơ mất hướng, hay thực sự đã mất hướng. Tuổi trẻ của đạo Phật Việt Nam cũng không ngoại lệ và không dễ dàng vượt qua tình trạng mất hướng này.

Ở đây tôi nói mất hướng là nhìn từ điểm đứng dân tộc. Tuổi trẻ ở nước ngoài chỉ cần quên, hay tạm thời quên, nguồn gốc Việt Nam của mình thì hướng đi cho nhân cách được xác định ngay từ khi vừa bước chân vào cổng đại học. Nói cách khác, tuổi trẻ Việt Nam hải ngoại không phải hoàn toàn bị bật rễ, nhưng ở trong tình trạng di thực.

Quýt phương Nam đem trồng trên đất phương Bắc có thể ngọt hơn, có thể chua hơn và cũng có thể èo uột vì không hợp phong thổ. Tuổi trẻ trong nước là thân cây còn dính chặt với gốc rễ trên bản địa. Nhưng để sinh tồn và muốn phát triển nhanh chóng, bị sức hút của sự thăng tiến tác động từ bên ngoài, nên có nguy cơ bật rễ. Đại bộ phận tuổi trẻ Việt Nam ngày nay biết rất ít về quá khứ ông cha mình, đã yêu nhau như thế nào, đã suy nghĩ như thế nào để bắt kịp những giá trị tâm linh phổ quát của nhân loại.

Tuổi trẻ của đạo Phật Việt Nam tuy có thể được tin tưởng là còn cố bám chặt lấy gốc rễ truyền thống để vươn lên, nhưng do sự thiếu trách nhiệm hoặc thiếu nhận thức về hướng đi của thời đại của những người đang đứng trên cương vị giáo dục, vô tình chẳng khác nào bác sĩ không còn biết liệu pháp nào hay hơn là cho uống thuốc ngủ để người bệnh quên đi những nhức nhối của thời đại mà tuổi trẻ cần phải biết để chọn hướng đi tương lai cho đời mình.

Mặt khác, do sức ép chính trị mà tuổi trẻ cần phải được tập hợp thành lực lượng tiền phong và hậu bị để bảo vệ chế độ, do đó việc giảng giải đạo Phật cho tuổi trẻ không được phép vượt qua các cổng chùa. Bên trong cổng chùa, tuổi trẻ chỉ được giảng dạy những ý nghĩa vô thường hay vô ngã không như là quy luật vận động để tồn tại, phát triển và hủy diệt của thiên nhiên và xã hội, mà như là một bức tranh toàn xám của cuộc đời được tô trét bởi những người mà tuổi đời đã mệt mỏi với những thành công và thất bại đã làm thui chột ý chí.

Trong một xã hội mà các giá trị tâm linh truyền thống đang bị băng hoại, một số thanh niên tác quái tại các đô thị lớn dựa vào quyền lực chính trị của cha chú hay tiền của bất chính của bố mẹ; một số khác miệt mài học chỉ để làm thuê, làm những người nô lệ kiểu mới trung thành với những ông chủ giàu sụ.

Một số khác, cam chịu thân phận nghèo đói, thất học, cam chịu tất cả nhục nhã của một dân tộc nghèo nàn lạc hậu. Trong tình trạng đó, sự hiện diện của các đoàn sinh Gia Đình Phật Tử, những đơn vị tập hợp các thanh niên biết tìm lẽ sống cho bản thân, thật sự là một thách thức xã hội mà quyền lực chính trị cảm thấy như một đe dọa nếu không vận dụng được để phục vụ cho tham vọng đen tối, mà vì tham vọng ấy có khi sẵn sàng mãi quốc cầu vinh.

Như thế thì, tất nhiên là ảo tưởng khi nói rằng, chúng ta chỉ tập hợp tuổi trẻ để dạy đạo, không cần biết cái gì khác nữa. Nói thế chẳng khác nào lùa những nai con vào một chỗ để cho cọp dữ dễ dàng thao túng.

Tất nhiên, đất nước cần tuổi trẻ để xây dựng. Đạo pháp cũng cần tuổi trẻ để thể hiện bản hoài tiếp vật lợi sinh của mình. Theo bản hoài đó, giáo dục đạo Phật cho tuổi trẻ không chỉ có mục đích chiêu dụ họ vào trong bốn vách tường nhà chùa để cách ly những phòng trà, hộp đêm, những môi trường cám dỗ, sa đọa. Tuy nhiên, cơ bản giáo dục đạo Phật vẫn phải là rèn luyện đạo đức, phát triển trình độ nhận thức tâm linh.

Trước hết, hãy nói về rèn luyện đạo đức. Ở đây hoàn toàn không có vấn đề nhồi nhét những tín điều đức lý. Nghĩa là, không nói với tuổi trẻ không được làm điều này, không được làm điều kia. Tuổi trẻ có thể làm bất cứ điều gì mà họ tự thấy thích ứng với thời đại. Nhưng không để cho tuổi trẻ bị lôi cuốn bởi những yếu tố độc hại của thời đại, không bị lệch hướng nhận thức bởi các phong trào thời thượng, do đó cần thiết lập một không gian an toàn và di động. Không gian an toàn đó là bồ đề tâm. Tính di động, đó là vô trụ xứ của Bồ Tát. Chúng ta cần nói thêm hai điểm này.

Lớn lên tại các đô thị phồn vinh, rồi bước vào xã hội với học vị cao, mức sống ổn định, một bộ phận tuổi trẻ ít khi trực tiếp sống với những đau khổ của các bạn trẻ khác ở những vùng đất tối tăm xa lạ. Thiếu đồng cảm về những khổ đau của đồng loại, do đó cũng thiếu luôn cả nhận thức về thực chất của sự sống, không thể hiểu hết tất cả ý nghĩa thiết cốt của khát vọng sinh tồn.

Cho nên, đưa đạo Phật đến với tuổi trẻ phải có nghĩa là đưa tuổi trẻ đến giáp mặt với thực tế của sinh tồn. Đó là làm phát khởi bồ đề tâm nơi tuổi trẻ: Ở nơi nào hiểm nạn, tôi nguyện sẽ là cầu đò. Nơi nào tối tăm, tôi nguyện sẽ là ngọn đuốc sáng. Đây có thể là ước nguyện xa vời, thậm chí sáo rỗng đối với một số người. Nhưng đó chính là mặt đất kim cang để trên đó tuổi trẻ tự vạch hướng đi cho mình, tự quy định những giá trị sống thực cho chính đời mình.

Về tính di động, đó là tính mở rộng, không tự câu thúc vào trong một không gian xã hội chật hẹp, để có thể có tầm nhìn xa hơn, vượt ngoài thành kiến và truyền thống khép kín của xã hội mình đang sống. Nói cụ thế hơn, tuổi trẻ được giáo dục để luôn luôn ở trong tư thế sẵn sàng lên đường. Đến bất cứ nơi nào trên trái đất này, nơi mà đau khổ được sống thực hơn, hạnh phúc được trắc nghiệm chân thực hơn. Trong một ý nghĩa khác, tính di động như vậy đồng nghĩa với tính phiêu lưu. Từ khi sống tại những đô thị được xem là ổn định, nhân loại đã dập tắt đi tính phiêu lưu nơi tuổi trẻ, nhưng khơi dậy tính du lịch nơi người lớn đi tìm những lạc thú mới để thay đổi khẩu vị thường nhật.

Tinh thần vô trụ xứ tất nhiên có nhiều điểm khác biệt. Vô trụ xứ nói, không trụ sinh tử, không trụ Niết bàn. Đó là tinh thần khai phóng, không bị buộc chặt vào bất cứ giá trị truyền thống nào. Tuổi trẻ cần được học hỏi để sống với tinh thần khai phóng và bao dung, để tự mình định giá chuẩn xác giá trị các nền văn minh nhân loại, tự mình chọn hướng đi thích hợp trong dòng phát triển hài hòa của tất cả các nền văn minh nhân loại, tuy khác biệt tín ngưỡng, khác biệt tập quán tư duy, khác biệt cả phong thái sinh hoạt thường nhật.

Về sự phát triển trình độ nhận thức tâm linh nơi tuổi trẻ, ở đây chúng ta nói đến sự học tập thông qua Kinh điển truyền thống. Tam Tạng Thánh điển là kho tàng kiến thức bao la. Dựa trên những lời dạy căn bản của Đức Phật về giá trị của sự sống, bản chất của đau khổ và hạnh phúc, trên đó nhiều quy luật về thiên nhiên, xã hội, tâm lý, ngôn ngữ của con người lần lượt được phát hiện qua nhiều thời đại trong nhiều khu vực địa lý có truyền thống lịch sử khác nhau.

Tuy nhiên, chúng ta cũng biết rằng, trong toàn bộ lịch sử các nền văn minh nhân loại, đang tồn tại hay đã biến mất, không một học thuyết nào mà không từng bị nhận thức của người đời sau vượt qua. Có học thuyết bị vượt qua và bị đào thải luôn. Có học thuyết bị vượt qua, rồi được phục hoạt. Nhưng có rất ít học thuyết được phục hoạt mà bản chất không bị biến dạng. Biến dạng cho đến mức nếu so sánh với quá khứ, nó như là quái thai. Giáo lý của Phật khẳng định quy luật vô thường, nên vấn đề là khế lý và khế cơ, chứ không phải là vấn đề bị hay không bị vượt và đào thải.

Tuổi trẻ học Phật không có mục đích trở thành nhà nghiên cứu Phật học, mà học Phật là tự thực tập khả năng tư duy bén nhạy, linh hoạt, để có thể nhìn thẳng vào bản chất sự sống. Cho nên, sự học Phật pháp không hề cản trở sự học thế gian pháp; kiến thức Phật học không xung đột với kiến thức thế tục. Duy chỉ có điều khác biệt là học Phật khởi đi từ thực trạng đau khổ của nhân sinh để nhận thức đâu là hạnh phúc chân thật. Bi và trí là đôi cánh chắc thật sẽ nâng đỡ tuổi trẻ bay liệng vào suốt không gian vô tận của đời sống.

BẢN HOÀI CỦA NGƯỜI THẦY VÀ HƯỚNG ĐI CHO TUỔI TRẺ PHẬT GIÁO:
CÁI DŨNG VÀ TRÁCH NHIỆM CỦA HUYNH TRƯỞNG TRƯỚC THỜI CUỘC

TÂM QUẢNG NHUẬN

Trong văn hóa và truyền thống Phật giáo Việt Nam, những lời giảng dạy và tư tưởng sâu sắc của Thầy Tuệ Sỹ không chỉ là triết học trừu tượng, mà còn là tấm gương sáng ngời cho thế hệ trẻ. Tham luận "Suy nghĩ về hướng giáo dục đạo Phật cho tuổi trẻ"* của Thầy đã đặt nền móng cho việc hiểu rõ trách nhiệm của những người lãnh đạo trong tổ chức Gia Đình Phật Tử, đặc biệt trong bối cảnh xã hội Việt Nam đầy biến động và bất công.

Thầy Tuệ Sỹ đã nêu bật sự cần thiết của việc giáo dục thanh thiếu niên Phật giáo không chỉ dừng lại ở các lý thuyết trừu tượng mà phải đi sâu vào việc xây dựng nhân cách và nhận thức tâm linh, phù hợp với thực trạng xã hội. Sự dũng cảm của một bậc Thầy không phải ở chỗ chiến đấu trực diện với những thế lực áp bức, mà nằm trong khả năng nuôi dưỡng một thế hệ trẻ có khả năng nhận thức và giải quyết những vấn đề của thời đại mình. Tấm gương này là một biểu tượng lớn lao, đặc biệt cho các Huynh trưởng trong Gia Đình Phật Tử, những người không chỉ đóng vai trò là người dẫn dắt mà còn là người bảo vệ và truyền lửa cho thế hệ tương lai.

Cái dũng của Thầy Tuệ Sỹ thể hiện trong cách Thầy đối diện với sự biến động của xã hội, sự suy thoái của các giá trị truyền thống dưới áp

---
* Phụ bản 7

lực của xã hội tiêu thụ và quyền lực chính trị. Trong xã hội Việt Nam hiện tại, khi mà những giá trị tâm linh và đạo đức đang bị bóp méo và thay thế bởi những hình mẫu phương Tây rập khuôn, việc duy trì và phát huy những giá trị cốt lõi của Phật giáo trở thành một thách thức lớn. Điều này không chỉ ảnh hưởng đến Phật giáo trong nước mà còn lan rộng đến cộng đồng Phật giáo ở hải ngoại.

Bài viết phân tích sâu sắc những khủng hoảng về đạo đức và tâm linh mà Thầy Tuệ Sỹ đã chỉ ra, từ đó nêu lên những bài học thực tiễn cho các Huynh trưởng trong Gia Đình Phật Tử về việc tìm kiếm một con đường đúng đắn cho thế hệ trẻ. Từ đó nêu bật sự cần thiết của việc đào tạo, hướng dẫn và hỗ trợ cho tuổi trẻ Phật giáo trong thời đại mới, với hy vọng rằng lực lượng GĐPT trên toàn thế giới sẽ là nơi gửi gắm niềm tin và sự hy vọng vào tương lai của đạo pháp.

*

KHỦNG HOẢNG GIÁ TRỊ TRONG XÃ HỘI HIỆN ĐẠI VÀ TRÁCH NHIỆM CỦA HUYNH TRƯỞNG

Trong tham luận của mình, Thầy Tuệ Sỹ đã nhấn mạnh rằng xã hội Việt Nam hiện đại đang chứng kiến một sự xói mòn nghiêm trọng về các giá trị truyền thống, đặc biệt là trong việc giáo dục thanh niên. Trẻ em và thanh niên Việt Nam hiện nay đang sống trong một xã hội chịu tác động mạnh mẽ của chủ nghĩa tiêu thụ, nơi mà những chuẩn mực đạo đức bị phai nhạt bởi sự đua tranh về vật chất và quyền lực. Những chuẩn mực đạo đức đã từng là nền tảng để xây dựng nhân cách và cuộc sống của con người trong truyền thống Phật giáo, giờ đây dường như bị lãng quên hoặc đánh mất.

Trong tình hình này, Huynh Trưởng GĐPTVN, với vai trò là người thầy và người dẫn dắt, không thể đứng ngoài cuộc. Trách nhiệm của chúng ta không chỉ là truyền đạt giáo lý Phật giáo cho các thế hệ thanh thiếu niên mà còn phải trở thành tấm gương sáng về đạo đức và trách nhiệm xã hội. Như Thầy Tuệ Sỹ đã nói, việc giảng dạy Phật pháp cho thanh thiếu niên không nên dừng lại ở việc giảng giải về vô thường và vô ngã như những quy luật trừu tượng, mà cần phải được thể hiện như một con đường thực tế để giúp thế hệ trẻ tìm được lẽ sống giữa những biến động của xã hội.

Đây là một bài học quý giá cho các Huynh Trưởng: việc giáo dục đạo

Phật cho thanh niên không chỉ dừng lại ở lý thuyết, mà cần phải được áp dụng vào thực tế cuộc sống. Các Huynh Trưởng cần trang bị cho thế hệ trẻ không chỉ kiến thức về Phật giáo, mà còn là những kỹ năng sống, những giá trị đạo đức để giúp chúng ta đối diện với sự cám dỗ của xã hội tiêu thụ và những áp lực về chính trị, xã hội.

SỰ "MẤT HƯỚNG" CỦA TUỔI TRẺ VÀ GIẢI PHÁP TỪ ĐẠO PHẬT

Một điểm nổi bật khác trong tham luận của Thầy Tuệ Sỹ là sự "mất hướng" của tuổi trẻ Việt Nam, cả trong nước và hải ngoại. Thầy đã dùng hình ảnh của hai đường thẳng song song, đại diện cho tuổi trẻ trong nước và ngoài nước, nhưng đều hội tụ vào một điểm chung: đó là xã hội tiêu thụ. Cả hai nhóm này, dù được giáo dục theo mô hình phương Tây, nhưng đều đang đối diện với một tình trạng mà Thầy gọi là "mất hướng."

Ở trong nước, tuổi trẻ bị bật rễ khỏi truyền thống văn hóa và tinh thần, không còn nắm giữ những giá trị ông cha truyền lại và chịu sự ảnh hưởng nặng nề từ sự thăng tiến và áp lực từ bên ngoài. Trong khi đó, tuổi trẻ hải ngoại, dù được tiếp cận với những điều kiện vật chất tốt hơn, nhưng lại đối diện với nguy cơ di thực, mất đi sự kết nối với cội nguồn văn hóa và tinh thần Việt Nam.

Trước tình trạng đó, Thầy Tuệ Sỹ nhấn mạnh rằng nhiệm vụ của giáo dục đạo Phật không chỉ là giữ gìn truyền thống mà còn phải giúp tuổi trẻ nhận ra giá trị chân thật của cuộc sống, vượt qua những cám dỗ của thời đại và xác định hướng đi cho cuộc đời mình dựa trên sự hiểu biết sâu sắc về thực trạng của nhân sinh. Điều này đòi hỏi Huynh Trưởng GĐPT phải không ngừng học hỏi, tự nâng cao trình độ nhận thức của bản thân, từ đó truyền tải đến các đoàn sinh một cách rõ ràng và thực tiễn nhất. Đây chính là nhiệm vụ thiết yếu mà Huynh Trưởng cần làm, để tránh tình trạng "giảng dạy đạo Phật cho tuổi trẻ không vượt qua các cổng chùa," như Thầy đã nêu, mà cần mở rộng ra ngoài xã hội, giúp thanh thiếu niên tìm được lẽ sống thực sự trong môi trường hiện đại đầy phức tạp.

TINH THẦN "BỒ ĐỀ TÂM" VÀ SỰ DẤN THÂN CỦA TUỔI TRẺ PHẬT GIÁO

Một trong những điểm sáng tạo và đầy cảm hứng trong tham luận của

Thầy Tuệ Sỹ là khái niệm về **Bồ Đề Tâm** và **tính di động** của tuổi trẻ Phật giáo. Bồ Đề Tâm, hay lòng từ bi và sự phát tâm cứu độ, là một trong những yếu tố cốt lõi của Phật giáo và cũng là nền tảng cho sự phát triển tinh thần của tuổi trẻ. Trong xã hội hiện đại, khi mà những đau khổ và bất công ngày càng lan rộng, Bồ Đề Tâm không chỉ là sự tu dưỡng cá nhân mà còn là trách nhiệm xã hội của mỗi Phật tử, đặc biệt là tuổi trẻ.

Thầy Tuệ Sỹ đã kêu gọi tuổi trẻ Phật giáo không chỉ sống với lòng từ bi mà còn phải biết dấn thân vào thực tế của cuộc sống, đối diện với những đau khổ và thử thách của xã hội để từ đó tìm ra hướng đi cho mình. Thầy đã nói một câu rất ý nghĩa: "Nơi nào hiểm nạn, tôi nguyện sẽ là cầu đò. Nơi nào tối tăm, tôi nguyện sẽ là ngọn đuốc sáng." Đây không phải chỉ là những lời nói suông, mà là một bài học thực tiễn cho tất cả Huynh Trưởng và đoàn sinh GĐPTVN, những người đang đứng trước nhiệm vụ giáo dục và hướng dẫn thế hệ trẻ.

Tính **di động** mà Thầy nhắc đến cũng là một phẩm chất cần thiết cho tuổi trẻ. Đó là khả năng linh hoạt, không bị ràng buộc bởi không gian hay thời gian, luôn sẵn sàng lên đường để giúp đỡ những nơi cần thiết và không ngừng học hỏi để phát triển. Đây cũng là một phẩm chất mà các Huynh Trưởng cần phải trau dồi và truyền đạt lại cho các thế hệ trẻ trong GĐPTVN. Sự di động không chỉ về mặt thể chất mà còn về mặt tư duy, về khả năng thích ứng với những thay đổi của thời đại.

GIÁO DỤC PHẬT HỌC CHO TUỔI TRẺ TRONG THỜI ĐẠI MỚI

Một điểm khác cũng được Thầy Tuệ Sỹ nhấn mạnh là việc học Phật không phải chỉ để trở thành những nhà nghiên cứu Phật học mà là để rèn luyện khả năng tư duy, nhận thức về thực trạng của cuộc sống. Kiến thức Phật học và thế gian học không đối nghịch nhau, mà ngược lại, bổ sung và hỗ trợ lẫn nhau để giúp tuổi trẻ tìm ra được con đường sống ý nghĩa và chân thực nhất.

Huynh Trưởng trong GĐPTVN có trách nhiệm quan trọng trong việc truyền tải giáo lý Phật giáo một cách khéo léo, vừa giúp tuổi trẻ thấu hiểu các nguyên tắc cơ bản của Phật pháp, vừa giúp họ thấy được ứng dụng của những nguyên tắc này trong cuộc sống hàng ngày. Sự kết hợp giữa trí tuệ và từ bi, mà Thầy Tuệ Sỹ đã nhấn mạnh, chính là đôi cánh để tuổi trẻ có thể bay cao và xa trong cuộc đời, vượt qua những thử thách và cám dỗ của thế giới hiện đại.

*

SỰ KỲ VỌNG VÀO HUYNH TRƯỞNG GĐPT TRÊN TOÀN THẾ GIỚI

Kết thúc bài tham luận của mình, Thầy Tuệ Sỹ đã để lại cho chúng ta một tấm gương sáng về trách nhiệm và lòng dũng cảm của một người Thầy. Tinh thần của Thầy là một lời nhắc nhở đầy ý nghĩa cho tất cả các Huynh Trưởng trong GĐPTVN, rằng chúng ta không chỉ là những người lãnh đạo trong tổ chức mà còn là những người mang trách nhiệm nặng nề về việc dẫn dắt thế hệ trẻ vượt qua những khó khăn của thời đại.

Trong bối cảnh thế giới đang thay đổi nhanh chóng, đặc biệt là đối với cộng đồng Phật giáo Việt Nam ở hải ngoại, Huynh Trưởng GĐPT cần nhận thức rõ ràng về vai trò của mình trong việc bảo tồn và phát huy các giá trị cốt lõi của Phật giáo và truyền thống dân tộc. Điều này không chỉ giúp xây dựng một thế hệ thanh niên Phật tử mạnh mẽ về tâm hồn và ý chí, mà còn là cách để bảo vệ và phát triển đạo pháp trong bối cảnh thế giới ngày càng phức tạp.

Tấm lòng của Thầy Tuệ Sỹ, cái dũng của một bậc Thầy, chính là tấm gương sáng mà mỗi Huynh Trưởng trong GĐPT cần noi theo để thực hiện trách nhiệm của mình đối với tuổi trẻ và đối với xã hội.

HƯỚNG ĐI TRONG ÁNH ĐẠO:
PHẬT GIÁO VÀ SỨ MỆNH GIÁO DỤC CHO TUỔI TRẺ VIỆT NAM

HOÀI THƯƠNG

Đứng trước sự phát triển mạnh mẽ của xã hội toàn cầu và những biến động trong văn hóa, chính trị và tôn giáo, tuổi trẻ Việt Nam đang đối diện với những thử thách chưa từng có. Tình trạng mâu thuẫn giữa các giá trị truyền thống và hiện đại khiến không ít người trẻ mất phương hướng, dẫn đến sự bất an trong cuộc sống và khó khăn trong việc định hình lối sống tích cực và nhân ái.

ĐẠO PHẬT - ÁNH SÁNG CỦA TÂM HỒN TUỔI TRẺ

Đạo Phật là tôn giáo hướng về sự phát triển nội tâm, nơi mà con người học cách đối diện với khổ đau, tìm thấy hạnh phúc vững bền từ chính bản thân. Tuổi trẻ, với năng lượng sáng tạo và nhiệt huyết, luôn tìm kiếm ý nghĩa thực sự của cuộc sống, chứ không chỉ dừng lại ở những giá trị vật chất tạm bợ. Phật giáo mang đến những bài học sâu sắc về lòng từ bi, trí tuệ và giải thoát, những giá trị này là ngọn đèn soi đường cho tuổi trẻ trong việc định hình nhân cách và định hướng tương lai.

Đặc biệt, trong bối cảnh xã hội hiện nay, khi mà sự áp lực của cuộc sống hiện đại dễ dàng cuốn người trẻ vào vòng xoáy của sự lo âu và bất mãn, Phật giáo là nguồn cảm hứng để tuổi trẻ hiểu rằng hạnh phúc không nằm ở những thành tựu bên ngoài, mà ở sự bình an và sáng suốt từ trong tâm.

PHÁT KHỞI BỒ ĐỀ TÂM
- CON ĐƯỜNG CỦA NGƯỜI TRẺ

Khái niệm "bồ đề tâm" trong Phật giáo không chỉ đơn giản là lòng mong muốn giác ngộ cho bản thân, mà còn là sự đồng cảm sâu sắc với nỗi đau của người khác. Điều này giúp người trẻ mở rộng trái tim, nhìn thấy sự liên kết giữa bản thân và thế giới xung quanh. Họ sẽ hiểu rằng con đường tìm kiếm hạnh phúc cho riêng mình không bao giờ có thể tách rời khỏi hạnh phúc chung của xã hội.

Trong một thế giới đầy biến động, tuổi trẻ cần học cách nhìn sâu vào cuộc sống, nhận diện được những khổ đau của nhân loại và từ đó phát khởi lòng từ bi và sự quyết tâm vượt qua chính mình để giúp đỡ người khác. Đây chính là nguồn động lực để người trẻ không chỉ tìm kiếm thành công cá nhân mà còn góp phần vào sự phát triển của cộng đồng.

VÔ TRỤ XỨ
- TINH THẦN PHIÊU LƯU CỦA TUỔI TRẺ

Tinh thần vô trụ xứ trong Phật giáo khuyến khích con người không bám víu vào bất kỳ nơi chốn, hình thái nào mà luôn sẵn sàng đón nhận sự thay đổi và bước đi trên con đường khai phóng. Đối với tuổi trẻ, điều này có nghĩa là họ cần luôn giữ một tinh thần mở, không sợ thử thách, không ngại thất bại và luôn tìm cách vượt qua những giới hạn của bản thân để chinh phục những chân trời mới.

Nhưng đồng thời, tinh thần vô trụ xứ cũng nhắc nhở tuổi trẻ rằng, dù bước đi đến đâu, dù phiêu lưu khám phá đến mức nào, họ luôn phải giữ vững tâm mình trong ánh sáng của từ bi và trí tuệ. Chỉ có như vậy, những chuyến đi của họ mới thực sự có ý nghĩa và mang lại giá trị đích thực cho cuộc sống.

GIÁO DỤC ĐẠO PHẬT
- KHƠI DẬY TRÍ TUỆ VÀ ĐẠO ĐỨC

Giáo dục đạo Phật cho tuổi trẻ không chỉ dừng lại ở việc truyền đạt những tri thức về giáo lý, mà quan trọng hơn là tạo dựng một môi trường để tuổi trẻ tự khám phá và phát triển trí tuệ của mình. Đây là một hành trình cá nhân, nơi mà mỗi người trẻ phải tự mình trải nghiệm và thấu hiểu những bài học về khổ đau, vô thường và vô ngã.

Đạo Phật khuyến khích sự tự do trong tư duy và sự linh hoạt trong cách tiếp cận cuộc sống. Tuổi trẻ cần được khơi dậy khả năng tự học, tự suy nghĩ và từ đó tự mình phát hiện ra những giá trị sống mà mình tin tưởng. Đây cũng chính là cách mà Phật giáo giúp tuổi trẻ xây dựng một đời sống đạo đức và trí tuệ, không phải từ sự áp đặt của người khác mà từ sự giác ngộ của chính bản thân.

SỰ GẮN KẾT GIỮA TRUYỀN THỐNG VÀ HIỆN ĐẠI

Một trong những thách thức lớn nhất mà tuổi trẻ Việt Nam hiện nay phải đối diện là làm thế nào để giữ vững những giá trị truyền thống trong khi vẫn tiếp nhận những luồng văn hóa và tri thức mới từ thế giới hiện đại. Đạo Phật, với tinh thần dung hòa và bao dung, mang đến một giải pháp để giải quyết mâu thuẫn này.

Trong Phật giáo, sự đổi mới không bao giờ đồng nghĩa với việc từ bỏ những giá trị cốt lõi. Thay vào đó, người trẻ có thể tiếp nhận những cái mới, nhưng phải làm sao để những điều đó không phá vỡ nền tảng đạo đức và tinh thần mà họ đã được giáo dục. Điều này đòi hỏi sự nhạy bén, linh hoạt và sự hiểu biết sâu sắc về cả truyền thống và hiện đại.

TÌM LẠI CON ĐƯỜNG BÌNH AN VÀ HẠNH PHÚC

Cuộc sống hiện đại với nhiều áp lực và sự cạnh tranh khốc liệt đôi khi khiến tuổi trẻ dễ dàng lạc lối trong cuộc tìm kiếm hạnh phúc. Họ thường cho rằng thành công trong sự nghiệp, tài chính hay tình yêu là mục tiêu cuối cùng của đời sống. Tuy nhiên, theo quan điểm của Phật giáo, hạnh phúc thật sự không nằm ở những điều đó mà ở sự an lạc trong tâm hồn.

Người trẻ cần được khuyến khích tìm lại con đường bình an trong tâm, thông qua việc thực hành thiền định, tu tập và phát triển lòng từ bi. Khi đạt được sự bình an trong tâm, họ sẽ không còn bị dao động trước những sóng gió của cuộc đời và có thể tìm thấy hạnh phúc thực sự, bất kể hoàn cảnh nào.

*

SỨ MỆNH CỦA NGƯỜI TRẺ TRONG PHẬT GIÁO

Tuổi trẻ là tương lai của Đạo Phật và của xã hội. Sự thành công của tuổi trẻ không chỉ nằm ở việc họ đạt được những thành tựu cá nhân mà còn ở cách họ góp phần vào sự phát triển chung của cộng đồng. Đạo

Phật, với những giá trị từ bi, trí tuệ và giải thoát, là kim chỉ nam giúp tuổi trẻ tìm thấy con đường đi đúng đắn cho mình.

Trong hành trình đó, họ không chỉ xây dựng một đời sống hạnh phúc cho riêng mình mà còn lan tỏa tình yêu thương và sự hiểu biết đến mọi người xung quanh. Đây chính là sứ mệnh cao cả mà tuổi trẻ Phật tử cần hướng đến: không chỉ sống tốt cho bản thân mà còn góp phần làm cho thế giới trở nên tốt đẹp hơn.

SỰ THOÁI TRÀO VÀ THỨC TỈNH:
CON ĐƯỜNG GIÁO DỤC ĐẠO PHẬT CHO TUỔI TRẺ GĐPT

TUỆ GIÁC

Phật giáo Việt Nam đã trải qua nhiều biến động trong lịch sử, nhưng hiện tại, chúng ta đang đối diện với những khủng hoảng chưa từng có. Cùng với sự tác động của xã hội hiện đại, sức ép của nền kinh tế thị trường và những căng thẳng chính trị đã làm thay đổi diện mạo của xã hội Phật giáo. Đặc biệt, trong lĩnh vực giáo dục đạo Phật cho tuổi trẻ, Gia Đình Phật Tử (GĐPT) – một tổ chức thanh niên Phật tử truyền thống – đang đối diện với nhiều thử thách lớn, cả trong và ngoài nước. Bài viết này mạnh dạn đánh giá tình trạng hiện tại của GĐPT, nhận xét về những giới hạn và ưu điểm trong hệ thống giáo dục, huấn luyện của tổ chức và chỉ ra trách nhiệm của các cấp hướng dẫn trước tình trạng "tù đọng như ao tù" mà tổ chức đang gặp phải.

Trong bối cảnh toàn cầu hóa, giáo dục Phật giáo, đặc biệt là trong GĐPT, đang bị ảnh hưởng nghiêm trọng bởi những yếu tố xã hội và chính trị. Tuổi trẻ Việt Nam ngày nay không chỉ bị mất phương hướng trong đời sống xã hội, mà còn bị bật rễ khỏi truyền thống văn hóa và tinh thần của tổ tiên. Điều này càng làm nổi bật vai trò của GĐPT trong việc duy trì, bảo tồn và truyền bá các giá trị Phật giáo đến thế hệ trẻ.

Tuy nhiên, những thay đổi trong xã hội đã làm xói mòn phần nào nền tảng giáo dục của tổ chức. Trong nhiều trường hợp, các cấp lãnh đạo thiếu sự nhạy bén và trách nhiệm trong việc thích nghi với thời đại mới, khiến cho các hoạt động giáo dục và huấn luyện trở nên khô khan và mất đi tính sáng tạo. Điều này dẫn đến tình trạng "ao tù" mà chúng ta đang chứng kiến hiện nay.

Một trong những yếu tố khiến cho GĐPT gặp khó khăn trong lãnh vực giáo dục là sự thiếu hụt về phương pháp giáo dục hiện đại và sự cứng nhắc trong cách tiếp cận. Các bài học thường không đáp ứng được nhu cầu phát triển toàn diện của thanh thiếu niên. Thêm vào đó, hệ thống huấn luyện Huynh trưởng vẫn còn mang tính hình thức, thiếu tính thực tiễn và không khơi dậy được niềm đam mê học tập của thành sinh.

Ngoài ra, trong một xã hội mà các giá trị tâm linh truyền thống đang bị băng hoại, việc giảng dạy đạo Phật cho tuổi trẻ không chỉ dừng lại ở việc rèn luyện đạo đức, mà còn phải giúp họ phát triển nhận thức tâm linh. Thế nhưng, điều này lại bị hạn chế bởi những quy định chính trị và xã hội, khiến cho việc giáo dục không thể vượt qua khỏi những rào cản do chế độ đặt ra.

Dù vậy, chúng ta cũng không thể phủ nhận rằng GĐPT vẫn giữ được những giá trị cốt lõi của đạo Phật và đóng vai trò quan trọng trong việc bảo tồn nền văn hóa Phật giáo. Các thành viên GĐPT là những người đã và đang nỗ lực tìm kiếm lẽ sống cho bản thân và GĐPT đã tạo ra một môi trường an toàn, nơi các bạn trẻ có thể phát triển tâm hồn và trí tuệ.

Một điểm mạnh đáng kể của GĐPT là tính bền bỉ và kiên định trong việc giữ gìn và truyền bá các giá trị Phật giáo. Dù gặp nhiều khó khăn về chính trị và xã hội, tổ chức vẫn tiếp tục tồn tại và phát triển, chứng minh sức mạnh của một cộng đồng Phật tử có tâm nguyện và ý chí mạnh mẽ.

Vấn đề then chốt mà GĐPT hiện nay cần phải đối diện chính là vai trò và trách nhiệm của các cấp Hướng Dẫn. Sự 'ứ đọng' trong lãnh vực giáo dục và huấn luyện không phải là điều tự nhiên mà đến, mà nó xuất phát từ sự thiếu linh hoạt và sáng tạo trong cách tiếp cận của người đứng đầu. Các cấp lãnh đạo cần nhận thức rõ trách nhiệm của mình trong việc đổi mới, cải cách phương pháp giáo dục để đáp ứng nhu cầu phát triển của tuổi trẻ trong thời đại hiện đại.

Trong thế giới ngày nay, việc giảng dạy đạo Phật cho tuổi trẻ không chỉ dừng lại ở việc học thuộc các bài kinh hay thực hành nghi lễ, mà còn cần phải khơi dậy tinh thần tự học, tự tu và sự chủ động trong việc tìm kiếm con đường đạo Phật phù hợp với bản thân. Các cấp Hướng Dẫn cần phải trở thành những người truyền cảm hứng, dẫn dắt và đồng hành cùng tuổi trẻ trên con đường tìm kiếm chân lý, chứ không phải là những người đứng ở vị trí xa cách, chỉ biết ra lệnh và yêu cầu.

Để GĐPT có thể vượt qua những thách thức hiện tại và tiếp tục phát triển, các cấp lãnh đạo cần phải có nhận thức đúng đắn về tình trạng của tổ chức và vai trò của mình trong lãnh vực giáo dục và huấn luyện. Thay vì tiếp tục duy trì những phương pháp cũ kỹ, không còn phù hợp, các cấp Hướng Dẫn cần phải mạnh dạn đổi mới, học hỏi từ những mô hình giáo dục hiện đại nhưng vẫn giữ vững những giá trị cốt lõi của đạo Phật.

Đồng thời, việc phát triển nhận thức tâm linh và rèn luyện đạo đức cho tuổi trẻ cần phải được đặt lên hàng đầu. Để làm được điều này, GĐPT cần phải tạo ra một không gian an toàn và cởi mở, nơi các đoàn sinh có thể tự do khám phá, học hỏi và phát triển. Không gian này phải được xây dựng trên nền tảng của bồ đề tâm – lòng từ bi và trí tuệ của Bồ Tát – để giúp tuổi trẻ không bị cuốn vào những cám dỗ của xã hội hiện đại, mà luôn giữ vững hướng đi của mình trong cuộc sống.

Trong tình trạng xã hội và đạo pháp đang đối diện với nhiều thách thức như hiện nay, vai trò của GĐPT càng trở nên quan trọng hơn bao giờ hết. Tuy nhiên, để tổ chức có thể tiếp tục phát triển và hoàn thành sứ mệnh giáo dục thanh thiếu niên, các cấp Hướng Dẫn cần phải nhận thức rõ trách nhiệm của mình và không ngừng đổi mới, cải cách phương pháp giáo dục. Chỉ có như vậy, GĐPT mới có thể trở thành một ngọn đuốc sáng, soi đường cho tuổi trẻ Việt Nam trong hành trình tìm kiếm chân lý và xây dựng tương lai tươi sáng hơn.

*

Phật giáo Việt Nam đã từng là ngọn đuốc soi sáng cho đời sống tinh thần của người Việt qua hàng thế kỷ. Tuy nhiên, xã hội hiện đại với những tác động sâu rộng của toàn cầu hóa, sự biến đổi của môi trường kinh tế - xã hội, cùng với các yếu tố chính trị và văn hóa, đã đưa nền Phật giáo Việt Nam vào một giai đoạn xáo trộn và khủng hoảng chưa từng có. Trong thời kỳ mà truyền thống và hiện đại đang xung đột mãnh liệt, sự giáo dục đạo Phật cho tuổi trẻ trở nên cấp bách hơn bao giờ hết.

Gia Đình Phật Tử – một tổ chức đã gắn liền với Phật giáo và giới trẻ Việt Nam suốt nhiều thập kỷ qua – đang đối diện với những thử thách lớn trong việc tiếp tục truyền bá các giá trị đạo đức và tâm linh cho thế hệ tương lai. Trước những tác động tiêu cực của xã hội tiêu thụ, áp lực chính trị và sự phát triển thiếu cân bằng, hệ thống giáo dục và huấn luyện của GĐPT dường như đang rơi vào tình trạng "ứ đọng" như một ao tù không còn sức sống.

Trong bối cảnh đó, vai trò của các cấp Hướng Dẫn trở nên quan trọng hơn bao giờ hết. Trách nhiệm của chúng ta không chỉ dừng lại ở việc duy trì hoạt động của GĐPT mà còn cần phải có sự đổi mới, cải cách hệ thống giáo dục để phù hợp với yêu cầu của thời đại. Bài viết này sẽ mạnh dạn đối diện với tình trạng hiện tại của giáo dục đạo Phật trong GĐPT, cả trong và ngoài nước, chỉ ra những giới hạn, ưu điểm và đề nghị những giải pháp thiết thực nhằm thức tỉnh và khơi dậy một phong trào giáo dục mới mẻ và sâu sắc hơn cho tuổi trẻ Phật tử Việt Nam.

*

NHỮNG GIỚI HẠN VÀ THÁCH THỨC CỦA HỆ THỐNG GIÁO DỤC VÀ HUẤN LUYỆN GĐPT

Một trong những thách thức lớn nhất mà GĐPT đang đối diện là sự tác động của chính trị và xã hội lên lãnh vực giáo dục và huấn luyện. Trong một môi trường xã hội mà quyền lực chính trị thống trị, các tổ chức Phật giáo như GĐPT bị ràng buộc bởi những quy định nghiêm ngặt, khiến cho việc giảng dạy và truyền bá giáo lý Phật pháp gặp nhiều khó khăn. Trong khi tuổi trẻ Việt Nam, cả trong và ngoài nước, đang khao khát tìm kiếm lẽ sống, nhiều người trong số họ lại không được tiếp cận với những giá trị cốt lõi của đạo Phật.

Giáo dục trong GĐPT hiện nay phần lớn vẫn mang tính cứng nhắc, dựa trên những phương pháp truyền thống không còn phù hợp với nhu cầu phát triển toàn diện của thanh thiếu niên. Các bài giảng thường không khơi dậy được niềm đam mê học tập và tu tập nơi các đoàn sinh. Nhiều khi, chúng chỉ đơn thuần là sự nhắc lại những bài kinh điển mà không giúp tuổi trẻ hiểu sâu sắc hơn về đạo lý sống trong thế giới hiện đại.

Hệ thống huấn luyện Huynh trưởng cũng gặp nhiều khó khăn trong việc thích ứng với thời đại. Phương pháp đào tạo vẫn mang tính hình thức, thiếu tính thực tiễn và không phát huy được sự sáng tạo của người học. Thêm vào đó, sự thiếu hụt về tài liệu giáo dục và nguồn nhân lực có chất lượng đã làm cho công việc giáo dục và huấn luyện trở nên khô khan, mất đi tính hấp dẫn đối với thanh thiếu niên.

Thách thức lớn nhất mà GĐPT phải đối diện có lẽ là sự xói mòn của các giá trị tinh thần trong xã hội hiện đại. Trong một thế giới mà sức ép của nền kinh tế thị trường và những cám dỗ vật chất ngày càng lớn, tuổi trẻ GĐPT dễ bị lôi cuốn vào những giá trị thế tục, xa rời tinh thần tự tu, tự học và tự giác ngộ của đạo Phật. Những áp lực từ xã hội tiêu thụ, cùng với sự thiếu nhận thức sâu sắc về Phật pháp, đã khiến nhiều bạn trẻ trong GĐPT mất đi định hướng, không biết mình nên đi theo con đường nào.

VAI TRÒ CỦA CÁC CẤP HƯỚNG DẪN VÀ TRÁCH NHIỆM TRƯỚC TÌNH TRẠNG HIỆN TẠI

Trước tình trạng trì trệ và thụ động trong hệ thống giáo dục GĐPT, vai trò của các cấp Hướng Dẫn trở nên vô cùng quan trọng. Chúng ta chính là những người định hướng và chịu trách nhiệm cho sự phát triển của tổ chức, nhưng đồng thời cũng phải đối diện với những thách thức mà thời đại mang lại. Việc giáo dục và huấn luyện Huynh trưởng không chỉ dừng lại ở việc truyền đạt kiến thức và kinh nghiệm, mà cần phải có sự khơi gợi động lực từ bên trong để các Huynh trưởng có thể tự mình chủ động tìm kiếm và cải thiện phương pháp giáo dục.

Trách nhiệm đầu tiên của các cấp Hướng Dẫn là cần phải nhận ra rằng hệ thống giáo dục của GĐPT hiện đang bị mắc kẹt trong những quy trình cũ kỹ, không còn phù hợp với nhu cầu và thách thức của thời đại. Thay vì tiếp tục duy trì những phương pháp giáo dục thiếu hiệu quả, các cấp Hướng Dẫn cần phải nhìn nhận một cách rõ ràng về tình trạng hiện tại và dũng cảm đối diện với sự thật rằng hệ thống giáo dục cần phải được cải tiến toàn diện.

Hơn nữa, trách nhiệm của Ban Hướng Dẫn không chỉ nằm ở việc duy trì hoạt động của GĐPT, mà còn phải thúc đẩy sự phát triển về tư duy, nhận thức của Huynh trưởng và đoàn sinh. Các Huynh trưởng phải được đào tạo để trở thành những người lãnh đạo có tầm nhìn, có khả năng sáng tạo và dám đổi mới, chứ không chỉ là những người thực thi những quy trình có sẵn. Để làm được điều này, các cấp Hướng Dẫn cần phải bảo đảm rằng hệ thống huấn luyện và giáo dục được cải tiến, phù hợp với thực tiễn và không ngừng thay đổi theo xu hướng phát triển chung của xã hội.

Ngoài ra, vai trò của các cấp Hướng Dẫn cũng là giữ vững tinh thần Phật giáo trong mọi hoạt động của GĐPT. Điều này đòi hỏi các cấp Hướng Dẫn phải có sự hiểu biết sâu sắc về giáo lý Phật pháp, không chỉ trên phương diện lý thuyết mà còn trong cách áp dụng vào đời sống hằng ngày. Việc giữ gìn tinh thần đạo Phật trong giáo dục không chỉ giúp đoàn sinh duy trì được gốc rễ tâm linh mà còn giúp họ phát triển nhân cách toàn diện, biết yêu thương, chia sẻ và sống có trách nhiệm với cộng đồng.

Một điểm cần lưu ý là các cấp Hướng Dẫn phải đối diện với tình trạng "ứ đọng" của tổ chức bằng một tâm thế sáng suốt và kiên định. Chúng ta không thể chỉ đơn thuần là những người giám sát hoạt động, mà phải trở thành những người truyền cảm hứng, dẫn dắt và đồng hành cùng tuổi trẻ trên con đường tìm kiếm lẽ sống và chân lý. Chỉ khi nào các cấp Hướng Dẫn nhận ra trách nhiệm này và dám mạnh dạn thay đổi, thì GĐPT mới có thể vượt qua tình trạng trì trệ và tiếp tục phát triển.

NHỮNG ƯU ĐIỂM CÒN LẠI CỦA HỆ THỐNG GIÁO DỤC GĐPT

Mặc dù hệ thống giáo dục GĐPT hiện nay đang gặp nhiều khó khăn, nhưng chúng ta cũng không thể phủ nhận rằng tổ chức vẫn giữ được những giá trị cốt lõi vô cùng quý báu của Phật giáo. GĐPT không chỉ là nơi tập hợp thanh thiếu niên Phật tử, mà còn là môi trường giúp họ rèn luyện nhân cách, trí tuệ và lòng từ bi thông qua các hoạt động giáo dục và tu học.

Điểm sáng của GĐPT là vẫn giữ được một tinh thần Phật giáo truyền thống mạnh mẽ. Các Huynh trưởng và đoàn sinh GĐPT được dạy dỗ để sống theo các giá trị của đạo Phật, biết yêu thương và chia sẻ với những người xung quanh, biết cống hiến cho xã hội và cộng đồng. Đây là một trong những ưu điểm nổi bật của hệ thống giáo dục GĐPT, giúp thanh thiếu niên giữ vững gốc rễ tâm linh trong một thế giới đầy biến động và cám dỗ.

Ngoài ra, GĐPT còn là nơi giúp các thanh thiếu niên Phật tử phát triển lòng từ bi, trí tuệ và ý chí vững vàng. Thông qua các hoạt động sinh hoạt tập thể và tu học, đoàn sinh được rèn luyện để trở thành những người có trách nhiệm với bản thân và xã hội, biết sống chân thật, giản dị và không bị cuốn vào những giá trị vật chất phù phiếm. Đây là điều mà không phải tổ chức giáo dục nào cũng có thể làm được, đặc biệt là trong bối cảnh xã hội hiện đại ngày nay.

Một ưu điểm khác của GĐPT là tinh thần đoàn kết và gắn bó giữa các thành viên trong tổ chức. Mặc dù phải đối diện với nhiều khó khăn về chính trị, xã hội và kinh tế, nhưng các thành viên GĐPT vẫn luôn sát cánh bên nhau, cùng nhau vượt qua mọi thử thách. Điều này chứng tỏ rằng tinh thần đạo Phật vẫn luôn hiện hữu và là nguồn động lực to lớn giúp GĐPT tiếp tục tồn tại và phát triển.

ĐỀ NGHỊ GIẢI PHÁP CẢI CÁCH VÀ ĐỔI MỚI HỆ THỐNG GIÁO DỤC VÀ HUẤN LUYỆN GĐPT

Trước tình trạng "ứ đọng" của hệ thống giáo dục trong GĐPT, điều cần thiết là một cuộc cải cách sâu rộng nhằm mang lại sự đổi mới, phù hợp với bối cảnh xã hội và những yêu cầu của thời đại hiện nay. Những cải cách này không chỉ giúp khắc phục những hạn chế hiện tại mà còn tạo nền tảng vững chắc để GĐPT tiếp tục phát triển và đáp ứng nhu cầu của thanh thiếu niên trong tương lai.

a. Đổi mới phương pháp giảng dạy và huấn luyện Huynh trưởng

Điều đầu tiên cần thiết là phải đổi mới phương pháp giảng dạy và huấn luyện Huynh trưởng. Phương pháp giảng dạy truyền thống, dù mang nhiều giá trị, nhưng không còn phù hợp với thời đại công nghệ phát triển và nhịp sống hiện đại. Các Huynh trưởng cần được tiếp cận với những phương pháp giáo dục tiên tiến, áp dụng công nghệ và khoa học vào quá trình huấn luyện để thu hút và giữ chân đoàn sinh.

Một trong những điểm quan trọng là phải tạo ra những chương trình giáo dục đa dạng, linh hoạt và thú vị. Thay vì chỉ tập trung vào việc học thuộc lòng và ghi nhớ kinh điển, các hoạt động giảng dạy cần phải khơi dậy sự sáng tạo, khám phá và trải nghiệm. Điều này giúp đoàn sinh không chỉ hiểu lý thuyết mà còn biết cách áp dụng Phật pháp vào đời sống hằng ngày.

b. Tạo không gian học tập và sinh hoạt linh hoạt

Một yếu tố quan trọng khác trong quá trình đổi mới là tạo ra một không gian học tập và sinh hoạt linh hoạt cho đoàn sinh. Thay vì gò bó họ trong những bài học lý thuyết và khuôn khổ cố định, GĐPT cần xây dựng một môi trường mở, nơi các đoàn sinh có thể tự do trao đổi, học hỏi và phát triển bản thân. Không gian này phải khuyến khích tinh thần sáng tạo, dám nghĩ dám làm và không ngại sai lầm.

Ví dụ, các hoạt động sinh hoạt ngoài trời, các chuyến dã ngoại, các buổi hội thảo, hoặc những cuộc thảo luận về các chủ đề đương đại liên quan đến đời sống và Phật pháp có thể giúp đoàn sinh có cái nhìn sâu sắc và thực tế hơn về giáo lý của Đức Phật. Những hoạt động này cũng giúp tạo ra sự gắn kết giữa các thành viên trong GĐPT, nâng cao tinh thần đoàn kết và tinh thần cộng đồng.

c. Xây dựng chương trình giáo dục phù hợp với thời đại hiện đại

Giáo dục trong GĐPT không chỉ dừng lại ở việc giảng dạy Phật pháp mà còn cần kết hợp với những kỹ năng sống hiện đại, giúp đoàn sinh phát triển toàn diện về cả mặt tinh thần và trí tuệ. Một chương trình giáo dục hiện đại cần phải tích hợp những kỹ năng mềm như kỹ năng giao tiếp, quản trị thời gian, lãnh đạo, làm việc nhóm, cùng với việc giảng dạy những kiến thức cơ bản về đạo đức và nhận thức tâm linh.

Ngoài ra, giáo dục trong GĐPT cũng cần phải quan tâm đến các vấn đề xã hội đương đại như bảo vệ môi trường, bình đẳng giới, trách nhiệm với cộng đồng và những thách thức về văn hóa toàn cầu. Điều này không chỉ giúp các đoàn sinh có cái nhìn rộng mở hơn về thế giới mà còn giúp họ phát triển ý thức trách nhiệm với xã hội và trở thành những công dân toàn cầu, nhưng không quên gốc rễ truyền thống của mình.

d. Đổi mới trong huấn luyện Huynh trưởng

Cùng với việc cải cách giáo dục cho đoàn sinh, việc huấn luyện Huynh trưởng cũng cần được đổi mới. Huynh trưởng là những người dẫn dắt và đồng hành cùng đoàn sinh, do đó, họ cần được trang bị những kỹ năng lãnh đạo, kỹ năng giảng dạy và khả năng tổ chức hoạt động. Các khóa huấn luyện Huynh trưởng cần phải đa dạng, phong phú và thực tế hơn, giúp họ không chỉ hiểu sâu về Phật pháp mà còn biết cách áp dụng những giá trị đó vào cuộc sống hằng ngày.

Bên cạnh đó, việc huấn luyện Huynh trưởng cần chú trọng đến sự phát triển cá nhân của mỗi Huynh trưởng. Các chương trình đào tạo không nên chỉ dừng lại ở việc cung cấp kiến thức lý thuyết, mà cần giúp các Huynh trưởng phát triển tư duy phản biện, khả năng sáng tạo và ý thức trách nhiệm đối với đoàn sinh. Huấn luyện cần phải khuyến khích sự tự học, tự rèn luyện và tạo cơ hội để Huynh trưởng phát triển toàn diện, trở thành những người lãnh đạo tinh thần có khả năng truyền cảm hứng cho đoàn sinh.

BÀI HỌC THỰC TIỄN CHO NHẬN THỨC ĐÚNG ĐẮN VỀ GIÁO DỤC ĐẠO PHẬT CHO TUỔI TRẺ

Khi nói về việc giáo dục đạo Phật cho tuổi trẻ, điều quan trọng nhất là phát triển bồ đề tâm – lòng từ bi và trí tuệ. Bồ đề tâm là nền tảng của mọi hành động trong đạo Phật và nó phải được khơi dậy nơi tuổi trẻ để họ có thể sống một cuộc đời có ý nghĩa, đầy trách nhiệm với bản thân, xã hội và thế giới xung quanh. Tuy nhiên, bồ đề tâm không phải chỉ là khái niệm trừu tượng, mà phải được áp dụng vào thực tế cuộc sống hàng ngày của tuổi trẻ.

Giáo dục đạo Phật cho tuổi trẻ không chỉ dừng lại ở việc dạy họ biết yêu thương và chia sẻ, mà còn phải giúp họ nhận ra bản chất của sự đau khổ và hạnh phúc trong cuộc đời. Thông qua việc học tập từ kinh điển Phật giáo, tuổi trẻ sẽ có khả năng nhìn thẳng vào bản chất của đời sống, từ đó phát triển nhận thức tâm linh và trí tuệ.

Đồng thời, giáo dục đạo Phật cũng cần phải dạy cho tuổi trẻ tinh thần khai phóng và bao dung. Trong một thế giới đầy sự khác biệt về tín ngưỡng, văn hóa và lối sống, thanh thiếu niên Phật tử cần học cách sống hòa đồng và tôn trọng những giá trị khác nhau. Điều này giúp họ không chỉ phát triển bản thân mà còn trở thành những người có trách nhiệm trong việc xây dựng một xã hội đa dạng, công bằng và bình đẳng.

*

Trước những thách thức lớn lao mà GĐPT đang phải đối diện trong việc giáo dục và huấn luyện thế hệ trẻ, chúng ta không thể phủ nhận rằng tổ chức này đã và đang đóng góp một vai trò vô cùng quan trọng trong việc bảo tồn và phát triển các giá trị cốt lõi của Phật giáo. Tuy nhiên, sự thoái trào của hệ thống giáo dục hiện tại đã cho thấy sự cấp thiết của một cuộc cải cách toàn diện. GĐPT không thể tiếp tục duy trì những phương pháp cũ kỹ, thiếu linh hoạt và sáng tạo nếu muốn đáp ứng nhu cầu phát triển của thanh thiếu niên Phật tử trong thời đại mới.

Các cấp Hướng Dẫn GĐPT cần mạnh dạn đối diện với những giới hạn hiện tại và chịu trách nhiệm trước tình trạng "ứ đọng" của tổ chức. Chúng ta không thể tiếp tục gò bó mình trong những quy trình hành chính khô khan, mà cần phải trở thành những người dẫn đường sáng tạo, luôn khát khao đổi mới và truyền cảm hứng cho tuổi trẻ. Để làm được điều này, việc đổi mới phương pháp giảng dạy và huấn luyện, tạo ra không gian học tập linh hoạt và tích hợp những kỹ năng sống hiện đại vào chương trình giáo dục là điều cấp thiết.

Giáo dục đạo Phật cho tuổi trẻ không chỉ dừng lại ở việc dạy đạo lý, mà còn phải giúp họ phát triển một tinh thần khai phóng, bao dung và sẵn sàng đối diện với những thách thức của cuộc sống. Phát triển bồ đề tâm và trí tuệ chính là nền tảng giúp tuổi trẻ GĐPT không chỉ tìm thấy lẽ sống cho bản thân, mà còn biết sống có trách nhiệm với cộng đồng và xã hội. Bằng cách tiếp cận một cách linh hoạt và sáng tạo, GĐPT có thể trở thành nơi ươm mầm cho những thế hệ Phật tử mới, biết yêu thương, chia sẻ và cống hiến hết mình vì đạo pháp và dân tộc.

*

Cuối cùng, để có thể tái tạo sức sống cho hệ thống giáo dục và huấn luyện của GĐPT, chúng ta cần một sự đồng lòng và quyết tâm từ tất cả các cấp Hướng Dẫn, Huynh trưởng và đoàn sinh. Mỗi người trong chúng ta, từ những người đứng đầu Ban Hướng Dẫn cho đến các thành viên trong các đơn vị GĐPT khắp nơi, đều có trách nhiệm trong việc đổi mới và phát triển tổ chức. Sự thành công của GĐPT không chỉ phụ thuộc vào sự nhiệt huyết và cống hiến của một vài cá nhân, mà là kết quả của sự đoàn kết, chung sức và đồng lòng của toàn thể cộng đồng Phật tử.

Chúng ta cần phải thắp sáng lại ngọn lửa của tinh thần Phật giáo trong lòng mỗi thanh thiếu niên Phật tử, giúp họ tìm thấy con đường đi đúng đắn và vững chắc trong cuộc sống. Để làm được điều này, mỗi thành viên GĐPT cần phải tự rèn luyện, học hỏi và không ngừng nỗ lực hoàn thiện bản thân. Chỉ khi nào chúng ta có một tầm nhìn rõ ràng, một phương pháp giáo dục phù hợp và một tinh thần đoàn kết mạnh mẽ, thì GĐPT mới có thể vượt qua những thách thức hiện tại và tiếp tục phát triển mạnh mẽ trong tương lai.

Hãy cùng nhau hành động để xây dựng một hệ thống giáo dục Phật giáo vững chắc và tiến bộ, một GĐPT đầy sức sống, sẵn sàng đối diện với mọi thách thức của thời đại và luôn giữ vững niềm tin vào con đường giác ngộ của Đức Phật. Hãy biến những ước mơ và lý tưởng của chúng ta thành hiện thực bằng những hành động cụ thể, thiết thực và kiên định, để tương lai của GĐPT mãi sáng ngời trên con đường phục vụ đạo pháp và dân tộc.

"Uy đức của Tăng-già thanh tịnh và hòa hiệp là chỗ dựa cho sự hòa hiệp đồng tu của bốn chúng đệ tử. Sự tụ hội của bốn chúng trong hòa hiệp đồng tu là cơ sở để kiến thiết một Giáo hội, trong đó luật đạo và luật đời không mâu thuẫn, có đủ phẩm chất và năng lực góp phần vào các sự nghiệp giáo dục, văn hóa, xã hội và kinh tế, đưa đất nước tiến vào thời kỳ trật tự, thanh bình và an lạc. Đây cũng chính là lý tưởng Bồ-đề nguyện và Bồ-đề hành của bốn chúng đệ tử Đức Thế Tôn, vì sự an lạc của tự thân, gia đình và xã hội."

TUỆ SỸ,
Thư Gởi Chư Thiện Tri Thức Trong Và Ngoài Nước
Nhân Tết Nhi Đồng Việt Nam
Suy Tư Hướng Về Các Thế Hệ Tương Lai

THƯ GỬI CHƯ THIỆN TRI THỨC TRONG VÀ NGOÀI NƯỚC NHÂN TẾT NHI ĐỒNG VIỆT NAM
SUY TƯ HƯỚNG VỀ CÁC THẾ HỆ TƯƠNG LAI

Không ít những người trong chúng ta đã sinh ra và lớn lên sau những ngày thế giới hồi sinh trước một hiểm họa diệt vong toàn cầu, nhưng lại đang dấy lên nỗi lo sợ của những nhà khoa học vĩ đại nhất thế kỷ, sau khi chứng kiến sức hủy diệt của hai quả bom nguyên tử – sản phẩm của trí tuệ con người. Họ đã phải cùng nhau lên tiếng: "Chúng ta, những nhà khoa học, đã phạm tội với nhân loại." Nhiều thế hệ sau vẫn biết ơn họ, những người đã góp phần xoa dịu khổ đau thể chất của nhân loại; những người mà suốt đời vùi đầu trên những trang giấy, nguệch ngoạc với những con số, những hình thể vuông tròn, cong thẳng, không màng đến mọi tranh chấp danh lợi của thế gian; tính toán trên những hạt vật chất cực kỳ nhỏ bé, những khám phá kỳ diệu mang đến cho nhân loại nguồn cảm hứng và hy vọng về một thế giới an toàn được bảo vệ bằng các phân tử vật chất, đồng thời cũng khắc sâu nỗi ám ảnh rằng một ngày nào đó, những vật thể cực nhỏ ấy có thể làm nổ tung trái đất bởi tham vọng điên cuồng của con người.

Phần lớn chúng ta được nuôi dưỡng, lớn lên trong một đất nước nhỏ bé, trải qua hơn một nghìn năm nô lệ cho các thiên triều phương Bắc, hơn trăm năm cúi đầu chấp nhận một nước Pháp xa xôi làm mẫu quốc để trở thành thành viên của một nền văn minh xa lạ. Cho đến khi độc lập dân tộc được tuyên bố, niềm tin vào chủ quyền dân tộc, quyền tự quyết trước các thế lực siêu cường thế giới đã được khơi dậy. Thế rồi, một cuộc đấu tranh quyền lực mới, tưởng chừng ôn hòa nhưng khốc liệt, phân chia bản đồ thế giới, bắt đầu với cuộc chiến tranh lạnh, chẳng mấy chốc đẩy Việt Nam vào một cuộc chiến tranh mới – huynh đệ tương tàn, như là nơi đọ sức của các siêu cường "ai thắng ai".

Trước những hiểm họa liên tục đe dọa hòa bình vốn dĩ mong manh của thế giới và trực tiếp đe dọa sinh mệnh của dân tộc Việt Nam trong bối cảnh chia đôi không chỉ về địa lý mà còn về ý thức hệ, thế hệ sinh ra sau thời kỳ thế chiến tuy vẫn nghe kể về các trận chiến qua lời cha anh, chứng kiến những cảnh thân thích phân ly Nam-Bắc đầy đau đớn, nhưng vẫn ngây thơ trong sự bảo bọc của gia đình, xã hội; những ngày tiết Trung thu vẫn vô tư thắp đèn dạo chơi khắp phố phường. Các thế hệ tiếp theo, tuổi thơ vẫn vô tư trong tiết Trung thu, thắp đèn dạo chơi khắp phố phường, trong khi ở các vùng chiến sự, trẻ thơ đêm đêm nhìn ánh hỏa châu thay cho những chiếc lồng đèn và ánh trăng rằm, cũng vô tư trong sự bảo bọc của cha mẹ, người thân.

Cho đến khi trưởng thành, một số trong chúng ta vội vã bước vào đời tìm kế mưu sinh không chỉ dưới mưa nắng thất thường mà còn qua những trận mưa bom đạn bất trắc, với vốn kiến thức non yếu và kinh nghiệm đơn sơ làm hành trang; số khác, may mắn hơn vào các cổng Đại học để chuẩn bị cho một tương lai mơ hồ trong chiến tranh hay hòa bình. Những thế hệ trẻ thơ tiếp theo vẫn lớn lên trong nụ cười và ánh mắt hồn nhiên, rồi ngã xuống hoặc tiếp tục đi tới tương lai bất định.

Cho đến khi hòa bình và thống nhất được công bố, tuổi thơ vẫn hồn nhiên vác cờ chiến thắng đi khắp phố phường, thôn xóm, đả đảo văn hóa đồi trụy, chối bỏ, thiêu hủy những gì cha anh đã xây dựng bằng máu và nước mắt với hy vọng về một tương lai tươi sáng trong một đất nước hòa bình. Sự nghiệp văn hóa, giáo dục của Phật giáo Việt Nam từ cấp Tiểu học đến Đại học trong 20 năm chiến tranh đã đóng góp không ít vào sự tiến bộ của miền Nam và Đông Nam Á, nhưng cùng lúc bị xóa sạch. Các thế hệ sinh trưởng trong hòa bình phần lớn nghe nói về xã hội miền Nam, về thủ đô Sài Gòn hoa lệ, hòn ngọc Viễn Đông, như nghe chuyện về một đất nước xa lạ.

Công đức của các cư sĩ Phật tử đóng góp vào sự nghiệp văn hóa, giáo dục ấy là không nhỏ, cả trong thời chiến lẫn thời bình.

Vị trí của hàng cư sĩ, được Đức Phật gọi là cận sự nam (upāsaka) và cận sự nữ (upāsikā), trong những ngày đầu hoằng pháp dường như chỉ giới hạn trong những công đức "tứ sự cúng dường" cho hàng xuất gia có đủ nhu yếu cho đời sống hằng ngày để tu tập. Tuy nhiên, trong các kinh điển nguyên thủy hoặc gần nguyên thủy, có không ít những đoạn Đức Phật giáo giới người tại gia về các pháp bốn nhiếp sự, bốn vô lượng tâm, mà sau này phát triển thành căn bản tu đạo và hành đạo trong Bồ-tát đạo của Đại thừa. Ba nhân vật tại gia, nửa hư cấu nửa lịch sử, xuất hiện trong văn học chính thống của Đại thừa – Vimalakīrti (Duy-ma-cật), Śrī-Mālādevī (Thắng Man Phu nhân) và Sudhana-kumāra (Thiện Tài đồng tử) – đã xác nhận vai trò của hàng tại gia trong ba thế hệ của một đại gia đình trong xã hội Ấn Độ phát triển đa dạng với các hình thái tôn giáo và hệ tư tưởng triết học, hoặc thuận hoặc nghịch. Đồng thời, các tri thức về ngôn ngữ học tinh tế, những phương pháp nội quan đi sâu vào bí ẩn của hoạt động tâm lý và những quan sát mang tính khoa học về thế giới vật lý và vật chất, cũng phát triển mạnh mẽ. Trong bối cảnh đó, sự xuất hiện của các cư sĩ được xem như có đủ thời gian nhàn hạ để đi sâu vào các nguồn mạch tư duy từ thánh điển, mà trước kia chỉ dành cho hàng xuất gia đã dứt bỏ mọi ràng buộc thế tục, chuyên tâm Thánh đạo.

Cư sĩ học đạo và hành đạo không chỉ vì lợi ích an lạc của riêng mình trong đời này và đời sau. Họ học đạo, nhưng không thể dứt bỏ hoàn toàn để chuyên tâm Thánh đạo do ràng buộc bởi danh lợi thế gian. Tuy vậy, họ vẫn không dễ dàng dứt bỏ gánh nặng gia đình và phận sự đối với quốc gia, xã hội. Phận sự chính yếu của họ là giáo dưỡng con cháu mình trưởng thành với nhân cách tốt, không chỉ để tốt cho bản thân và gia đình, mà còn đóng góp cho quốc gia và xã hội, nếu khả dĩ. Nhân vật huyền thoại như Vimalakīrti, không chỉ giàu có đến mức chiếm vị trí ưu việt trong xã hội, đủ uy tín để giáo dục các vương tôn công tử về đạo đức và kiến thức chính trị xã hội, cũng xứng đáng trở thành những quân vương lãnh đạo một đất nước trật tự, thanh bình, an lạc. Ông có dư tài sản để chẩn tế cho những người bần hàn khốn khổ, có dư phẩm chất đạo đức để đi vào thanh lâu, tửu điếm mà thức tỉnh những tâm hồn sa đọa. Đây không phải là những điều khoa trương hão huyền. Trong lịch sử, chúng ta đã thấy những nhân vật như Ashoka Đại đế của Ấn Độ, Nhân Tông Hoàng đế của Đại Việt và Thánh Đức Thái tử của Nhật Bản – những bậc quân vương Phật tử để lại dấu ấn không thể phai mờ trong lịch sử dân tộc của các nước này. Dù triều đại thay đổi, những thế hệ sau của họ có thể uốn cong dòng lịch sử, nhưng vẫn không thể xóa nhòa niềm kiêu hãnh dân tộc của một thời.

Lướt qua những dữ kiện lịch sử hoặc huyền thoại, vai trò của trí thức trong bất kỳ xã hội nào chủ yếu vẫn là kế thừa và bảo tồn di sản của tiền nhân, đồng thời giáo dục các thế hệ kế tiếp để tiếp tục sự nghiệp này. Trí thức Phật tử, một bộ phận trong bốn chúng đệ tử, với tư cách là con dân của đất nước, xã hội, tham gia vào các sự nghiệp của toàn dân, giáo dục các thế hệ trẻ trưởng thành, xứng đáng với tầm vóc lãnh đạo từ những thôn xóm nghèo nàn đến các đô thị phồn vinh của một quốc gia thịnh vượng. Đồng thời, họ là nhịp cầu nối để hàng xuất gia từ thâm sơn cùng cốc, từ những thiền thất, tĩnh viện, mang ánh sáng Chánh pháp soi tỏ tận chốn cùng khổ của nhân sinh. Đây chính là sứ mệnh và phận sự của họ đối với quốc gia dân tộc, là tâm nguyện Bồ-đề hành và lý tưởng Bồ-tát đạo trong tinh thần phụng sự Dân tộc và Đạo pháp.

Nguyện ấy và hành ấy, lý tưởng cao cả ấy, tuy vậy, không thể vượt qua những giới hạn của lịch sử, trong tương quan duyên khởi giữa con người và thiên nhiên, từ đó, giữa phát minh kỹ thuật và tiến bộ xã hội. Trong một xã hội bị chi phối bởi tập quán gia trưởng, việc giáo dục con cháu thuộc quyền tuyệt đối của cha ông; nhất là trong một xã hội chịu ảnh hưởng nặng nề của Nho giáo, với nguyên tắc trung-hiếu "quân xử thần tử, thần bất tử bất trung; phụ xử tử vong, tử bất vong bất hiếu", quyền định hướng tương lai của các thế hệ kế thừa thuộc về cha ông, con cháu không có quyền quyết định sự nghiệp tương lai của chính mình. Trong Phật giáo, những chú sa-di nhỏ "cát ái từ thân" không phải là điều hiếm thấy, nhưng chỉ được gia nhập hàng Tăng-già khi thân và trí được xác định là đã phát triển đầy đủ để có thể lãnh hội và thực hành những điều Phật dạy. Đạo Phật được gọi là đạo của trí tuệ; trẻ nhỏ chưa đủ trí năng để phân biệt thiện ác thì chưa đủ điều kiện để thọ trì Tam quy Ngũ giới, ngoại trừ những trường hợp được coi là gieo mầm Bồ-đề, cầu phước báo, hoặc được coi như bán khoán cho Phật để được bảo vệ khỏi ma quỷ quấy rối vì là "con của Phật". Tất nhiên, với trẻ nhỏ, không thể giảng giải để hiểu rõ thế nào là Tam quy, thế nào là Ngũ giới; nhưng cũng hiếm thấy nơi nào giảng giải cho trẻ biết thế nào là Khổ đế, hay con đường dẫn đến diệt khổ là Đạo đế. Lại càng khó giảng hơn về những điều như sự an lạc của sự tĩnh lặng, tĩnh tâm. Trong suốt hơn hai nghìn năm lịch sử, Phật giáo Việt Nam hầu như chỉ dành cho người lớn, thậm chí chỉ là tôn giáo dành cho người chết, thịnh hành với các nghi thức cầu siêu, chẩn tế cô hồn. Tuổi thơ dường như vắng bóng trong sinh hoạt Phật giáo.

Tình trạng này đã bắt đầu thay đổi khi nhận thức về nguy cơ đất nước có thể trở thành một tỉnh lẻ của Pháp quốc bên trời Tây và đồng thời đe dọa hủy diệt nguồn tín tâm đã đồng hành cùng dân tộc qua hai nghìn năm thăng trầm. Các hội đoàn Phật giáo với cơ cấu mới của Tăng-già đã lần lượt xuất hiện trong giai đoạn gọi là "Chấn hưng Phật giáo". Một trong những bước tiến quan trọng của giai đoạn này là sự thành lập tổ chức thanh niên Phật tử, khởi đầu với Gia đình Phật hóa phố, sau đó đổi tên thành Gia đình Phật tử Việt Nam và sau này trở thành thành viên trung kiên của Giáo hội Phật giáo Việt Nam Thống nhất.

Nhìn về phương Tây, Phật giáo chỉ được biết đến chính thức trong giới học thuật từ thế kỷ 17; cho đến cuối thế kỷ 19, đầu thế kỷ 20, Phật giáo chỉ nằm trong phạm vi nghiên cứu, có khi được tán dương nhưng cũng không thiếu phê phán. Thật khó để quảng đại quần chúng phương Tây chấp nhận một hệ tư tưởng tôn giáo không tin vào một Thượng đế sáng tạo. Tuy nhiên, đến vài thập niên cuối thế kỷ 20 và những năm đầu thế kỷ 21, Phật giáo đã như một làn sóng chậm rãi, ôn hòa và khiêm nhường, được quần chúng tại các xã hội phương Tây đón nhận như một nguồn cảm hứng tâm linh bổ sung. Tín tâm đối với Phật pháp ở phương Tây chưa trải qua thời gian dài như ở Việt Nam, cũng chưa thể nói là sâu hay cạn; tuy nhiên, giáo dục con em theo hướng Phật giáo đã trở thành mối quan tâm của nhiều cha mẹ phương Tây mới biết đến và tin theo đạo Phật. Số lượng sách về giáo lý Phật giáo dành cho trẻ em tại phương Tây đã vượt xa so với Phật giáo Việt Nam, vốn tự hào có hơn hai nghìn năm lịch sử. Những cuốn sách nhỏ như "Buddhism for Kids", "Meditation for Kids" và thậm chí là "Buddhism for Young Mothers" có thể thấy khá nhiều ở phương Tây, nhưng lại hiếm thấy ở Việt Nam. Những nỗ lực để giải thích cho thiếu nhi về giáo lý Phật giáo, mượn hoạt cảnh chú mèo để giải thích khổ đế là gì và đạo đế là gì, là những điều mà ngay cả những người lớn tuổi đi chùa ở Việt Nam cũng cảm thấy khó hiểu.

Theo thống kê không chính thức hiện nay, có rất nhiều nhóm lớn nhỏ tổ chức sinh hoạt và tu học Phật pháp cho thanh thiếu niên và thiếu đồng niên tại cả ba miền Bắc - Trung - Nam. Tổng số đoàn sinh, đoàn viên ước lượng khoảng 102.000 người, trực thuộc các giáo hội hoặc hệ phái trong các giáo hội khác nhau. Mặt khác, số lượng thanh thiếu niên và thiếu đồng niên tham gia các khóa tu học mùa hè mỗi năm tại các nhóm hay tự viện độc lập ước tính khoảng 166.000. Đây là con số đáng khích lệ cho những ai quan tâm đến giáo dục Phật giáo cho các thế hệ tương lai. Tuy nhiên, so với hơn 6 triệu đoàn viên của Đoàn Thanh niên Cộng sản Hồ Chí Minh, con số này chỉ như viên sỏi nhỏ dưới tảng đá lớn.

Nhìn vào bối cảnh sinh hoạt của các tổ chức này, có những phong trào tự phát trực thuộc hoặc không thuộc giáo hội nào, thuyết giảng giáo lý đa dạng, phong cách truyền giảng cũng phong phú, nhưng không phải lúc nào cũng đúng với hệ thống Thánh điển Phật giáo được lưu truyền đến nay. Đây không thể được xem là một hiện tượng "trăm hoa đua nở" trong vườn Thiền, mà có thể là những dòng thác lũ tiềm ẩn khả năng cuốn trôi những giá trị của Phật giáo Việt Nam, được xây dựng qua hàng nghìn năm lịch sử.

Ở đây, không phải là chúng ta cần thiết phải loại trừ những dòng phát triển không chính thống, mà là việc hợp lưu những dòng phát triển đa dạng, tự phát, phù hợp với nhiều căn cơ trong một xã hội tương lai phát triển đa dạng. Để thực hiện điều này, không thể không nhắc đến vai trò của các cơ sở giáo dục hàn lâm, như Viện Đại học Vạn Hạnh trước đây, nơi hội tụ trí thức Phật tử hàng đầu không chỉ trong giới Phật giáo mà còn trong cả nước. Những trí thức này không chỉ đào tạo những nhân viên cho các tập đoàn, xí nghiệp lớn nhỏ mà còn góp phần đào tạo những nhân tài lãnh đạo quốc gia, kiến thiết xã hội và khi cần thiết, thúc đẩy xã hội tiến lên với tinh thần bao dung, hòa hợp. Một cơ cấu hàn lâm như vậy có thể là mối đe dọa với những chính khách tham quyền, do đó một viện đại học hoạt động theo nguyên tắc tự trị, giáo dục nhân bản và khai phóng, khó vượt qua các chướng ngại chính trị. Vì vậy, cho đến nay, đất nước đã hòa bình gần nửa thế kỷ, nhưng một cơ chế đại học cho Phật giáo vẫn chưa được chấp nhận. Các cơ sở giáo dục cấp cao mà nhà nước cho phép vẫn chỉ là các trường cao cấp Phật học dành riêng cho giới xuất gia, không được thừa nhận tương đương với hệ thống giáo dục cao đẳng, chứ chưa nói đến đại học.

Theo thống kê dân số của Tổng Cục Thống Kê, từ báo cáo "Tổng Điều tra Dân số và Nhà ở năm 2019" được công bố vào ngày 19/12/2019, dân số Việt Nam là 96.208.984 người. Trong đó, đông nhất là tín đồ Công giáo, với 5,9 triệu người. Tiếp theo là 4,6 triệu người theo Phật giáo, chiếm khoảng 4,8% tổng số dân cả nước. Nhìn vào con số này, số lượng trí thức Phật tử trong 4,6 triệu người theo đạo Phật quả là rất ít, so với hơn 5 triệu đảng viên và trên 6 triệu đoàn viên Thanh niên Cộng sản, nếu chỉ cần một phép tính đơn giản. Rõ ràng, đây là những con số bị khống chế bởi áp lực chính trị và kinh tế theo định hướng xã hội chủ nghĩa, số lượng ấy không đủ để tạo thành một dòng chảy chính quy điều hòa và dung hợp nhiều dòng chảy thành một hợp lưu để không gây ra những mâu thuẫn xung đột gay gắt, có thể dẫn đến tổn hại cho xã hội, không chỉ về mặt tín ngưỡng mà còn ảnh hưởng tiêu cực đến định hướng giáo dục, văn hóa, kinh tế và xã hội cho các thế hệ tương lai.

Ngày nay, trong bối cảnh thiên tai, nhân họa và những đấu tranh quyền lực gay gắt nội bộ lẫn xung đột quốc tế giữa các thế lực, những dấu hiệu hay dự báo về sự phân chia quyền lực quốc tế đang hoặc sẽ diễn ra, có thể không ảnh hưởng nhiều đến những người xuất gia tịnh tu trong các thiền thất hay tịnh viện, nhưng chắc chắn sẽ tác động không nhỏ đến cư sĩ tại gia. Cơ bản là vấn đề an ninh xã hội và điều kiện kinh tế, từ đó ảnh hưởng đến sinh hoạt giáo dục và văn hóa. Trong tình trạng này, trí thức Phật tử cần trang bị cho mình một căn bản giáo lý vững chắc để có khả năng quan sát những biến động xã hội, tự định hướng cho bản thân, đồng thời y cứ vào giáo lý để trợ duyên cho con em mình có khả năng tự định hướng tương lai và góp phần định hướng cho sự phát triển của xã hội, quốc gia dân tộc.

Tuy nhiên, hàng Phật tử tại gia, thường xuyên sống trong một xã hội đầy biến động, chỉ có thể bình tâm định hướng cho chính mình và trợ duyên cho con em mình tự định hướng tương lai, nếu có một cơ sở vững chắc. Ngôi Tam bảo mà Đức Thế Tôn thiết lập cho thế gian, là chỗ dựa cho bốn chúng hòa hiệp đồng tu, trong đó, Tăng-già thanh tịnh hòa hiệp là nền tảng vững chắc cho sự hòa hiệp giữa bốn chúng. Khi cơ chế Tăng-già tan vỡ, sẽ kéo theo sự phân hóa và mâu thuẫn xung đột giữa bốn chúng, như thực tế đã từng diễn ra.

Nói tóm lại, uy đức của Tăng-già thanh tịnh và hòa hiệp là chỗ dựa cho sự hòa hiệp đồng tu của bốn chúng đệ tử. Sự tụ hội của bốn chúng trong hòa hiệp đồng tu là cơ sở để kiến thiết một Giáo hội, trong đó luật đạo và luật đời không mâu thuẫn, có đủ phẩm chất và năng lực góp phần vào các sự nghiệp giáo dục, văn hóa, xã hội và kinh tế, đưa đất nước tiến vào thời kỳ trật tự, thanh bình và an lạc. Đây cũng chính là lý tưởng Bồ-đề nguyện và Bồ-đề hành của bốn chúng đệ tử Đức Thế Tôn, vì sự an lạc của tự thân, gia đình và xã hội.

Tiết Trung thu, niềm vui của thiếu nhi, cũng là nguồn cảm hứng hy vọng hướng về tương lai của bốn chúng đệ tử Phật.

Phật lịch 2564,
Tiết Trung thu, năm Canh Tý

Khâm thừa Ủy thác,

Tỳ-kheo Thích Tuệ Sỹ

TRÁCH NHIỆM CỦA HUYNH TRƯỞNG GĐPT VIỆT NAM TRƯỚC THẾ HỆ TƯƠNG LAI

DIỆU TRANG

Trong thời đại mà xã hội toàn cầu đối diện với nhiều biến động về chính trị, kinh tế và văn hóa, vai trò của Huynh trưởng GĐPT Việt Nam không chỉ dừng lại ở việc dẫn dắt đoàn sinh trong các sinh hoạt hàng ngày mà còn phải mở rộng hơn, bao trùm trách nhiệm xây dựng nhân cách và đạo đức cho thế hệ trẻ. Hơn bao giờ hết, Huynh trưởng GĐPT phải hiểu rõ sứ mệnh thiêng liêng của mình trong việc bảo tồn di sản văn hóa, giáo dục Phật giáo và hướng dẫn các đoàn sinh trở thành những công dân có trách nhiệm, góp phần vào sự phát triển không chỉ của tổ chức GĐPT mà còn của quốc gia, dân tộc và toàn thể nhân loại.

VAI TRÒ CỦA HUYNH TRƯỞNG TRONG VIỆC KẾ THỪA VÀ BẢO TỒN DI SẢN

Hòa Thượng Thích Tuệ Sỹ từng viết: "Vai trò của trí thức trong bất cứ xã hội nào chính yếu vẫn là kế thừa và bảo tồn di sản của tiền nhân." Huynh trưởng GĐPT, trong bối cảnh hiện tại, phải nhận thức sâu sắc rằng việc dẫn dắt thế hệ trẻ không chỉ là việc dạy đạo lý mà còn là nhiệm vụ kế thừa và bảo tồn di sản văn hóa Phật giáo mà tổ tiên đã gây dựng qua bao nhiêu thế hệ.

Điều này đòi hỏi mỗi Huynh trưởng phải tự mình trang bị những kiến thức về Phật học, lịch sử và văn hóa để có thể truyền đạt lại cho đoàn sinh một cách có hệ thống và hiệu quả. Đó không phải chỉ là những bài học giáo lý ngắn ngủi vào mỗi cuối tuần, mà là cả một quá trình xây dựng nhân cách và tư duy đạo đức xuyên suốt, tạo nền tảng để đoàn sinh trưởng thành thành những con người có ích cho xã hội.

Huynh trưởng không chỉ là người dẫn dắt trong các buổi sinh hoạt mà còn phải là hình mẫu sống động của việc thực hành đạo lý trong cuộc sống hàng ngày. Mỗi hành động, mỗi lời nói của Huynh trưởng đều có sức ảnh hưởng lớn đến đoàn sinh. Chính vì vậy, Huynh trưởng cần thể hiện sự mẫu mực trong mọi tình huống, từ đó truyền đạt tinh thần trách nhiệm và sự tận tụy với tổ chức và đạo pháp.

TRÁCH NHIỆM GIÁO DỤC ĐẠO ĐỨC VÀ NHÂN CÁCH

Trong thư gửi các thiện tri thức nhân dịp Tết Nhi đồng, Hòa Thượng nhấn mạnh rằng giáo dục là nền tảng của việc xây dựng nhân cách tốt cho con cháu, không chỉ để lợi ích cho bản thân mà còn cho xã hội và quốc gia. Đối với GĐPT, giáo dục Phật giáo không chỉ là truyền thụ kiến thức mà còn là việc bồi dưỡng nhân cách, đạo đức và tinh thần Bồ-đề hành cho đoàn sinh.

Thực tế cho thấy, nhiều thế hệ đoàn sinh đã trưởng thành từ mái nhà GĐPT không chỉ là những Phật tử chân chính mà còn là những người công dân gương mẫu, luôn sẵn lòng cống hiến cho xã hội. Tuy nhiên, để đạt được mục tiêu này, Huynh trưởng phải không ngừng học hỏi, rèn luyện bản thân và đặc biệt là biết cách truyền tải những giá trị cốt lõi của Phật giáo đến với đoàn sinh theo cách thức sinh động, hấp dẫn và dễ hiểu.

Trong bối cảnh xã hội hiện đại, khi trẻ em và thanh thiếu niên ngày càng bị lôi cuốn bởi những giá trị vật chất và giải trí tiêu cực, Huynh trưởng GĐPT càng phải kiên định hơn trong việc giáo dục đoàn sinh hướng đến những giá trị tinh thần cao cả. Bằng cách tạo dựng môi trường tu học lành mạnh, tổ chức các hoạt động giáo dục phù hợp và tạo điều kiện để đoàn sinh tham gia vào các hoạt động cộng đồng, Huynh trưởng có thể giúp đoàn sinh hiểu được ý nghĩa của việc sống có mục đích, có lý tưởng và luôn hướng về những giá trị đạo đức tích cực.

XÂY DỰNG TINH THẦN HÒA HIỆP VÀ ĐOÀN KẾT TRONG TỔ CHỨC

Một trong những vấn đề trọng yếu mà Cố Hòa Thượng Thích Tuệ Sỹ nhấn mạnh trong bài viết của mình là tinh thần hòa hiệp trong Tăng-già và giữa bốn chúng đệ tử. Trong tổ chức GĐPT, tinh thần này càng quan trọng hơn bao giờ hết. Sự đoàn kết giữa các Huynh trưởng, giữa các đơn vị GĐPT không chỉ là yếu tố giúp tổ chức phát triển vững bền mà còn là nguồn động lực để các đoàn sinh học hỏi tinh thần tương thân tương ái, biết sống vì người khác và vì cộng đồng.

Trong thực tế, đã có không ít những khó khăn, mâu thuẫn xuất hiện giữa các thành viên trong GĐPT và điều này đôi khi đã gây ra những tổn thất lớn lao cho tổ chức. Chính vì vậy, Huynh trưởng phải đóng vai trò tiên phong trong việc xây dựng và củng cố tinh thần đoàn kết, hòa hiệp giữa các thành viên. Điều này đòi hỏi Huynh trưởng không chỉ là người lãnh đạo tài ba mà còn phải là người biết lắng nghe, biết chia sẻ và có lòng từ bi bao dung, không để cái tôi cá nhân làm ảnh hưởng đến đại cuộc.

Huynh trưởng cần tạo dựng một môi trường sinh hoạt mà ở đó, mọi thành viên đều cảm nhận được sự đoàn kết, tôn trọng lẫn nhau và cùng hướng tới một mục tiêu chung – đó là phát triển tổ chức GĐPT trở thành một ngôi nhà thứ hai cho thế hệ trẻ, nơi mà mọi người có thể học hỏi và trưởng thành cả về trí tuệ lẫn đạo đức.

THÚC ĐẨY GIÁO DỤC KHAI PHÓNG VÀ NHÂN BẢN

Như Hòa Thượng Thích Tuệ Sỹ từng nhắc đến, nền giáo dục nhân bản và khai phóng là điều cốt yếu để phát triển trí tuệ và nhận thức của con người. Đối với GĐPT, điều này có nghĩa là Huynh trưởng cần mở rộng phương pháp giáo dục, không chỉ dừng lại ở các bài học giáo lý mà còn tạo điều kiện để đoàn sinh phát triển toàn diện về kiến thức xã hội, tư duy sáng tạo và khả năng đối diện với những thách thức của cuộc sống hiện đại.

Trong một thế giới đầy biến động và cạnh tranh gay gắt, chỉ những người có đủ trí tuệ và bản lĩnh mới có thể đứng vững và thành công. Vì vậy, Huynh trưởng cần hướng dẫn đoàn sinh không ngừng học hỏi, tìm tòi, khám phá thế giới xung quanh, nhưng đồng thời cũng phải giữ vững tinh thần từ bi và sự khiêm tốn trong mọi hành động.

KHẮC PHỤC THỰC TRẠNG
GIÁO DỤC PHẬT GIÁO THIẾU NHI

Một trong những điểm nổi bật trong tư tưởng của Hòa Thượng Thích Tuệ Sỹ là sự nhìn nhận về thực trạng thiếu hụt giáo dục Phật giáo cho thiếu nhi tại Việt Nam. Ngài chỉ ra rằng trong quá khứ, Phật giáo Việt Nam hầu như không dành nhiều tài nguyên cho giáo dục trẻ em. Hình ảnh của đạo Phật thường chỉ gắn với người lớn, thậm chí trong mắt nhiều người, Phật giáo dường như chỉ là tôn giáo cho người chết, thông qua các nghi lễ cầu siêu hay chẩn tế cô hồn.

Điều này đang dần thay đổi, nhưng vẫn chưa đủ. Đối với GĐPT, trách nhiệm của Huynh trưởng là phải thúc đẩy sự phát triển của giáo dục Phật giáo cho thiếu nhi. Các đoàn sinh trong GĐPT, đặc biệt là những em nhỏ thuộc Oanh Vũ, cần được tiếp cận với giáo lý Phật giáo một cách gần gũi và dễ hiểu. Những khái niệm như Tứ Diệu Đế, Ngũ Giới và Bát Chánh Đạo cần được chuyển tải qua các hoạt động vui chơi, kể chuyện và các buổi sinh hoạt sáng tạo.

Bằng việc tổ chức các buổi học mà trong đó giáo lý Phật giáo được lồng ghép vào các hoạt động trải nghiệm thực tế, Huynh trưởng có thể giúp các em nhỏ hiểu và áp dụng những nguyên tắc đạo đức vào cuộc sống hàng ngày. Đối với tuổi trẻ hiện đại, một nền giáo dục Phật giáo sáng tạo, linh hoạt và phù hợp với lứa tuổi là điều thiết yếu để gieo mầm thiện, giúp các em trưởng thành với lòng từ bi và trí tuệ.

XÂY DỰNG NHÂN CÁCH
VÀ TRÁCH NHIỆM CÔNG DÂN
TRONG MÔI TRƯỜNG GĐPT

Một trong những sứ mệnh quan trọng của GĐPT là giúp đoàn sinh không chỉ trở thành những Phật tử gương mẫu mà còn là những công dân tốt, có trách nhiệm với xã hội. Hòa Thượng Thích Tuệ Sỹ nhắc nhở rằng giáo dục nhân cách không chỉ để giúp con người sống tốt hơn trong đời này và đời sau, mà còn để chuẩn bị cho họ trở thành những người có thể đóng góp cho quốc gia và xã hội.

Trong tổ chức GĐPT, Huynh trưởng đóng vai trò quan trọng trong việc giáo dục đoàn sinh về ý thức trách nhiệm đối với cộng đồng. Điều này không chỉ nằm trong việc dạy các em tuân thủ các nguyên tắc đạo đức mà còn thông qua các hoạt động thực tế như công tác từ thiện, bảo vệ môi trường và tham gia các phong trào xã hội tích cực. Những hoạt động này giúp các em hiểu rằng Phật giáo không chỉ là lý thuyết, mà là thực hành cụ thể trong cuộc sống hàng ngày.

Huynh trưởng cần tổ chức các chương trình để khuyến khích đoàn sinh tham gia vào các hoạt động xã hội, qua đó giúp họ phát triển lòng nhân ái, trách nhiệm cộng đồng và tinh thần cống hiến. Đồng thời, Huynh trưởng cũng phải làm gương, thể hiện sự tận tụy, lòng kiên nhẫn và tình thương yêu trong mọi hành động để tạo động lực cho đoàn sinh noi theo.

KÊU GỌI SỰ ĐỔI MỚI TRONG LÃNH ĐẠO GĐPT

Một tổ chức mạnh là tổ chức có sự đổi mới trong lãnh đạo và luôn biết cách thích ứng với những thay đổi của thời đại. Trong bối cảnh hiện nay, khi xã hội ngày càng phức tạp và các giá trị đạo đức bị thách thức, Huynh trưởng GĐPT cần có tầm nhìn xa và khả năng lãnh đạo vững vàng để đưa tổ chức đi lên.

Hòa Thượng Thích Tuệ Sỹ từng nhấn mạnh tầm quan trọng của sự đoàn kết và hòa hợp trong tổ chức. Tuy nhiên, trong quá trình phát triển, GĐPT không thể tránh khỏi những bất đồng và mâu thuẫn nội bộ. Chính vì vậy, lãnh đạo GĐPT không chỉ cần có năng lực quản trị mà còn phải biết cách giải quyết các mâu thuẫn một cách khéo léo, dựa trên tinh thần từ bi và trí tuệ của Phật giáo. Sự đoàn kết giữa các Huynh trưởng là yếu tố sống còn để duy trì và phát triển tổ chức.

Để thực hiện điều này, Huynh trưởng cần tổ chức các buổi họp mặt, hội thảo và khóa đào tạo định kỳ nhằm tăng cường kỹ năng lãnh đạo, giải quyết vấn đề và xây dựng tinh thần đồng đội. Những sáng kiến mới mẻ, những tư duy mở và sự cam kết vì lợi ích chung của tổ chức sẽ giúp GĐPT Việt Nam không ngừng phát triển và thích ứng với môi trường hiện đại, dù là tại Việt Nam hay hải ngoại.

KẾT HỢP PHẬT GIÁO VỚI GIÁO DỤC HIỆN ĐẠI

Cuối cùng, sự phát triển của GĐPT không thể tách rời khỏi sự phát triển của giáo dục hiện đại. Hòa Thượng Thích Tuệ Sỹ đã chỉ ra rằng việc kết hợp giữa giáo dục Phật giáo và giáo dục khai phóng là một bước tiến quan trọng để giúp các thế hệ trẻ trở nên toàn diện.

Huynh trưởng GĐPT cần nắm bắt những xu hướng giáo dục hiện đại, biết cách áp dụng các phương pháp giáo dục tiên tiến vào việc giảng dạy Phật giáo. Các khóa học kỹ năng mềm, tư duy phản biện và làm việc nhóm sẽ giúp đoàn sinh không chỉ phát triển về mặt học thuật mà còn trở thành những người biết sống có trách nhiệm, biết tôn trọng sự khác biệt và luôn giữ tinh thần đoàn kết.

Một thế hệ Huynh trưởng có tầm nhìn xa và biết kết hợp giữa truyền thống và hiện đại sẽ là chìa khóa để xây dựng một GĐPT vững mạnh, luôn sẵn sàng đối diện với những thách thức của thời đại.

*

Huynh trưởng GĐPT Việt Nam tại Việt Nam và Hải ngoại có trách nhiệm thiêng liêng trong việc dẫn dắt thế hệ trẻ. Sứ mệnh ấy không chỉ dừng lại ở việc giảng dạy Phật pháp mà còn phải hướng đến xây dựng nhân cách, đạo đức và trách nhiệm xã hội cho đoàn sinh. Trong bối cảnh thế giới ngày càng biến động, vai trò của Huynh trưởng càng trở nên quan trọng hơn bao giờ hết. Hãy nắm vững lý tưởng Bồ-đề hành, tinh thần đoàn kết và sự đổi mới trong tư duy để dẫn dắt GĐPT tiến bước vững vàng trên con đường phụng sự Đạo pháp và dân tộc.

HUYNH TRƯỞNG GĐPT: SỨ MỆNH DẪN DẮT VÀ PHỤNG SỰ THẾ HỆ TRẺ

QUẢNG ANH

SỰ THỨC TỈNH TRÁCH NHIỆM CỦA TRÍ THỨC PHẬT TỬ

Trong suốt chiều dài lịch sử nhân loại, sự tồn tại và phát triển của con người luôn được định hình bởi những thách thức lớn lao và các biến động xã hội. Thế kỷ 20 đánh dấu một thời kỳ mà nhân loại chứng kiến những thảm họa chiến tranh, trong đó sự hủy diệt của hai quả bom nguyên tử đã gióng lên hồi chuông cảnh tỉnh cho toàn thế giới về sức mạnh tàn phá khủng khiếp mà khoa học công nghệ có thể mang lại. Điều đáng nói ở đây là sự phản tỉnh của những người tạo ra các vũ khí ấy. Những nhà khoa học vĩ đại đã phải lên tiếng: *"Chúng ta, những nhà khoa học, đã phạm tội với nhân loại."* Lời nói này không chỉ đơn giản là một sự hối hận về những gì họ đã gây ra, mà còn là sự thức tỉnh về trách nhiệm của tri thức đối với số phận của cả nhân loại.

Bài viết của Cố Hòa Thượng Thích Tuệ Sỹ khởi đầu với một sự thức tỉnh mạnh mẽ, không chỉ dành riêng cho giới khoa học mà còn mở rộng cho tất cả các tầng lớp trí thức, đặc biệt là trí thức Phật tử. Là người Phật tử, họ không chỉ gánh vác trách nhiệm về mặt đạo đức và tinh thần đối với bản thân mà còn phải bảo đảm rằng những kiến thức và hành động của mình không gây hại cho xã hội. Trí thức Phật tử, với nền tảng đạo đức Phật học sâu sắc, được kỳ vọng sẽ là những người tiên phong trong việc duy trì hòa bình, công bằng xã hội và bảo vệ sự phát triển vững bền của loài người.

Trong bối cảnh đó, Hòa Thượng Thích Tuệ Sỹ đã nêu rõ vai trò của trí thức Phật tử không chỉ là những người kế thừa di sản văn hóa và tôn giáo của tiền nhân mà còn phải là những người dấn thân, lãnh đạo trong công cuộc phát triển xã hội, đặc biệt là giáo dục thế hệ trẻ. Trách nhiệm này đòi hỏi một sự cam kết mạnh mẽ và lâu dài, bởi vì giáo dục không chỉ là truyền đạt kiến thức mà còn là xây dựng nhân cách và định hướng cho tương lai của một thế hệ.

VAI TRÒ CỦA TRÍ THỨC PHẬT TỬ TRONG SỰ PHÁT TRIỂN CỦA XÃ HỘI VÀ PHẬT GIÁO

1. Trí thức Phật tử là cầu nối giữa truyền thống và hiện đại

Trong quá trình phát triển của xã hội, không ít lần Phật giáo đã đối diện với những thách thức về việc bảo tồn và truyền bá giáo lý của mình. Sự thay đổi của xã hội và các luồng tư tưởng hiện đại đòi hỏi trí thức Phật tử phải linh hoạt và sáng tạo trong cách tiếp cận để duy trì và phát triển nền giáo dục Phật giáo. Trí thức Phật tử không chỉ giữ gìn các giá trị truyền thống mà còn phải biết cách làm mới và thích ứng với sự thay đổi liên tục của thế giới.

Phật giáo, qua hơn hai ngàn năm lịch sử, đã chứng minh được khả năng linh hoạt và hòa nhập với các nền văn hóa khác nhau. Tuy nhiên, trong thế giới hiện đại, nơi mà thông tin và tri thức lan tỏa với tốc độ chóng mặt, trí thức Phật tử phải bảo đảm rằng giáo lý Phật pháp không bị lãng quên giữa dòng chảy cuồn cuộn của các tư tưởng mới. Trí thức Phật tử phải là cầu nối giữa truyền thống và hiện đại, vừa duy trì bản sắc Phật giáo vừa làm phong phú thêm những tư tưởng mới để truyền tải thông điệp nhân văn của đạo Phật đến với mọi người, đặc biệt là giới trẻ.

2. Sự phát triển đa dạng của xã hội và trách nhiệm của trí thức Phật tử

Xã hội hiện đại không chỉ là sự phát triển về kinh tế và công nghệ mà còn là sự phân hóa về mặt tư tưởng và giá trị. Trí thức Phật tử đứng giữa những biến động ấy phải bảo đảm rằng họ vẫn giữ vững được cốt lõi của giáo lý nhà Phật, đồng thời truyền tải những giá trị này một cách hiệu quả nhất đến với cộng đồng.

Trách nhiệm của trí thức Phật tử không chỉ là duy trì một tôn giáo mà còn là đóng góp vào sự phát triển chung của xã hội, thông qua việc đào tạo và giáo dục thế hệ trẻ về đạo đức, nhân cách và giá trị sống. Trong một thế giới đầy rẫy những mâu thuẫn và xung đột, Phật giáo với lý tưởng từ bi, hỷ xả và trí tuệ là một nguồn cảm hứng mạnh mẽ để xây dựng một xã hội an lạc, hạnh phúc. Trí thức Phật tử phải nắm bắt được những thay đổi của thời đại, biết cách tận dụng công nghệ, thông tin để truyền tải giáo lý một cách hiệu quả và có sức lan tỏa.

3. Giáo dục và lý tưởng Bồ-đề hành: Trí thức Phật tử là người thầy và người dẫn dắt

Trí thức Phật tử, trong vai trò người thầy, không chỉ giáo dục kiến thức mà còn phải truyền đạt lý tưởng Bồ-đề hành – lý tưởng của một người Bồ-tát không chỉ giải thoát cho mình mà còn hướng đến sự cứu độ cho chúng sinh. Giáo dục thế hệ trẻ không chỉ dừng lại ở việc giúp họ hiểu biết về Phật pháp mà còn là việc giúp họ nhận ra trách nhiệm của mình đối với xã hội.

Lý tưởng Bồ-đề hành là kim chỉ nam cho mọi hành động của trí thức Phật tử. Họ không chỉ giáo dục thế hệ trẻ để họ trở thành những công dân tốt mà còn là những người có khả năng lãnh đạo và phụng sự xã hội. Từ đó, trí thức Phật tử phải bảo đảm rằng những gì họ truyền tải không chỉ là kiến thức hàn lâm mà còn là sự dấn thân và hành động thực tiễn.

4. Hành Bồ-tát đạo trong cuộc sống hiện đại

Trong thế giới ngày nay, việc thực hiện lý tưởng Bồ-đề hành không chỉ giới hạn trong việc tu hành mà còn phải mở rộng ra các hoạt động xã hội, giáo dục và kinh tế. Trí thức Phật tử không thể chỉ thu mình trong các ngôi chùa hay các trung tâm tu học, mà cần phải dấn thân vào xã hội để đem ánh sáng Phật pháp lan tỏa đến mọi nơi. Họ cần phải tạo ra những chương trình giáo dục, những dự án cộng đồng nhằm giúp đỡ những người kém may mắn, đồng thời phát triển những phương pháp giảng dạy mới để phù hợp với thực tiễn.

Bằng cách kết hợp lý tưởng Bồ-đề hành với những hoạt động thiết thực trong xã hội, trí thức Phật tử có thể tạo ra sự thay đổi tích cực và góp phần xây dựng một xã hội công bằng, hòa bình và hạnh phúc. Đây cũng chính là trách nhiệm của trí thức Phật tử trong việc mang lại lợi ích cho tự thân, gia đình và cộng đồng.

SỨ MỆNH CỦA HUYNH TRƯỞNG GĐPT VIỆT NAM TRONG GIÁO DỤC THẾ HỆ TRẺ

1. Huynh trưởng GĐPT là người dẫn dắt và giáo dục

Trong tổ chức Gia đình Phật tử, Huynh trưởng đóng vai trò như một người thầy, người anh chị cả, dẫn dắt và hướng dẫn các đoàn sinh. Họ không chỉ dạy các em về đạo đức và Phật pháp mà còn truyền đạt những giá trị sống, giúp các em phát triển toàn diện về cả tâm hồn lẫn thể chất. Sứ mệnh của Huynh trưởng là tạo ra một môi trường giáo dục lành mạnh, nơi mà các đoàn sinh có thể học hỏi và rèn luyện các phẩm chất cần thiết để trở thành những công dân tốt, biết phụng sự cho xã hội.

Huynh trưởng GĐPT phải bảo đảm rằng họ không chỉ là người truyền đạt kiến thức mà còn là người biết lắng nghe và đồng cảm với các đoàn sinh. Việc giáo dục không chỉ là một chiều từ trên xuống mà cần có sự tương tác hai chiều, nơi mà Huynh trưởng và đoàn sinh cùng nhau học hỏi và phát triển.

2. Trách nhiệm của Huynh trưởng với cộng đồng và xã hội

Một trong những trách nhiệm lớn của Huynh trưởng GĐPT là trở thành những tấm gương sáng, vừa là những người dẫn dắt trong cộng đồng Phật tử, vừa là những công dân có ích cho xã hội. Hòa Thượng Thích Tuệ Sỹ nhấn mạnh rằng trách nhiệm của trí thức Phật tử không chỉ giới hạn trong các hoạt động tôn giáo mà còn phải mở rộng ra ngoài xã hội, để trở thành những người có khả năng định hướng tương lai cho cộng đồng, quốc gia và xã hội.

Huynh trưởng phải ý thức rằng giáo dục không chỉ dừng lại ở việc dạy kiến thức Phật pháp, mà còn phải bảo đảm rằng đoàn sinh của mình phát triển toàn diện cả về mặt tinh thần, đạo đức và nhân cách. Họ phải truyền đạt cho thế hệ trẻ tinh thần Bồ-tát đạo: lòng từ bi, vị tha và tinh thần phụng sự cộng đồng. Trách nhiệm của Huynh trưởng không chỉ là giúp các em hiểu về Phật pháp mà còn phải dạy cho các em cách sống hài hòa trong xã hội, biết quan tâm và chia sẻ với mọi người xung quanh.

3. Đào tạo thế hệ kế thừa

Một trong những sứ mệnh lớn nhất của Huynh trưởng GĐPT là đào tạo thế hệ kế thừa, những người sẽ tiếp tục phụng sự cho Phật giáo và quốc gia. Điều này không chỉ đòi hỏi Huynh trưởng phải có kiến thức sâu rộng về Phật pháp mà còn phải có kỹ năng giáo dục, kỹ năng lãnh đạo và một tầm nhìn rộng lớn về sự phát triển của tổ chức GĐPT trong tương lai.

Huynh trưởng phải hiểu rõ rằng mỗi đoàn sinh không chỉ là những người tiếp nhận kiến thức mà còn là những người sẽ tiếp tục phát triển tổ chức GĐPT và xã hội. Do đó, việc giáo dục và đào tạo phải chú trọng đến việc xây dựng nhân cách, phát triển tư duy sáng tạo và khuyến khích tinh thần dấn thân vì cộng đồng. Huynh trưởng không chỉ là những người truyền đạt kiến thức mà còn là những người định hình tương lai cho các đoàn sinh của mình.

NHỮNG THÁCH THỨC TRONG GIÁO DỤC PHẬT GIÁO HIỆN ĐẠI

1. Những biến động của thế giới và xã hội

Trong thế giới hiện đại, các biến động xã hội, kinh tế và chính trị đang diễn ra với tốc độ chóng mặt. Những thay đổi này không chỉ ảnh hưởng đến các tầng lớp xã hội mà còn tác động đến các hệ giá trị truyền thống, bao gồm Phật giáo. Những giá trị tâm linh, đạo đức dần bị xói mòn trước sức ép của cuộc sống vật chất và cạnh tranh gay gắt trong xã hội. Trước bối cảnh này, việc duy trì và phát triển giáo dục Phật giáo cho thế hệ trẻ là một thách thức lớn.

Huynh trưởng GĐPT và trí thức Phật tử phải đối diện với thực tế rằng giới trẻ hiện nay có xu hướng tiếp nhận những tư tưởng mới, thường bị lôi cuốn bởi văn hóa hiện đại và sự tiện lợi của công nghệ. Điều này đôi khi làm cho họ trở nên xa lạ với các giá trị tâm linh và tinh thần truyền thống. Nhiệm vụ của Huynh trưởng là phải tìm ra những phương pháp sáng tạo, thu hút để giới trẻ cảm nhận được giá trị thực tiễn của giáo lý Phật pháp trong cuộc sống hàng ngày.

2. Sự xói mòn giá trị tinh thần trong giới trẻ

Giới trẻ ngày nay thường đối diện với nhiều áp lực từ xã hội, bao gồm áp lực học tập, công việc và cuộc sống cá nhân. Điều này đôi khi khiến họ lơ là và quên đi những giá trị tinh thần cốt lõi. Thêm vào đó, những trào lưu văn hóa hiện đại, với sự tập trung vào vật chất và thành công cá nhân, làm cho nhiều người trẻ xa rời những nguyên tắc đạo đức và tinh thần truyền thống.

Huynh trưởng GĐPT phải đối diện với thách thức này bằng cách nhấn mạnh tầm quan trọng của việc rèn luyện tâm trí, giáo dục đạo đức và tu tập tinh thần. Để làm được điều này, cần phải đổi mới phương pháp giảng dạy Phật pháp sao cho phù hợp với thời đại, giúp giới trẻ hiểu được rằng những giá trị đạo đức và tinh thần không chỉ là những lý thuyết trừu tượng mà còn là những công cụ thiết thực giúp họ vượt qua khó khăn và đạt được sự an lạc trong cuộc sống.

3. Tầm quan trọng của việc đổi mới phương pháp giáo dục

Trong thời đại kỹ thuật số, phương pháp giảng dạy truyền thống cần được cải tiến để phù hợp với nhu cầu và xu hướng của giới trẻ. Phương pháp giảng dạy truyền thống thường dựa trên sự thuyết giảng một chiều, trong khi giới trẻ hiện đại có xu hướng học hỏi thông qua trải nghiệm, tương tác và ứng dụng thực tiễn. Để đáp ứng nhu cầu này, Huynh trưởng cần áp dụng những phương pháp giáo dục mới, linh hoạt và sáng tạo.

Một trong những phương pháp hiệu quả là kết hợp giữa giáo lý Phật pháp và các hoạt động ngoại khóa, giúp đoàn sinh không chỉ học lý thuyết mà còn được thực hành trong các tình huống thực tế. Ngoài ra, việc áp dụng công nghệ vào giảng dạy cũng có thể giúp đoàn sinh tiếp cận Phật pháp một cách dễ dàng hơn, thông qua các bài giảng trực tuyến, ứng dụng di động và các chương trình truyền thông xã hội.

HÀNH ĐỘNG THỰC TIỄN CHO HUYNH TRƯỞNG GĐPT VIỆT NAM TẠI VIỆT NAM VÀ HẢI NGOẠI

1. Kêu gọi sự thống nhất và đoàn kết

Một trong những yếu tố quan trọng nhất để GĐPT phát triển vững bền là sự đoàn kết và thống nhất trong tổ chức. Từ Ban Hướng Dẫn trung ương đến các đơn vị cơ sở, mọi thành viên trong GĐPT phải cùng chung một mục tiêu, chung tay góp sức để phát triển tổ chức. Điều này đòi hỏi sự cộng tác chặt chẽ giữa các Huynh trưởng và đoàn sinh, giữa các cấp lãnh đạo và các thành viên.

Huynh trưởng phải hiểu rằng sự đoàn kết không chỉ giúp tổ chức vượt qua khó khăn mà còn là một tấm gương sáng cho các đoàn sinh. Bằng cách thể hiện sự đoàn kết và cộng tác, Huynh trưởng có thể truyền đạt những giá trị tinh thần này cho thế hệ trẻ, giúp họ hiểu được rằng chỉ có thông qua sự hòa hợp và hỗ trợ lẫn nhau, chúng ta mới có thể đạt được sự phát triển vững bền.

2. Phát huy vai trò của Ban Hướng Dẫn

Ban Hướng Dẫn GĐPT Việt Nam tại các quốc gia, đặc biệt là hải ngoại, cần tăng cường vai trò lãnh đạo của mình, không chỉ ở cấp điều hành mà còn trong việc tạo điều kiện cho các Huynh trưởng và đoàn sinh phát triển. Ban Hướng Dẫn cần phải chủ động xây dựng các chương trình đào tạo, huấn luyện Huynh trưởng và tổ chức các sự kiện tu học định kỳ để nâng cao kiến thức Phật pháp và kỹ năng lãnh đạo cho các thành viên.

Bên cạnh đó, Ban Hướng Dẫn cũng cần phải có tầm nhìn chiến lược để phát triển GĐPT trong bối cảnh xã hội hiện đại. Điều này bao gồm việc xây dựng các chương trình giáo dục phù hợp với thời đại, áp dụng công nghệ thông tin vào quản trị và giảng dạy và kết nối với các tổ chức Phật giáo quốc tế để mở rộng tầm ảnh hưởng của GĐPT.

3. Đào tạo Huynh trưởng với tinh thần quốc tế hóa

Trong bối cảnh toàn cầu hóa, Huynh trưởng GĐPT tại hải ngoại cần phải có một tầm nhìn rộng lớn hơn, không chỉ giới hạn trong cộng đồng địa phương mà còn phải hiểu rõ bối cảnh quốc tế. Điều này đặc biệt quan trọng khi GĐPT phải hoạt động trong các môi trường đa văn hóa và đa tôn giáo. Huynh trưởng cần được trang bị không chỉ về kiến thức Phật pháp mà còn về các kỹ năng quản trị, giao tiếp liên văn hóa và lãnh đạo trong các tình huống phức tạp.

Việc đào tạo Huynh trưởng với tinh thần quốc tế hóa sẽ giúp GĐPT trở thành một tổ chức không chỉ mạnh mẽ tại Việt Nam mà còn có thể hòa nhập và phát triển trong các cộng đồng quốc tế, đồng thời đóng góp vào sự phát triển chung của Phật giáo trên toàn thế giới.

4. Khuyến khích tinh thần học hỏi và phát triển cá nhân

Mỗi Huynh trưởng phải tự mình không ngừng học hỏi, không chỉ về kiến thức Phật pháp mà còn về các kỹ năng sống, kỹ năng lãnh đạo và kỹ năng giảng dạy. Điều này sẽ giúp họ trở thành những người lãnh đạo thực thụ, có khả năng truyền đạt không chỉ kiến thức mà còn là cảm hứng cho các đoàn sinh của mình.

Huynh trưởng cần thường xuyên tham gia các khóa tu học, huấn luyện và các chương trình đào tạo chuyên sâu để nâng cao trình độ chuyên môn và kỹ năng lãnh đạo. Đây không chỉ là một yêu cầu về mặt cá nhân mà còn là sự cam kết đối với sứ mệnh phụng sự cho tổ chức GĐPT và cộng đồng Phật tử.

PHÁT TRIỂN CÁC CHƯƠNG TRÌNH ĐÀO TẠO HUYNH TRƯỞNG VÀ ĐOÀN SINH GĐPT

1. Đào tạo Huynh trưởng về kỹ năng lãnh đạo và quản trị

Một trong những yếu tố quan trọng để tổ chức GĐPT phát triển vững bền là việc nâng cao chất lượng đào tạo Huynh trưởng. Huynh trưởng không chỉ là người hướng dẫn đoàn sinh về Phật pháp mà còn phải đảm nhận vai trò quản trị và lãnh đạo tổ chức. Vì vậy, cần có những chương trình đào tạo Huynh trưởng với nội dung sâu rộng, bao gồm cả về kỹ năng quản trị nhóm, kỹ năng giao tiếp, lãnh đạo và giải quyết xung đột.

Các trại huấn luyện Huynh trưởng cần được thiết kế nhằm phát triển những kỹ năng thực tiễn này, giúp họ tự tin và hiệu quả hơn trong việc điều hành các đơn vị GĐPT tại địa phương. Việc này đặc biệt quan trọng trong bối cảnh các tổ chức đang phát triển mạnh tại hải ngoại, nơi mà Huynh trưởng không chỉ đối diện với những thách thức từ môi trường văn hóa khác biệt mà còn phải giải quyết các vấn đề quản trị phức tạp.

2. Giảng dạy Phật pháp cho giới trẻ

Giáo dục Phật pháp là nền tảng cốt lõi của GĐPT và việc truyền tải Phật pháp cho giới trẻ phải được thực hiện một cách tinh tế và hấp dẫn. Trong một thế giới mà công nghệ và truyền thông chi phối cuộc sống, Huynh trưởng cần tìm ra những phương pháp sáng tạo để giới trẻ tiếp cận với giáo lý Phật pháp một cách tự nhiên, thú vị.

Một cách tiếp cận hiệu quả là kết hợp giữa lý thuyết Phật pháp và các hoạt động thực hành, giúp các em không chỉ hiểu mà còn trải nghiệm được tinh thần Phật học. Các chương trình như trại huấn luyện, khóa tu, hoặc những chuyến đi dã ngoại có thể được thiết kế nhằm giáo dục tinh thần từ bi, hỷ xả và tu tập nội tâm. Ngoài ra, việc tổ chức các lớp học về thiền, tĩnh tâm cũng là một cách giúp các em phát triển sự bình an trong tâm hồn và khả năng tự chủ trong cuộc sống.

3. Tăng cường các chương trình tu học và trại huấn luyện

Những chương trình tu học và trại huấn luyện thường xuyên là cơ hội quan trọng để Huynh trưởng và đoàn sinh học hỏi, rèn luyện kỹ năng và củng cố tinh thần Phật học. Trại huấn luyện không chỉ là nơi để đào tạo kỹ năng lãnh đạo mà còn là môi trường để các Huynh trưởng học cách giải quyết vấn đề, đối diện với khó khăn và trưởng thành qua những thử thách.

Các chương trình tu học cũng cần được tổ chức với nội dung phong phú, từ các bài giảng về giáo lý cơ bản đến các khóa học chuyên sâu về thiền định và tu tập tâm linh. Mục tiêu là giúp các đoàn sinh và Huynh trưởng không chỉ hiểu biết về Phật pháp mà còn có khả năng áp dụng những nguyên tắc này vào cuộc sống hàng ngày.

Các khóa tu mùa hè, chương trình học Phật pháp qua mạng và các hoạt động giáo dục đa dạng có thể giúp các đoàn sinh và Huynh trưởng có cơ hội rèn luyện và học hỏi trong một môi trường giáo dục tinh thần tích cực và thực tiễn. Sự kết hợp giữa giáo lý Phật học và các hoạt động sinh hoạt đội nhóm sẽ tạo điều kiện để các em phát triển toàn diện cả về tinh thần lẫn kỹ năng sống.

*

LỜI KÊU GỌI HÀNH ĐỘNG
CHO HUYNH TRƯỞNG VÀ TRÍ THỨC PHẬT TỬ

1. Khơi dậy tinh thần Bồ-tát đạo và lý tưởng Bồ-đề hành

Tất cả những hành động, giáo dục và hoạt động của Huynh trưởng GĐPT và trí thức Phật tử đều phải được dẫn dắt bởi tinh thần Bồ-tát đạo và lý tưởng Bồ-đề hành. Lý tưởng này đòi hỏi sự hy sinh cá nhân, lòng từ bi vô hạn và tinh thần phụng sự cho chúng sinh. Bằng cách khơi dậy và nuôi dưỡng tinh thần này trong lòng mỗi Huynh trưởng và đoàn sinh, chúng ta có thể xây dựng một tương lai vững chắc cho Phật giáo và xã hội.

Lý tưởng Bồ-đề hành không chỉ là một lý thuyết triết học mà còn là kim chỉ nam cho mọi hành động của Huynh trưởng. Họ không chỉ phải sống với tinh thần này mà còn phải truyền cảm hứng cho các đoàn sinh và cộng đồng xung quanh. Mỗi Huynh trưởng cần nhìn nhận mình như một người dẫn dắt, không chỉ trong tổ chức GĐPT mà còn trong xã hội nói chung, góp phần vào việc tạo dựng một cộng đồng hòa hợp, nhân ái và hướng thiện.

2. Tạo dựng một tương lai tốt đẹp cho thế hệ trẻ

Tương lai của Phật giáo và xã hội nằm trong tay thế hệ trẻ. Huynh trưởng GĐPT có sứ mệnh quan trọng trong việc giúp thế hệ trẻ hiểu và áp dụng các giá trị Phật pháp vào cuộc sống. Bằng cách tạo ra một môi trường giáo dục tích cực, cung cấp kiến thức và kỹ năng sống, Huynh trưởng không chỉ góp phần vào sự phát triển cá nhân của đoàn sinh mà còn giúp xây dựng một xã hội nhân văn, công bằng và hòa bình.

Lời kêu gọi hành động này không chỉ là trách nhiệm của Huynh trưởng mà còn là lời mời gọi dành cho tất cả trí thức Phật tử, những người có tâm nguyện hướng đến sự an lạc của bản thân, gia đình và xã hội. Việc cộng tác, chia sẻ và cùng nhau xây dựng một cộng đồng Phật giáo vững mạnh không chỉ mang lại lợi ích cho GĐPT mà còn cho toàn xã hội.

3. Kết nối giữa truyền thống và hiện đại

Cuối cùng, bài tham luận kêu gọi Huynh trưởng và trí thức Phật tử phải là cầu nối giữa truyền thống và hiện đại, giữa giáo lý Phật giáo và những thách thức của xã hội hiện nay. Chúng ta phải luôn giữ vững tinh thần Phật học, nhưng đồng thời cũng không ngừng đổi mới, cải tiến để phù hợp với bối cảnh thời đại. Điều này đòi hỏi sự linh hoạt, sáng tạo và quan trọng hơn hết là lòng kiên trì và quyết tâm không ngừng nghỉ trong việc phụng sự cho đạo Phật và xã hội.

Bài tham luận này không chỉ là một sự kêu gọi hành động mà còn là một bản đồ hướng dẫn thực tiễn để Huynh trưởng và trí thức Phật tử có thể dẫn dắt thế hệ trẻ đi đúng con đường của Phật giáo, đồng thời đóng góp vào sự phát triển vững bền của xã hội. Hành trình này không chỉ đòi hỏi sự hiểu biết mà còn cần lòng quyết tâm, tinh thần đoàn kết và sự phụng sự vô điều kiện.

PHÁT TRIỂN HỆ THỐNG GIÁO DỤC PHẬT GIÁO VỮNG BỀN VÀ ĐỊNH HƯỚNG LÂU DÀI

1. Hệ thống hóa các chương trình giáo dục Phật giáo

Để bảo đảm sự vững bền và phát triển lâu dài của giáo dục Phật giáo, cần phải có một hệ thống giáo dục rõ ràng, nhất quán và toàn diện. Các chương trình tu học và đào tạo không thể chỉ là những hoạt động ngắn hạn hoặc tùy hứng, mà cần được xây dựng theo hệ thống có lộ trình và phương pháp giảng dạy khoa học.

Các cấp độ giảng dạy từ cơ bản đến nâng cao cần được xác định rõ ràng, từ đó định hướng cho các Huynh trưởng và đoàn sinh biết được lộ trình học tập và phát triển của mình. Điều này giúp tạo ra một nền tảng kiến thức vững chắc cho các em, đồng thời khuyến khích sự phát triển cá nhân liên tục. Các khóa học cần bao gồm cả nội dung về giáo lý Phật pháp và các kỹ năng sống, giúp học viên không chỉ hiểu về đạo mà còn biết cách áp dụng vào cuộc sống thực tế.

2. Ứng dụng công nghệ và truyền thông vào giáo dục Phật giáo

Trong thời đại công nghệ số, việc tận dụng các phương tiện truyền thông và công nghệ vào giáo dục Phật giáo là cần thiết và cấp bách. Điều này không chỉ giúp giáo dục tiếp cận được nhiều đối tượng hơn mà còn tạo điều kiện để đoàn sinh tiếp cận với Phật pháp một cách dễ dàng và thuận tiện hơn. Những ứng dụng học trực tuyến, các video giảng dạy Phật pháp, hoặc các bài giảng trên nền tảng kỹ thuật số có thể thu hút được sự quan tâm của giới trẻ, giúp họ tiếp cận Phật giáo trong một không gian thân thiện và hiện đại.

Việc tạo ra các kênh truyền thông Phật giáo có sức ảnh hưởng lớn, với nội dung phong phú và được thiết kế hợp lý, sẽ không chỉ giúp phổ biến giáo lý Phật pháp mà còn đóng vai trò như một công cụ truyền bá các giá trị nhân văn, tâm linh đến với cộng đồng. Đây cũng là cách để trí thức Phật tử và Huynh trưởng GĐPT phát huy vai trò của mình trong việc nâng cao nhận thức của xã hội về đạo đức, tinh thần và giá trị tâm linh.

3. Xây dựng liên kết và cộng tác với các tổ chức quốc tế

Sự phát triển của Phật giáo không chỉ giới hạn trong phạm vi quốc gia mà cần phải được mở rộng ra phạm vi quốc tế. GĐPT Việt Nam tại hải ngoại có thể tận dụng cơ hội này để xây dựng mối quan hệ và cộng tác với các tổ chức Phật giáo trên thế giới. Điều này không chỉ giúp trao đổi kinh nghiệm, học hỏi lẫn nhau mà còn tạo ra một môi trường học tập đa dạng, phong phú cho các Huynh trưởng và đoàn sinh.

Cộng tác với các tổ chức Phật giáo quốc tế còn giúp GĐPT có thể tiếp cận với những xu hướng giáo dục Phật pháp mới, nâng cao chất lượng giảng dạy và đóng góp vào sự phát triển chung của Phật giáo toàn cầu. Sự kết nối này không chỉ giúp mở rộng tầm nhìn mà còn tạo điều kiện để đoàn sinh GĐPT có cơ hội trải nghiệm, học hỏi trong môi trường đa văn hóa, từ đó phát triển tư duy và tinh thần quốc tế hóa.

4. Tăng cường vai trò của các cơ sở tu học Phật giáo

Các chùa và tự viện là trung tâm của Phật giáo và cũng là nơi mà GĐPT thường xuyên tổ chức các hoạt động tu học. Vì vậy, cần tăng cường vai trò của các cơ sở này trong việc hỗ trợ và phát triển các chương trình giáo dục Phật giáo. Ban Hướng Dẫn GĐPT cần cộng tác chặt chẽ với các vị Tăng Ni để xây dựng những chương trình tu học phù hợp, mang tính giáo dục cao và thực tiễn.

Ngoài ra, các cơ sở tu học cũng có thể trở thành những trung tâm tổ chức các sự kiện cộng đồng, các khóa tu học mùa hè và các hoạt động từ thiện, giúp đoàn sinh có cơ hội thực hành lý thuyết Phật pháp trong thực tế, đồng thời tạo ra sự kết nối giữa các thế hệ Phật tử trong cộng đồng.

KHUYẾN NGHỊ VÀ KẾ HOẠCH HÀNH ĐỘNG CỤ THỂ

1. Tạo điều kiện để Huynh trưởng phát triển toàn diện

Ban Hướng Dẫn GĐPT tại các cấp cần xây dựng những kế hoạch cụ thể để đào tạo Huynh trưởng, đặc biệt chú trọng đến việc nâng cao chất lượng đào tạo. Mỗi Huynh trưởng cần được trang bị đầy đủ kiến thức về Phật pháp, kỹ năng quản trị, lãnh đạo và giáo dục. Đồng thời, Ban Hướng Dẫn cũng cần khuyến khích tinh thần tự học, tự rèn luyện của các Huynh trưởng, tạo điều kiện cho họ tham gia các khóa học chuyên sâu về Phật giáo và kỹ năng sống.

Kế hoạch đào tạo Huynh trưởng cần được thực hiện dưới hình thức các chương trình ngắn hạn và dài hạn, có thể tổ chức theo từng khu vực, nhằm bảo đảm mọi Huynh trưởng đều có cơ hội tiếp cận với những kiến thức và kỹ năng cần thiết. Việc tổ chức các cuộc họp, hội thảo và các diễn đàn thảo luận cũng là một cách để các Huynh trưởng gặp gỡ, trao đổi kinh nghiệm và học hỏi lẫn nhau.

2. Đổi mới nội dung và phương pháp giáo dục Phật pháp cho giới trẻ

Các chương trình giáo dục Phật pháp cần được thiết kế sao cho phù hợp với lứa tuổi, nhu cầu và xu hướng của giới trẻ hiện nay. Ngoài những bài giảng truyền thống, có thể tổ chức thêm các hoạt động ngoại khóa, trại hè, khóa tu dành cho thanh thiếu niên, giúp các em học hỏi và trải nghiệm Phật pháp một cách sinh động và gần gũi. Nội dung giáo dục cần phải bao quát cả về kiến thức Phật học lẫn kỹ năng sống, giúp các em không chỉ học hỏi về Phật pháp mà còn có khả năng áp dụng những giá trị này vào cuộc sống. Phương pháp giáo dục cũng cần phải đổi mới, sử dụng nhiều phương tiện hiện đại như video, hình ảnh, các ứng dụng di động để thu hút sự quan tâm của giới trẻ.

3. Phát huy tinh thần từ bi và phụng sự cộng đồng

Một trong những giá trị cốt lõi của Phật giáo là tinh thần từ bi và phụng sự chúng sinh. Huynh trưởng và đoàn sinh GĐPT cần được khuyến khích tham gia vào các hoạt động từ thiện, phục vụ cộng đồng, giúp đỡ những người kém may mắn. Đây không chỉ là cách để thực hành giáo lý Phật pháp mà còn là cơ hội để xây dựng tinh thần trách nhiệm xã hội trong lòng mỗi người.

Những hoạt động từ thiện như tổ chức các buổi phát quà, hỗ trợ người nghèo, chăm sóc người già neo đơn, hoặc tham gia vào các chương trình bảo vệ môi trường cũng có thể được thực hiện thường xuyên, giúp tạo ra sự gắn kết giữa Phật tử và cộng đồng. Những hành động cụ thể này sẽ giúp các em đoàn sinh hiểu rõ hơn về giá trị của lòng từ bi và sự sẻ chia trong cuộc sống.

*

HƯỚNG VỀ MỘT TƯƠNG LAI VỮNG BỀN CHO GĐPT

Bài tham luận này kêu gọi tất cả Huynh trưởng và trí thức Phật tử, đặc biệt là những người đang đóng vai trò lãnh đạo trong GĐPT, hãy tiếp tục giữ vững tinh thần phụng sự, phát huy lý tưởng Bồ-đề hành và nỗ lực xây dựng một tương lai tốt đẹp cho thế hệ trẻ. Chỉ khi có sự đoàn kết, sự kiên trì và tinh thần hy sinh, chúng ta mới có thể vượt qua những thách thức của thời đại và bảo tồn những giá trị Phật giáo truyền thống trong một xã hội đang thay đổi không ngừng.

Phật giáo và GĐPT luôn đóng vai trò quan trọng trong việc giáo dục và định hình nhân cách cho thế hệ trẻ. Với lòng từ bi, trí tuệ và sự nỗ lực không ngừng nghỉ, Huynh trưởng GĐPT sẽ tiếp tục là những người dẫn dắt thế hệ tương lai, giúp họ trở thành những công dân có ích cho xã hội và những Phật tử chân chính. Lời kêu gọi này không chỉ là một sứ mệnh, mà còn là sự cam kết với tương lai của Phật giáo, của GĐPT và của cả xã hội.

TÂM THƯ
CỦA VỤ TRƯỞNG GĐPT VỤ KIÊM TRƯỞNG BAN HƯỚNG DẪN GĐPTVN TẠI HOA KỲ NHÂN TẾT NHI ĐỒNG, 2024

Kính gửi: Toàn thể Huynh trưởng GĐPT Việt Nam Tại Hoa Kỳ
Thưa quý Anh Chị,

Mùa Tết Trung Thu đã trở lại, mang theo ánh trăng rằm dịu dàng và những ký ức tuổi thơ tràn ngập thương yêu. Trong ánh sáng ấm áp đó, chúng ta không chỉ thấy nụ cười hồn nhiên của các thế hệ trẻ mà còn nhận ra những trách nhiệm to lớn đang đặt lên đôi vai của mỗi Huynh trưởng. Trung Thu không chỉ là niềm vui của trẻ thơ mà còn là nguồn cảm hứng để chúng ta hướng về tương lai, về sứ mệnh và lý tưởng mà tổ chức Gia Đình Phật Tử Việt Nam (GĐPTVN) đã và đang gánh vác suốt bao thập kỷ.

Nhân dịp này, chúng con xin được chia sẻ những suy tư, những lời dặn dò thâm sâu của Cố Hòa Thượng Thích Tuệ Sỹ, người đã tận tâm gửi gắm vào mỗi chữ, mỗi lời trong lá thư *"Thư gởi Chư Thiện tri thức trong và ngoài nước nhân Tết Nhi đồng Việt Nam."* Những lời dạy của Thầy không chỉ nhắc nhở chúng ta về di sản của lịch sử, về sự hy sinh của những thế hệ cha ông, mà còn kêu gọi chúng ta, những Huynh trưởng GĐPT, phải hiểu rõ sứ mệnh của mình trong thời đại đầy biến động này.

Lời dặn của Thầy đã nhắc nhở chúng ta rằng, Huynh trưởng không chỉ là người hướng dẫn, dạy dỗ các em đoàn sinh về kiến thức Phật pháp mà

---
*Phụ lục 7

còn là nhịp cầu kết nối giữa những giá trị cao quý của đạo Phật với cuộc sống hiện tại. Trong ánh sáng của Chánh Pháp, vai trò của Huynh trưởng là hướng dẫn các em biết yêu thương, biết cảm thông, biết nuôi dưỡng lòng từ bi và sự tỉnh thức giữa cuộc sống đầy biến động. Hơn ai hết, quý Anh Chị là những người gieo mầm cho những thế hệ tương lai, những thế hệ sẽ bước tiếp trên con đường phụng sự Đạo pháp và Dân tộc.

Nhưng để thực hiện được sứ mệnh này, trước hết, mỗi Huynh trưởng chúng ta cần tự mình thấu hiểu được sâu sắc vai trò của mình. Vai trò đó không chỉ dừng lại ở việc tổ chức các buổi sinh hoạt, tu học hay lễ hội. Đó là trách nhiệm cao cả trong việc dẫn dắt, giáo dục các em bằng tất cả tấm lòng, sự hiểu biết và trí tuệ. Làm thế nào để truyền tải được tinh thần Phật pháp vào đời sống thường nhật của các em, làm thế nào để những giá trị nhân văn ấy trở thành kim chỉ nam cho cuộc đời các em, đó mới chính là điều mà chúng ta phải suy nghĩ và hành động.

Hòa Thượng Thích Tuệ Sỹ, trong những lời tâm huyết của mình, đã không ngừng nhắc nhở chúng ta về trách nhiệm thực hiện di nguyện của Thầy Tổ. Di nguyện đó chính là sự tiếp nối và phát triển không ngừng GĐPTVN, nghĩa là làm sao để GĐPT không chỉ tồn tại mà còn phải phát triển mạnh mẽ, trở thành nơi giáo dục nhân cách và trí tuệ cho các thế hệ tương lai.

Trong thế giới ngày nay, những thách thức đến từ cả bên ngoài và bên trong đang rèn luyện sự kiên nhẫn và khả năng lãnh đạo của mỗi Huynh trưởng. Thầy đã từng nhắc đến những hiểm họa từ tham vọng của loài người, từ những phát triển khoa học có thể hủy diệt nhân loại. Đối diện với những điều này, chúng ta, với tư cách là những Huynh trưởng Phật tử, phải làm gì để không chỉ bảo vệ tổ chức, mà còn giáo dục thế hệ trẻ về lòng từ bi, sự tỉnh thức và tinh thần không khuất phục trước khó khăn?

Không phải ngẫu nhiên mà Hòa Thượng Thích Tuệ Sỹ đã nhấn mạnh đến vai trò của trí thức Phật tử và sự liên kết giữa các thế hệ trong việc giữ gìn và phát triển Đạo pháp. Với tư cách là Huynh trưởng, chúng ta cần tự mình trở thành tấm gương sáng về đạo đức, trí tuệ và lòng kiên trì. Những người Huynh trưởng phải là những người luôn tinh tấn học hỏi, không chỉ về kiến thức Phật pháp mà còn về những giá trị nhân văn sâu sắc.

Thầy đã từng nói: *"Trí thức Phật tử không chỉ học đạo để an lạc cho riêng mình, mà còn phải phụng sự quốc gia, xã hội."* Đó cũng chính là điều mà mỗi Huynh trưởng chúng ta cần ghi nhớ. Để hướng dẫn các thế hệ trẻ một cách đúng đắn, chúng ta cần có tri thức, nhưng không phải chỉ tri thức về đời thường mà còn tri thức về Chánh Pháp. Chúng ta cần hiểu rõ giáo lý Phật Đà để có thể truyền đạt lại một cách sáng suốt và chân thành.

Một trong những giá trị cốt lõi của GĐPT là tinh thần đoàn kết, hòa hiệp. Trong mỗi lời dạy của Hòa Thượng, Thầy luôn nhắc đến sự quan trọng của việc hòa hợp giữa bốn chúng đệ tử và rằng, sự hòa hợp chính là nền tảng để tạo nên một tổ chức vững mạnh, một xã hội an lạc. Là Huynh trưởng, chúng ta phải luôn đặt tinh thần đoàn kết lên hàng đầu, không để những mâu thuẫn nhỏ nhặt làm suy yếu tổ chức.

Đoàn kết không chỉ là sự hợp nhất giữa các thành viên trong một đơn vị, mà còn là sự liên kết chặt chẽ giữa các đơn vị GĐPT trên khắp thế giới. Chúng ta không được phép để những khác biệt về văn hóa, địa lý, hay quan điểm cá nhân làm suy yếu mối liên hệ giữa các chi phần của tổ chức. Hơn bao giờ hết, chúng ta cần phải nhất tâm, đồng lòng thực hiện di nguyện của Thầy, cùng nhau xây dựng một GĐPT đoàn kết, vững mạnh và phát triển.

Hòa Thượng đã truyền đạt một thông điệp vô cùng quan trọng: mọi hành động của chúng ta, mọi suy nghĩ và lời nói, đều phải xuất phát từ tâm nguyện Bồ-tát đạo, nghĩa là làm tất cả vì sự an lạc của tự thân, gia đình, xã hội và nhân loại. Đây cũng là lý tưởng mà mỗi Huynh trưởng cần hướng đến. Chúng ta không chỉ giáo dục các em đoàn sinh trở thành những con người tốt, mà còn phải nuôi dưỡng ở các em tinh thần phụng sự, biết sống vì người khác, vì cộng đồng.

Trong thời đại mà những giá trị đạo đức truyền thống đang dần bị lu mờ bởi sự phát triển của xã hội vật chất, nhiệm vụ của chúng ta trở nên nặng nề hơn bao giờ hết. Hướng dẫn các em không chỉ là truyền đạt kiến thức Phật pháp, mà còn là dạy các em biết sống với lòng từ bi, biết quan tâm và chia sẻ với những người xung quanh. Đó mới chính là sứ mệnh cao cả của mỗi Huynh trưởng.

Quý Anh Chị Huynh trưởng thân mến,

Trên con đường phụng sự Đạo pháp và Dân tộc, chúng ta sẽ gặp không ít khó khăn và thách thức. Nhưng với lòng kiên trì, sự nhất tâm và tinh thần phụng sự cao cả, chúng ta sẽ vượt qua tất cả. Hãy cùng nhau nắm tay, đồng lòng thực hiện di nguyện của Hòa Thượng, tiếp tục xây dựng và phát triển GĐPTVN, không chỉ là nơi giáo dục Phật pháp mà còn là nơi nuôi dưỡng những giá trị nhân văn sâu sắc.

Tâm thư này không chỉ là lời nhắc nhở về sứ mệnh của mỗi Huynh trưởng, mà còn là lời kêu gọi tha thiết đến từ trái tim của những người đã đi trước, mong mỏi thế hệ Huynh trưởng hôm nay sẽ thấu hiểu và thực hiện trọn vẹn di nguyện của Thầy. Mong rằng, với tâm nguyện Bồ-tát đạo, mỗi chúng ta sẽ không ngừng nỗ lực vì sự an lạc của tự thân, của cộng đồng và của nhân loại.

Thành tâm,

Vụ Trưởng GĐPT Vụ, GHPGVNTNHK,
kiêm Trưởng Ban Hướng Dẫn GĐPTVN tại Hoa Kỳ

Quang Ngộ Đào Duy Hữu

"Ngược xuôi nhớ nửa cung đàn
Ai đem quán trọ mà ngăn nẻo về"

TUỆ SỸ,
Kết Từ

NHƯ ĐÓA HOA LAM TRONG NẮNG SỚM:
DI SẢN TỪ BẬC THẦY
THÍCH TUỆ SỸ

PHỔ ÁI

Trong dòng đời ngược xuôi, có những bậc thầy để lại dấu ấn không phải qua những thành tựu hữu hình, mà qua chính sự hiện diện lặng lẽ, nhẹ nhàng nhưng đầy hấp lực. Thầy Tuệ Sỹ là một trong những người như thế. Ngài không tìm đến sự phô trương, mà hiện hữu như một ánh đèn soi sáng, dẫn dắt từng bước chân cho những ai mong cầu tìm hiểu chân lý.

Với trí tuệ uyên bác và lòng từ bi vô tận, Thầy đã trao cho thế hệ trẻ của Gia Đình Phật Tử Việt Nam không chỉ là những bài học Phật pháp, mà còn là những giá trị sống tinh tế. Những điều đó không đơn thuần chỉ được học từ sách vở, mà chính từ cách sống, từ tấm lòng của một người thầy luôn ôm trọn yêu thương trong trái tim.

Khi chúng con nhìn về hành trình mà Thầy đã đi qua, chúng con nhận thấy rằng đó không phải là một con đường thẳng, dễ dàng. Những chông gai và thử thách Thầy đã gặp không làm Thầy chùn bước, mà càng khiến trí tuệ và lòng từ của Thầy trở nên sáng rõ hơn. Thầy, với tất cả niềm tin vào Phật pháp và sự gắn kết với nhân sinh, đã kiên trì đi đến tận cùng của con đường mà Thầy tin tưởng.

Chúng con, những người trẻ GĐPTVN, đã được may mắn tiếp cận với những giáo lý của Thầy, đã được Thầy truyền trao tình thương qua những lời dạy đầy trí tuệ và từ bi. Những bài giảng của Thầy, dù ngắn gọn hay sâu xa, luôn chứa đựng tinh thần của một người đã sống và trải nghiệm Phật pháp đến tận cùng. Thầy không chỉ giảng dạy về từ bi, mà Thầy chính là hiện thân của từ bi. Thầy không chỉ nói về trí tuệ, mà trí tuệ của Thầy đã rọi sáng cho chúng con con đường đi qua bóng tối của vô minh.

Thầy đã đi qua cuộc đời này, như một đóa hoa Lam nở giữa cõi trần, mang theo hương thơm của Phật pháp mà rải khắp nơi. Mỗi bước chân Thầy đi là mỗi mạch nguồn tri thức được khơi dòng, dẫn dắt hàng ngàn tâm hồn trẻ, nhất là những người Huynh trưởng và đoàn sinh trong Gia Đình Phật Tử Việt Nam. Tinh thần tự học và tự rèn luyện của Thầy là một di sản vô giá mà chúng con may mắn được thừa hưởng.

Trong những năm tháng khó khăn nhất của Phật giáo, Thầy vẫn không bao giờ đánh mất đi niềm tin vào giáo lý và đạo mạch của Phật pháp. Những lời dạy của Thầy về giáo dục đã giúp GĐPTVN phát triển mạnh mẽ trong việc giáo dục đạo đức, không chỉ cho đoàn sinh mà còn cho cộng đồng Phật tử. Thầy đã dạy rằng việc học không dừng lại ở sự hiểu biết về Phật pháp, mà còn là sự tu dưỡng đạo đức, tình thương và trách nhiệm. Thông qua những bài học về lòng từ bi và trí tuệ, Thầy đã thổi vào tâm hồn chúng con một sự khát khao mãnh liệt để trở thành những người Phật tử chân chính, sống vì lợi ích của tất cả mọi người.

Thầy đã gieo mầm cho một nền giáo dục nhân bản – nơi con người không chỉ học để biết, mà học để thấu hiểu và thương yêu. Trong các lớp học của GĐPT, những lời dạy của Thầy như những cơn mưa thấm vào từng trái tim, giúp từng đoàn sinh nhận ra giá trị thực sự của tình thương và sự hiểu biết. Với Thầy, giáo dục không phải là một hành trình thuần túy tri thức, mà là con đường trưởng thành từ bên trong, từ sự kết hợp giữa hiểu biết và lòng từ.

Những gì Thầy trao truyền không chỉ là kiến thức, mà còn là niềm tin vào sự tự lực. Thầy luôn dạy rằng mỗi người cần phải tự mình đứng vững trên đôi chân của mình, tự mình giải quyết những khó khăn bằng sự tinh tấn và kiên trì. Sự tự chủ mà Thầy nhấn mạnh không chỉ là kỹ năng sống, mà còn là một thái độ sống – sống với trách nhiệm, với lòng kiên định và không bao giờ từ bỏ lý tưởng. Tinh thần tự lực, tự giác, tự chủ ấy là một phần quan trọng trong việc xây dựng nhân cách của từng Huynh trưởng và đoàn sinh trong GĐPT.

Những năm tháng theo chân Thầy đã để lại trong lòng chúng con một niềm tri ân sâu xa. Từng lời dạy của Thầy đã trở thành kim chỉ nam trong đời sống, như một ánh đèn dẫn đường trong đêm tối của vô minh. Những lúc chúng con chùn bước, ngọn lửa từ Thầy lại thắp sáng, nhắc nhở chúng con rằng, con đường của người Phật tử không phải là con đường dễ dàng, nhưng là con đường rực sáng bởi trí tuệ và từ bi.

Trong những giờ phút thử thách, chúng con nhớ về Thầy – nhớ về sự kiên cường bất khuất mà Thầy đã thể hiện suốt cuộc đời. Sự dũng cảm và lòng can đảm của Thầy khi đối diện với khó khăn đã trở thành nguồn động viên lớn lao, giúp chúng con không ngừng tiến bước. Đó không phải là dũng khí của sự đối đầu, mà là sự mạnh mẽ nội tâm, là một niềm tin vững chắc vào giáo lý của Phật pháp và vào sứ mệnh của bản thân.

Thầy đã sống một cuộc đời khiêm nhường, nhưng ánh sáng từ bi và trí tuệ của Thầy đã lan tỏa khắp mọi nơi. Từng lời dạy của Thầy như những giọt nước tinh khiết, nhẹ nhàng nhưng có sức mạnh làm thanh tịnh cả một dòng sông, làm sáng tỏ mọi góc khuất trong lòng người.

Tinh thần phụng sự là một trong những di sản vĩ đại nhất mà Thầy để lại. Thầy luôn dạy chúng con rằng, Phật tử không chỉ sống cho riêng mình, mà sống vì cộng đồng, vì những người xung quanh. Sự phụng sự đó không phải là bổn phận, mà là niềm vui, là cách thể hiện lòng từ bi và trí tuệ. Mỗi hành động nhỏ bé của chúng con, nếu xuất phát từ trái tim, sẽ trở thành ngọn lửa sưởi ấm cả cuộc đời.

Tinh thần phụng sự mà Thầy truyền dạy không chỉ là sự dấn thân, mà còn là sự hi sinh thầm lặng. Thầy đã dành trọn cuộc đời mình để phụng sự Đạo pháp và Dân tộc, không màng danh lợi, không tìm kiếm sự ghi nhận. Chúng con học được từ Thầy rằng, phụng sự không phải là để nhận lại điều gì, mà là để thể hiện lòng biết ơn đối với cuộc đời, đối với Đạo pháp. Từng hành động phụng sự, dù nhỏ bé, nếu xuất phát từ lòng từ bi chân thành, sẽ trở nên vô giá và có sức mạnh chuyển hóa.

Di sản của Thầy còn là một tinh thần đoàn kết, gắn bó giữa các thế hệ trong Gia Đình Phật Tử Việt Nam. Thầy luôn khuyến khích chúng con không ngừng xây dựng và củng cố tình Lam, bởi đó là sợi dây vô hình nhưng bền chặt, kết nối chúng con với nhau và với Đạo pháp. Tình đoàn kết ấy không chỉ là sự hỗ trợ lẫn nhau trong công việc, mà còn là sự gắn bó tinh thần, là một hình thức của lòng từ bi và trí tuệ.

Trong ánh sáng của trí tuệ và lòng từ bi mà Thầy đã để lại, chúng con nguyện sẽ sống và phụng sự đúng với những gì Thầy đã truyền dạy. Mỗi bước chân của chúng con trên con đường Phật pháp sẽ luôn mang theo dấu ấn của Thầy – dấu ấn của sự kiên cường, của trí tuệ và của lòng từ bi vô hạn.

Nam Mô Thường Hoan Hỷ Bồ Tát Ma Ha Tát.

TRĂNG LẶN SAU BÓNG NÚI, LỬA ĐẠO SÁNG TRONG TIM
KHÚC NGUYỆN TIẾP NỐI GIỮA SÓNG GIÓ NHÂN GIAN

HUỆ THÔNG

Một năm, chỉ là một khoảnh khắc ngắn ngủi trong dòng chảy của thời gian vô tận, nhưng lại là một chuỗi ngày dài đằng đẵng với nỗi nhớ khắc khoải về Thầy. Thầy – người đã gieo vào lòng chúng con và biết bao thế hệ Phật tử ánh sáng trí tuệ và lòng từ bi. Sự vắng bóng của Thầy, như một vầng trăng lặng lẽ khép mình giữa màn đêm, để lại khoảng trống mênh mông trong tâm hồn của những ai từng được Thầy dẫn dắt.

Nhìn lại cuộc đời mình, chúng con nhận ra rằng từng bước chân mình đi đều in đậm dấu ấn của Thầy. Những bài giảng của Thầy không chỉ là lời Phật dạy, mà còn là kim chỉ nam cho đời sống. Thầy không đơn thuần dạy triết lý, mà dạy cách làm người, cách đối diện với thế giới trong lòng từ bi và trí tuệ. Sự thấu hiểu của Thầy về thế gian, về cõi đời phù du, như ánh trăng soi rọi trong đêm tối, giúp chúng con tìm thấy đường đi giữa mênh mông của cuộc sống.

Thầy đã ra đi, nhưng tâm hồn của Thầy, những lời dạy của Thầy vẫn còn mãi trong lòng chúng con. Trong mỗi dòng suy nghĩ, mỗi hành động của chúng con, Thầy vẫn hiện diện – không phải như một ký ức, mà như một hướng đi, một ánh sáng vĩnh cửu.

Mỗi khi đối diện với khó khăn, chúng con lại nhớ đến lời Thầy từng nhắc nhở: *"Trong vô thường, chỉ có lòng kiên định và sự tinh tấn mới là con đường đưa đến giải thoát."* Chính những lời dạy này đã trở thành động lực để chúng con đứng lên, tiếp tục bước đi, dù đường đời lắm chông gai. Chúng con tri ân Thầy không chỉ bằng những lời nói, mà bằng phát nguyện sẽ tiếp nối con đường Thầy đã chọn, tiếp tục sứ mệnh truyền đạt giáo lý của Đức Phật đến cho đàn em và những thế hệ mai sau.

Chúng con vẫn nhớ những ngày đầu tiên được diện kiến Thầy. Trong tâm trí chúng con khi ấy, Thầy như một vị minh sư giữa đời thường, nhẹ nhàng mà uyên bác, từ tốn mà đầy uy lực. Thầy không bao giờ phô trương, không để lại dấu ấn bằng những lời nói lớn lao, mà chính sự tĩnh lặng của Ngài lại khiến không gian xung quanh lắng dịu, mọi khổ đau như tan biến. Những buổi trò chuyện với Thầy, dù ngắn ngủi, luôn là những khoảng thời gian quý báu để chúng con học cách nhìn sâu vào bản chất của cuộc sống, để nhận ra rằng sự đau khổ không nằm ở thế giới bên ngoài, mà xuất phát từ nội tâm vô minh của chính mình.

Thầy luôn nhắc nhở chúng con rằng: *"Người tu hành, dù ở vị trí nào, cũng đều phải biết dùng trí tuệ mà soi xét, dùng từ bi mà hành động."* Lời dạy này, như một ngọn đèn sáng giữa đêm tối, là hành trang để chúng con tiếp tục cuộc đời làm Huynh trưởng GĐPT. Mỗi khi nhìn lại những gian nan, thử thách mà bản thân và tổ chức đã trải qua, chúng con lại thấy hình ảnh Thầy hiện lên, với sự kiên nhẫn và lòng từ bi vô hạn, đã dìu dắt biết bao thế hệ bước qua những sóng gió của đời người.

Những gì Thầy để lại không chỉ là kiến thức Phật học sâu rộng, mà còn là một di sản tinh thần to lớn, không thể đong đếm. Thầy đã sống, đã hành động không vì bản thân, mà vì sự nghiệp hoằng pháp, vì đàn em Phật tử, vì sự truyền thừa của giáo lý Phật Đà. Chính vì lẽ đó, mà sự ra đi của Thầy càng khiến chúng con thấy rõ trách nhiệm phải tiếp nối di sản ấy, dù rằng con đường phía trước chắc chắn sẽ đầy gian nan. Nhưng chúng con luôn tin rằng, với ngọn đèn trí tuệ của Thầy soi đường, dù trăm ngàn khó khăn cũng không thể làm chùn bước.

Trong những đêm khuya tĩnh lặng, khi ánh trăng dần khuất sau màn đêm, chúng con thường ngồi lặng yên suy ngẫm về những lời dạy của Thầy. Những kỷ niệm, dù chỉ là những mảnh ghép nhỏ bé trong cuộc đời của Ngài, đều mang ý nghĩa vô cùng sâu sắc, như những tia sáng len lỏi vào trái tim chúng con. Đó là những bài học về lòng kiên nhẫn, về sự buông bỏ những ràng buộc thế gian, về tình yêu thương vô bờ dành cho tất cả chúng sinh.

Sự nghiệp giáo dục Phật giáo mà Thầy đã gây dựng, không phải là một con đường dễ dàng. Chúng con vẫn còn nhớ những lần Thầy chia sẻ về những khó khăn khi đưa giáo lý Phật Đà đến với tuổi trẻ, về sự cần thiết phải biến Phật pháp trở nên sống động, thiết thực trong từng hoàn cảnh, từng lứa tuổi. Đối với Thầy, giáo dục không chỉ là truyền đạt kiến thức, mà còn là giúp người học hiểu và áp dụng những điều đã học vào đời sống thường nhật. Đó cũng chính là lý do mà chúng con và những Huynh trưởng khác, không ngừng cố gắng học hỏi và thực hành lời Thầy.

Giáo dục Phật giáo dưới mắt nhìn của Thầy luôn mang tính thực tiễn cao. Thầy từng nói: *"Giáo dục Phật giáo không chỉ là học thuộc những kinh văn, mà còn phải thấm nhuần và áp dụng nó vào đời sống, để Phật pháp trở thành một phần của mỗi hành động, mỗi lời nói, mỗi suy nghĩ."* Những lời dạy này đã thấm nhuần vào suy nghĩ của chúng con, giúp chúng con hiểu rằng con đường của một Huynh trưởng không đơn thuần chỉ là làm theo những bài giảng truyền thống, mà cần biết cách sáng tạo, biến đổi để phù hợp với hoàn cảnh thực tế, nhất là trong thời đại hiện nay.

Nhìn lại hành trình đã qua, chúng con nhận ra rằng di sản của Thầy không chỉ là những công trình nghiên cứu uyên thâm về Phật học, mà còn là một tấm lòng bao dung, tràn đầy yêu thương và đồng cảm. Từng câu chuyện Thầy kể, từng lời khuyên nhủ dịu dàng, đều là những hạt giống mà Thầy đã gieo trồng trong tâm hồn chúng con. Hạt giống ấy, qua thời gian và thử thách, đang nảy mầm thành những hành động thiết thực, góp phần nuôi dưỡng đạo đức và tinh thần giác ngộ cho thế hệ mai sau.

Sứ mệnh mà Thầy để lại cho chúng con – những Huynh trưởng nhỏ bé – là truyền tải những giá trị ấy đến đàn em, đến những thế hệ trẻ đang tìm kiếm con đường cho mình. Trong từng buổi sinh hoạt, từng khóa tu học của Gia đình Phật tử, chúng con cảm nhận rõ sự hiện diện của Thầy trong từng lời giảng, từng hoạt động. Những lúc gặp khó khăn trong việc dẫn dắt các em, chúng con lại nhớ đến lời dạy của Thầy: *"Chỉ có tình thương và sự hiểu biết mới có thể mở ra con đường đúng đắn."* Và quả thật, chỉ khi chúng con nhìn nhận các em với lòng từ bi, hiểu rõ hoàn cảnh của mỗi cá nhân, chúng con mới có thể truyền tải những giá trị Phật pháp một cách hiệu quả và cảm động nhất.

Thầy luôn dặn dò chúng con phải kiên nhẫn, phải dùng lòng bao dung để hiểu và dẫn dắt thế hệ trẻ. Đó không phải là một nhiệm vụ dễ dàng, nhưng cũng chính từ những thử thách ấy mà chúng con mới thấy rõ hơn tầm quan trọng của sự kiên trì và lòng từ ái. Qua bao năm, những lời dạy ấy vẫn vang vọng trong tâm trí chúng con, như một ngọn đèn soi sáng giữa bóng tối của những thử thách trong cuộc đời.

Những ngày tháng Thầy còn bên cạnh, chúng con thường cảm nhận một nguồn năng lượng mạnh mẽ từ Thầy, nhưng không phải là sức mạnh vật chất mà là sức mạnh tinh thần. Thầy không chỉ dạy chúng con cách sống đúng theo tinh thần Phật pháp, mà còn dạy cách đối diện với những nghịch cảnh trong cuộc đời. Thầy từng nói rằng: *"Sự an lạc không nằm ở ngoại cảnh, mà ở cách chúng ta nhìn nhận và đối diện với chúng."* Câu nói này đã trở thành nguồn động viên vô tận cho chúng con khi đối diện với những thử thách cá nhân và trong tổ chức.

Mỗi khi gặp khó khăn trong công việc hoặc đời sống, chúng con luôn nhớ lại hình ảnh Thầy, một người đã trải qua bao gian truân mà vẫn luôn giữ được tinh thần bất khuất và lòng từ bi bao la. Chính những phẩm chất đó đã là nguồn cảm hứng lớn cho chúng con, giúp chúng con giữ vững niềm tin vào con đường mình đã chọn, dù trăm ngàn gian khổ vẫn không làm chúng con chùn bước. Phát nguyện tiếp nối di sản của Thầy không chỉ là một nhiệm vụ thiêng liêng, mà còn là lời hứa trong lòng chúng con, là trách nhiệm chúng con phải gánh vác trên con đường phụng sự Đạo pháp.

Trách nhiệm kế thừa di sản của Thầy không chỉ là tiếp tục hoằng dương Phật pháp mà còn là duy trì và phát huy những giá trị đạo đức mà Thầy đã truyền dạy qua suốt cuộc đời mình. Đối với chúng con và những người đồng chí hướng trong Gia Đình Phật Tử, di sản ấy không phải là một khái niệm mơ hồ, mà là những bài học sống động được thể hiện qua từng hành động, từng lời nói và từng quyết định trong cuộc sống. Chính những giá trị này đã và đang nuôi dưỡng trong chúng con lòng kiên nhẫn và sự dũng cảm, giúp chúng con đối diện với những thách thức mà tổ chức GĐPT đang trải qua.

Đối với Thầy, giáo dục không chỉ là việc truyền đạt tri thức, mà còn là sự truyền cảm hứng và định hình nhân cách. Chúng con nhớ mãi những lần Thầy chia sẻ về ý nghĩa của việc "học làm người." Thầy luôn nhấn mạnh rằng: *"Đức hạnh là nền tảng của mọi sự học hỏi."* Không chỉ là người thầy dạy Phật pháp, Thầy còn là người đã dạy chúng con cách sống, cách đối diện với khổ đau và thử thách một cách bình thản, an lạc.

Điều này không chỉ giúp chúng con trở thành một Huynh trưởng tốt hơn, mà còn giúp chúng con thấu hiểu sâu sắc hơn về sứ mệnh của mình trong việc dẫn dắt thế hệ trẻ.

Sự ra đi của Thầy để lại trong chúng con một khoảng trống mênh mông, nhưng cũng đồng thời làm sáng tỏ thêm ý thức trách nhiệm của một người Huynh trưởng trong tổ chức GĐPT. Từng lời dạy của Thầy, từng lần Thầy khuyên bảo, đều như những hạt giống đã nảy mầm trong lòng chúng con. Chúng con nhận thức rằng mình không chỉ có trách nhiệm với bản thân, mà còn với toàn thể tổ chức và các thế hệ đoàn sinh đang mong chờ sự dẫn dắt. Trách nhiệm ấy không phải là gánh nặng, mà là một niềm vinh dự lớn lao, bởi đó chính là di sản tinh thần mà Thầy đã tin tưởng gửi gắm.

Trên con đường đầy chông gai này, chúng con thấu hiểu rằng không có bước đi nào là dễ dàng, không có thử thách nào là nhỏ bé. Nhưng với ánh sáng từ bi và trí tuệ mà Thầy đã soi đường, chúng con phát nguyện sẽ kiên trì bước tiếp, sẽ biến những thử thách thành cơ hội để rèn luyện lòng kiên định và tinh thần phục vụ. Mỗi lần đối diện với khó khăn, chúng con lại tự nhủ với chính mình rằng, dù muôn vàn gian khó phía trước, sự vững tâm và lòng kiên nhẫn sẽ là những gì chúng con mang theo, như lời dạy của Thầy còn vang vọng mãi: *"Giữ vững lòng tin vào chính mình và vào Phật pháp, chúng con sẽ không bao giờ lạc lối."*

Trong sự nhớ nhung vô tận về Thầy, chúng con không thể không suy ngẫm về con đường phía trước mà chúng con và các đồng đội trong GĐPT phải đối diện. Thầy đã gieo trồng hạt giống của lòng từ bi, trí tuệ và sự tinh tấn trong mỗi chúng con và giờ đây, trách nhiệm của chúng con là nuôi dưỡng hạt giống ấy, làm cho nó lớn lên và lan tỏa đến nhiều người hơn nữa. Đó chính là cách mà chúng con tiếp nối di sản của Thầy, không chỉ bằng lời nói, mà bằng hành động, bằng sự phục vụ không mệt mỏi cho tổ chức và cho Phật pháp.

Những lúc đối diện với sự hoài nghi, khi con đường trước mắt dường như mờ mịt, chúng con lại nhìn về những giá trị mà Thầy đã gây dựng suốt cuộc đời. Thầy đã sống một cuộc đời đơn giản, thanh bạch, nhưng lại đầy sâu sắc và giàu có về mặt tinh thần. Chính sự giản dị ấy lại chính là nguồn động viên lớn nhất, giúp chúng con nhận ra rằng con đường của người Huynh trưởng không cần những điều lớn lao, hào nhoáng. Điều quan trọng nhất chính là sự kiên định trong từng bước đi, sự chân thành trong từng lời nói và sự bền bỉ trong hành động phụng sự Đạo pháp và dân tộc.

Những giá trị mà Thầy đã truyền dạy không chỉ mang tính lý thuyết, mà còn là những bài học thực tiễn sâu sắc, được hun đúc qua từng chặng đường Thầy đã đi qua. Mỗi bài giảng của Thầy đều chứa đựng một triết lý sống động, giúp chúng con không chỉ thấu hiểu bản chất của đời sống vô thường, mà còn biết cách đối diện với những sóng gió bằng tâm thế an nhiên, bất động trước mọi biến chuyển của thế gian. Sự tinh tấn trong giáo dục của Thầy không chỉ hướng đến việc dạy dỗ tri thức Phật học, mà còn là cách Thầy truyền đạt sự vững tâm trong hành động, sự kiên nhẫn trong tu tập và sự bao dung trong lòng từ bi.

Trong những buổi trò chuyện thân mật với Thầy, chúng con luôn cảm nhận được tình thương bao la mà Thầy dành cho mọi người, nhất là thế hệ trẻ chúng con. Thầy từng nói rằng: *"Thế hệ trẻ là tương lai của Phật giáo, là ngọn đèn sáng nối tiếp con đường mà chúng ta đang đi."* Những lời dạy này như một ngọn lửa âm ỉ cháy mãi trong lòng chúng con, nhắc nhở chúng con rằng trách nhiệm không chỉ là giữ gìn những gì Thầy đã để lại, mà còn là phát triển và truyền đạt lại cho thế hệ tiếp theo. Sự nghiệp giáo dục Phật giáo mà Thầy đã dành trọn đời để vun đắp, nay trở thành ngọn đuốc soi sáng con đường của chúng con.

Nhớ về Thầy, chúng con nhớ về sự bao dung và lòng từ bi vô tận của Thầy. Dù cuộc đời Thầy trải qua bao nhiêu biến cố, bao nhiêu thăng trầm, Thầy vẫn luôn giữ được tinh thần thanh tịnh và hòa nhã. Thầy đã sống một cuộc đời giản dị nhưng giàu có về tâm linh, một cuộc đời không màng đến danh lợi mà chỉ dấn thân vì sự nghiệp hoằng dương Phật pháp. Sự thanh thoát trong từng lời nói và hành động của Thầy đã trở thành hình mẫu lý tưởng cho chúng con, giúp chúng con hiểu rằng, trong bất kỳ hoàn cảnh nào, người Huynh trưởng cũng cần giữ vững tâm hồn thanh cao, không bị cuốn theo những cám dỗ của thế gian.

Sự ra đi của Thầy là một mất mát to lớn, nhưng đồng thời cũng là một lời nhắc nhở sâu sắc về tính vô thường của cuộc sống. Chúng con hiểu rằng, di sản của Thầy không nằm ở những gì hữu hình, mà chính là tinh thần bất diệt của Thầy. Tinh thần ấy không ngừng thôi thúc chúng con tiến bước, dù cho con đường phía trước có khó khăn đến đâu. Mỗi khi đối diện với nghịch cảnh, chúng con lại nghĩ về lời Thầy dặn: *"Khó khăn chỉ là một thử thách cho lòng kiên định của chúng con. Nếu chúng con giữ* vững niềm tin vào con đường đã chọn, không có thử thách nào là không thể vượt qua."

Những bài học về sự kiên nhẫn và lòng từ bi mà Thầy truyền dạy, nay trở thành hành trang quý báu cho chúng con trên con đường tiếp nối di sản. Không ít lần chúng con đã tự hỏi bản thân: "Liệu mình có đủ khả năng để gánh vác trọng trách này hay không?" Nhưng rồi, chúng con lại nhớ đến hình ảnh Thầy, một người thầy đã từng trải qua biết bao thăng trầm và chúng con hiểu rằng, điều quan trọng không nằm ở khả năng, mà là lòng quyết tâm và tinh thần dấn thân không ngừng nghỉ. Đó chính là thông điệp mà Thầy đã truyền lại cho chúng con và bao thế hệ Huynh trưởng khác.

Di sản của Thầy không chỉ nằm ở những kiến thức Phật học uyên thâm, mà còn là cách Thầy sống và hành động trong cuộc đời này. Thầy đã sống với lòng từ bi vô hạn, luôn sẵn sàng chia sẻ và đồng cảm với những ai đang khổ đau. Sự yêu thương của Thầy không chỉ dành cho những người theo đạo Phật, mà cho tất cả chúng sinh, không phân biệt tôn giáo, không phân biệt hoàn cảnh. Từ sự cảm thông này, chúng con nhận ra rằng, trách nhiệm của một Huynh trưởng không chỉ dừng lại ở việc truyền đạt Phật pháp, mà còn là sống một cuộc đời chân thành và đầy yêu thương, luôn sẵn sàng giúp đỡ những ai đang cần sự giúp đỡ.

Nhìn lại con đường mà Thầy đã đi qua, chúng con thấy mình thật may mắn khi được đồng hành và học hỏi từ Thầy. Sự hiện diện của Thầy trong cuộc đời chúng con là một điều vô cùng quý giá và chúng con tự nhủ rằng sẽ không để sự dạy dỗ ấy trở nên vô ích. Chúng con phát nguyện, dù con đường phía trước có trắc trở bao nhiêu, chúng con sẽ luôn giữ vững lòng kiên định, tiếp tục dấn thân vào sự nghiệp giáo dục Phật giáo và truyền lại những gì Thầy đã để lại cho thế hệ sau.

Những suy ngẫm về Thầy không chỉ là để tôn vinh một bậc minh sư đã ra đi, mà còn là cơ hội để chúng con nhận thức sâu sắc hơn về con đường mình phải đi. Mỗi bước chân chúng con đang bước tiếp là dấu ấn của Thầy, mỗi lời chúng con nói ra, mỗi hành động chúng con thực hiện đều chứa đựng sự chỉ dạy thầm lặng mà Thầy đã truyền trao. Thầy không dạy chúng con bằng những lời lẽ hoa mỹ hay những bài thuyết giảng dài dòng, mà bằng chính cuộc đời bình dị nhưng vĩ đại của Ngài. Thầy là biểu tượng sống động của sự tinh tấn, lòng kiên trì và sự kiên nhẫn không mệt mỏi. Chính điều đó đã thôi thúc chúng con không ngừng cố gắng, dù cho con đường Huynh trưởng có nhiều khó khăn, thử thách.

Trong tổ chức GĐPT, chúng con luôn lấy Thầy làm tấm gương để nhắc nhở mình phải sống sao cho xứng đáng với những gì Thầy đã dạy. Những khó khăn mà chúng con đang phải đối diện không phải là nhỏ: sự thay đổi của xã hội, những thách thức về tinh thần và thể chất mà tuổi trẻ đang phải đối diện, sự đứt gãy trong việc kết nối giữa các thế hệ… Tất cả những điều này đòi hỏi chúng con không chỉ có lòng từ bi mà còn phải có trí tuệ để thích nghi và dẫn dắt tổ chức đi đúng hướng. Nhưng mỗi khi nhìn lại, chúng con lại tìm thấy sự bình an trong những lời dạy của Thầy. Thầy luôn nhấn mạnh rằng: "Phật pháp là con đường của lòng từ bi, nhưng cũng là con đường của trí tuệ. Chỉ khi nào lòng từ bi được soi sáng bởi trí tuệ, chúng con mới có thể dẫn dắt người khác vượt qua những khổ đau."

Chính vì lẽ đó, chúng con phát nguyện sẽ tiếp tục sứ mệnh giáo dục Phật giáo mà Thầy đã dày công vun đắp. Di sản mà Thầy để lại không phải là những gì dễ dàng nắm bắt, mà là những giá trị sâu sắc cần phải trải qua thời gian và sự kiên nhẫn mới có thể thấu hiểu trọn vẹn. Sự nghiệp giáo dục trong tổ chức GĐPT không chỉ là việc giảng dạy kinh điển hay tổ chức các buổi học, mà còn là việc định hình nhân cách và tinh thần cho các thế hệ trẻ. Chúng con tin rằng, khi chúng con tiếp tục giữ vững lòng tin vào con đường của Thầy, chúng ta sẽ truyền tải được những giá trị đó đến đàn em, giúp họ không chỉ hiểu Phật pháp, mà còn sống với tinh thần của Phật giáo trong từng hơi thở, từng nhịp đập của cuộc sống.

Một năm kể từ ngày Thầy ra đi, chúng con nhận ra rằng sự chia tay này không phải là dấu chấm hết, mà là sự khởi đầu cho một hành trình mới – hành trình của việc tiếp nối di sản tinh thần của Thầy. Mỗi Huynh trưởng, mỗi thành viên của Gia Đình Phật Tử đều đang giữ trong mình một phần di sản ấy, một phần trách nhiệm tiếp tục gieo hạt giống từ bi và trí tuệ mà Thầy đã vun trồng. Con đường này không hề dễ dàng, nhưng với niềm tin vào Phật pháp và sự chỉ dẫn của Thầy, chúng con tin rằng mình sẽ vượt qua được những chướng ngại trước mắt.

Chúng con luôn nhớ đến hình ảnh của Thầy – một người thầy trầm lặng nhưng đầy sức mạnh tinh thần, một bậc đạo sư đã cống hiến cả cuộc đời để hoằng dương Phật pháp và giáo dục thế hệ trẻ. Nhớ về Thầy không chỉ là nhớ về những gì Thầy đã làm, mà còn là tự hỏi bản thân: *"Mình đã làm được gì để xứng đáng với những gì Thầy đã dạy?"* Câu hỏi ấy luôn vang vọng trong tâm trí chúng con, nhắc nhở rằng di sản của Thầy không chỉ để chiêm nghiệm, mà là để thực hành, để sống và để truyền lại.

Trong những ngày tháng tiếp theo, khi chúng con tiếp tục dấn thân vào công việc giáo dục và tổ chức, chúng con phát nguyện sẽ không ngừng tinh tấn, sẽ luôn giữ vững niềm tin vào con đường Thầy đã dẫn dắt. Dù phía trước có bao nhiêu khó khăn, chúng con sẽ không để lòng mình chùn bước, sẽ không để sự nghi ngờ làm mờ đi ánh sáng mà Thầy đã thắp lên trong lòng chúng con. Chúng con hiểu rằng, chỉ có sự kiên trì và lòng quyết tâm mới có thể giúp chúng con hoàn thành sứ mệnh này.

Khi phát nguyện tiếp nối con đường Thầy đã vạch ra, chúng con không chỉ phát nguyện trong lòng mà còn tự cam kết với bản thân phải biến những lời nguyện ấy thành hành động cụ thể. Trong từng buổi sinh hoạt của Gia Đình Phật Tử, chúng con không còn chỉ nhìn việc dạy dỗ đoàn sinh như một nhiệm vụ thường nhật, mà là một phần trong sứ mệnh lớn lao hơn: tiếp nối ánh sáng từ bi và trí tuệ mà Thầy đã trao truyền. Chúng con hiểu rằng, mỗi hành động, mỗi lời nói của mình đều có sức ảnh hưởng đến các thế hệ trẻ, giống như cách mà Thầy đã âm thầm ảnh hưởng đến cuộc đời chúng con qua những lời dạy nhẹ nhàng nhưng sâu sắc.

Một trong những điều mà Thầy luôn nhấn mạnh là tinh thần tự giác trong việc học và tu tập. Thầy từng nói rằng: *"Tri thức không phải là thứ người khác có thể ban phát cho con, mà con phải tự mình tìm kiếm và tu dưỡng."* Lời dạy này đã thấm sâu vào tâm trí chúng con, giúp hiểu rằng trách nhiệm của một Huynh trưởng không chỉ dừng lại ở việc truyền đạt kiến thức, mà còn là việc khơi gợi tinh thần tự học, tự tu của đàn em. Chúng con phát nguyện sẽ cố gắng biến những buổi học, những khóa tu của tổ chức không chỉ là nơi tiếp nhận tri thức mà còn là nơi các em có thể tìm thấy niềm vui trong việc học và tu dưỡng đạo đức.

Đối với chúng con, một trong những hành động thiết thực nhất để kế thừa di sản của Thầy là nuôi dưỡng tinh thần đoàn kết và hòa hợp trong tổ chức GĐPT. Thầy từng dạy rằng: *"Sự đoàn kết không phải là sự thỏa* hiệp với nhau về mọi thứ, mà là khả năng cùng nhau đối diện với những khác biệt mà vẫn giữ được lòng từ bi và sự tôn trọng." Lời dạy này luôn là kim chỉ nam cho chúng con trong mọi hoạt động, đặc biệt là khi phải đối diện với những mâu thuẫn và bất đồng ý kiến. Chúng con hiểu rằng, để giữ vững sự đoàn kết trong tổ chức, chúng con cần học cách lắng nghe và hiểu nhau hơn, cần biết bao dung và hòa giải, luôn đặt mục tiêu chung lên trên hết.

Hơn nữa, sự kế thừa di sản của Thầy còn đòi hỏi chúng con phải không ngừng học hỏi và hoàn thiện bản thân. Thầy là một người không ngừng học tập, dù trong những năm tháng cuối đời, Thầy vẫn tiếp tục nghiên cứu và chiêm nghiệm về Phật pháp, không bao giờ tự mãn với những gì mình đã biết. Học hỏi và tự phát triển bản thân là một trong những điều chúng con luôn tâm niệm, bởi chỉ khi chúng con không ngừng tiến bộ, mới có thể trở thành một người dẫn dắt đáng tin cậy cho đàn em, mới có thể truyền lại cho các thế hệ trẻ những giá trị mà Thầy đã gửi gắm.

Một năm trôi qua, nhưng những gì Thầy để lại vẫn sống động trong từng suy nghĩ, từng hành động của chúng con. Chúng con vẫn nhớ những buổi tối yên lặng bên Thầy, khi Thầy chia sẻ về lòng kiên nhẫn và sức mạnh tinh thần của một người Phật tử. Những lời dạy ấy không chỉ là những lời khuyên mang tính lý thuyết, mà là kim chỉ nam cho chúng con trong suốt hành trình làm Huynh trưởng. Mỗi khi đối diện với những thử thách, chúng con luôn tự hỏi: "Liệu Thầy sẽ làm gì trong hoàn cảnh này?" Và chính nhờ những kỷ niệm ấy, chúng con tìm thấy câu trả lời, tìm thấy động lực để tiếp tục bước đi.

Thầy từng nói rằng: *"Phật pháp không phải là thứ gì xa vời, mà nằm ngay trong từng suy nghĩ, từng hành động của chúng ta."* Những lời này đã giúp chúng con hiểu rõ hơn về trách nhiệm của mình trong việc lan tỏa tinh thần Phật pháp đến mọi người xung quanh. Chúng con phát nguyện, dù con đường phía trước có bao nhiêu khó khăn, chúng con sẽ luôn giữ vững tinh thần ấy, sẽ luôn sống và hành động sao cho phù hợp với những giá trị mà Thầy đã dạy.

Sự ra đi của Thầy đã khiến chúng con nhận ra rằng cuộc sống là một chuỗi dài những thử thách và vô thường. Nhưng chính trong vô thường ấy, di sản mà Thầy để lại trở thành nguồn động viên lớn lao, giúp chúng con không ngừng tinh tấn và tiến bước. Di sản của Thầy không chỉ là những trang sách, những bài giảng, mà là một tinh thần sống động, một ánh sáng dẫn đường cho chúng con và những người trẻ trong tổ chức GĐPT. Ánh sáng ấy sẽ mãi soi rọi con đường chúng con đang đi, giúp chúng con tiếp tục hoàn thành sứ mệnh mà Thầy đã trao truyền.

Nhìn lại con đường mà chúng con và các anh chị em Huynh trưởng trong tổ chức GĐPT đang đi, chúng con nhận thấy rằng di sản tinh thần của Thầy không chỉ nằm trong quá khứ mà còn đang tiếp tục định hình tương lai. Mỗi bài học mà Thầy truyền dạy, mỗi giá trị mà Thầy gieo trồng trong tâm hồn chúng con, giờ đây trở thành những nguyên tắc chỉ đạo cho mọi hành động, cho mọi quyết định mà chúng con thực hiện. Dù rằng cuộc sống hiện tại đầy biến động và khó lường, chúng con tin rằng với lòng kiên định vào những giá trị Phật pháp mà Thầy đã truyền trao, chúng con sẽ tìm thấy con đường đi đúng đắn để giữ vững tinh thần và sứ mệnh của tổ chức.

Thách thức lớn nhất mà chúng con đối diện hiện nay không chỉ là sự thay đổi nhanh chóng của xã hội, mà còn là việc duy trì và lan tỏa những giá trị truyền thống trong một thế giới đầy biến động. Thầy đã từng nhấn mạnh rằng: *"Trong mọi hoàn cảnh, hãy luôn giữ cho mình tâm thế của một người học đạo, luôn lắng nghe và học hỏi, nhưng đừng bao giờ quên đi cội nguồn của mình."* Lời dạy này đã trở thành nền tảng cho cách chúng con tiếp cận những thử thách trong cuộc sống. Thế giới ngày nay, với sự phát triển của công nghệ và thay đổi về văn hóa, đòi hỏi chúng con không chỉ cần thích nghi mà còn phải giữ vững tinh thần của những giá trị truyền thống mà Thầy đã xây dựng.

Những lúc gặp phải những nghịch cảnh tưởng chừng như không thể vượt qua, chúng con lại nghĩ đến hình ảnh Thầy, một người luôn điềm tĩnh và sáng suốt, biết cách biến những thử thách thành cơ hội để rèn luyện bản thân. Thầy đã dạy chúng con rằng: *"Khó khăn chính là nơi con người học cách trưởng thành, chỉ khi gặp nghịch cảnh, con mới có thể khám phá được sức mạnh thật sự bên trong mình."* Đó chính là động lực lớn nhất giúp chúng con giữ vững niềm tin và tiếp tục dẫn dắt đàn em trong tổ chức, dù con đường phía trước có lắm gian nan.

Trong mọi buổi sinh hoạt, chúng con cố gắng áp dụng những giá trị mà Thầy đã truyền đạt vào công việc hàng ngày. Chúng con không chỉ dạy các em về Phật pháp, mà còn cố gắng khơi gợi trong các em tình yêu thương, lòng từ bi và sự kiên nhẫn – những giá trị cốt lõi mà Thầy đã luôn nhắc nhở chúng con. Chúng con hiểu rằng, nếu không chỉ học mà còn sống với những giá trị ấy, di sản của Thầy sẽ không bao giờ mai một. Thế hệ trẻ là tương lai của Phật giáo và chính qua việc truyền dạy những giá trị này cho các em, chúng con đang tiếp tục giữ cho ánh sáng mà Thầy đã thắp lên không bao giờ tắt.

Sự phát nguyện của chúng con không dừng lại ở việc truyền đạt những kiến thức và giá trị tinh thần, mà còn phải thực hiện những hành động thiết thực để củng cố tổ chức GĐPT. Trong thời đại hiện nay, khi mà sự phân tán và đứt gãy trong các mối quan hệ xã hội ngày càng trở nên phổ biến, chúng con hiểu rằng trách nhiệm của mình là phải làm sao để xây dựng một cộng đồng vững chắc, đoàn kết và luôn biết hướng về những giá trị Phật pháp. Thầy từng dạy: *"Sự đoàn kết không phải là sự đồng nhất trong ý kiến, mà là sự đồng tâm trong mục tiêu."* Với lời dạy này làm kim chỉ nam, chúng con phát nguyện sẽ không ngừng nỗ lực để xây dựng sự đoàn kết giữa các thành viên trong tổ chức, để tất cả chúng con đều cùng hướng về một mục tiêu chung là phụng sự Đạo pháp và Dân tộc.

Chúng con nhận thấy, để tiếp tục di sản của Thầy, không chỉ là sự nỗ lực cá nhân, mà còn cần sự đồng lòng của cả một cộng đồng. Chúng con, những Huynh trưởng trong GĐPT, phải luôn sẵn sàng hỗ trợ lẫn nhau, cùng nhau vượt qua những thử thách. Mỗi người đều có trách nhiệm gìn giữ và phát triển những giá trị mà Thầy đã để lại. Sự hợp lực, lòng kiên nhẫn và tinh thần đồng đội chính là yếu tố quan trọng giúp chúng con giữ vững tinh thần mà Thầy đã truyền trao.

Di sản của Thầy còn nằm ở lòng kiên định với con đường phụng sự mà Thầy đã chọn. Cuộc đời Thầy là minh chứng cho sự dấn thân không mệt mỏi vào sự nghiệp giáo dục Phật giáo, dù gặp bao nhiêu khó khăn và thử thách. Chính điều này đã trở thành nguồn cảm hứng lớn nhất cho chúng con, nhắc nhở chúng con rằng dù có phải đối diện với nghịch cảnh đến đâu, chúng con vẫn sẽ tiếp tục bước đi trên con đường mà Thầy đã dạy. Con đường này không chỉ là con đường hoằng dương Phật pháp, mà còn là con đường của lòng từ bi, của sự kiên nhẫn và lòng bao dung với tất cả chúng sinh.

Trong mỗi bước đi, mỗi hành động, chúng con luôn nhớ đến Thầy và những gì Thầy đã cống hiến cho đời. Nhớ về Thầy, chúng con không chỉ tri ân Ngài, mà còn tự nhắc nhở mình về trách nhiệm và sứ mệnh của một Huynh trưởng. Dù con đường phía trước có khó khăn, chúng con phát nguyện sẽ luôn giữ vững niềm tin, sẽ luôn kiên định và tinh tấn, để di sản mà Thầy đã trao truyền không bao giờ bị phai nhạt.

Trên con đường kế thừa di sản của Thầy, chúng con hiểu rằng không thể chỉ dựa vào niềm tin và lòng kính trọng. Để thực sự tiếp nối con đường mà Thầy đã khai sáng, chúng con cần phải thực hiện những hành động cụ thể, thiết thực và mang tính vững bền. Chính vì vậy, chúng con luôn tự hỏi bản thân: *"Làm thế nào để di sản của Thầy không chỉ là những lời dạy nằm trong ký ức, mà thực sự sống động, có sức ảnh hưởng và lan tỏa đến thế hệ trẻ trong Gia Đình Phật Tử?"*

Trước hết, chúng con nhận thức rằng sứ mệnh của một Huynh trưởng là nuôi dưỡng tinh thần Phật pháp trong lòng các em đoàn sinh. Nhưng điều này không thể đạt được chỉ bằng những bài giảng hay những buổi sinh hoạt định kỳ. Để thực sự truyền tải được những giá trị mà Thầy đã dạy, chúng con cần phải là tấm gương sống cho các em, thể hiện lòng từ bi và trí tuệ trong từng lời nói, từng hành động hàng ngày. Sự thuyết phục của một người Huynh trưởng không nằm ở những gì họ nói, mà nằm ở cách họ sống, cách họ đối diện với những thách thức trong cuộc đời.

Trong quá trình dẫn dắt các em đoàn sinh, chúng con luôn nhớ đến lời Thầy từng dạy: *"Hãy dạy các em bằng tình thương, nhưng cũng đừng quên kỷ luật."* Tình thương và kỷ luật là hai mặt của một đồng xu, không thể tách rời. Chỉ khi có sự kết hợp hài hòa giữa tình thương và kỷ luật, chúng ta mới có thể giúp các em phát triển toàn diện, cả về mặt tâm linh lẫn đạo đức. Chúng con phát nguyện sẽ áp dụng lời dạy này của Thầy trong từng hoạt động sinh hoạt của Gia Đình Phật Tử, bảo đảm rằng các em không chỉ nhận được sự giáo dục từ bi, mà còn học được sự nghiêm túc, kỷ luật trong việc tu tập và làm người.

Một trong những giá trị cốt lõi mà Thầy đã truyền đạt cho chúng con chính là lòng kiên nhẫn và sự bao dung. Trong suốt quá trình dẫn dắt, chúng con đã gặp không ít thử thách, khi có những đoàn sinh chưa thực sự hiểu và tiếp nhận nhanh chóng những bài học Phật pháp. Tuy nhiên, chúng con luôn nhớ đến hình ảnh Thầy – người luôn nhẹ nhàng, từ tốn trong từng lời dạy, không bao giờ nóng vội hay ép buộc người khác phải hiểu ngay lập tức. Thầy dạy rằng mỗi người đều có tốc độ trưởng thành riêng và chúng con cần phải biết kiên nhẫn chờ đợi, hỗ trợ họ từng bước trên con đường giác ngộ. Nhờ vậy, chúng con luôn cố gắng giữ vững lòng từ bi, kiên nhẫn và không bỏ cuộc khi gặp những khó khăn trong quá trình giáo dục thế hệ trẻ.

Ngoài ra, chúng con cũng hiểu rằng để di sản của Thầy thực sự sống động và vững bền, chúng con cần phải thích nghi với sự thay đổi của thời đại. Xã hội đang thay đổi nhanh chóng và các em đoàn sinh ngày nay không chỉ tiếp nhận giáo dục từ nhà chùa, mà còn từ nhiều nguồn khác nhau, đặc biệt là công nghệ và truyền thông. Thầy từng dạy rằng: *"Đừng e ngại sự thay đổi, nhưng cũng đừng để mình bị cuốn theo dòng chảy mà quên đi giá trị cốt lõi."* Chính nhờ lời dạy này, chúng con hiểu rằng sự nghiệp giáo dục Phật pháp trong Gia Đình Phật Tử cũng cần phải thích nghi với thời đại mới, áp dụng những phương pháp và công cụ mới mẻ để thu hút và giữ chân thế hệ trẻ, nhưng không bao giờ được từ bỏ những giá trị truyền thống mà Thầy đã gây dựng.

Với tinh thần đó, chúng con phát nguyện sẽ đưa công nghệ và những phương pháp giáo dục hiện đại vào các buổi sinh hoạt của Gia Đình Phật Tử, không chỉ để giúp các em tiếp nhận Phật pháp dễ dàng hơn, mà còn để tạo nên sự gắn kết giữa các thế hệ trong tổ chức. Những buổi học trực tuyến, những tài liệu giảng dạy tương tác, những cuộc thi trực tuyến về kiến thức Phật pháp sẽ là những cách mà chúng con và các Huynh trưởng khác có thể sử dụng để làm phong phú thêm trải nghiệm học tập của các em. Tuy nhiên, chúng con cũng luôn nhớ rằng, dù có sử dụng bất kỳ công cụ nào, mục tiêu cuối cùng vẫn là nuôi dưỡng lòng từ bi, trí tuệ và sự tinh tấn trong mỗi đoàn sinh.

Kế thừa di sản của Thầy không chỉ là trách nhiệm của riêng chúng con, mà còn là sứ mệnh của toàn thể anh chị em Huynh trưởng trong Gia Đình Phật Tử. Chúng con hiểu rằng sự đoàn kết và sự hợp lực chính là yếu tố quan trọng giúp chúng con giữ vững và phát huy những giá trị mà Thầy đã truyền trao. Thầy đã dạy chúng con về sức mạnh của sự đồng lòng, rằng: *"Khi tất cả chúng ta cùng hướng về một mục tiêu chung, không có gì là không thể."* Với lời dạy này, chúng con phát nguyện sẽ không ngừng nỗ lực để củng cố sự đoàn kết trong hàng ngũ Huynh trưởng, để mỗi người đều hiểu rõ trách nhiệm của mình và cùng nhau tiến bước trên con đường phụng sự Đạo pháp.

Nhìn về phía trước, chúng con hiểu rằng con đường này sẽ còn rất dài và đầy thử thách. Nhưng với lòng kiên định và sự dẫn dắt từ di sản tinh thần của Thầy, chúng con tin rằng chúng con sẽ vượt qua mọi khó khăn, sẽ tiếp tục phát huy ánh sáng của Phật pháp trong tổ chức và trong lòng các thế hệ trẻ. Di sản của Thầy sẽ mãi là ngọn đèn soi đường cho chúng con và các đồng đội trên hành trình phụng sự. Chúng con phát nguyện sẽ luôn giữ vững tinh thần ấy, không chỉ cho riêng mình, mà còn để truyền lại cho các thế hệ sau, để ánh sáng mà Thầy đã thắp lên không bao giờ tắt.

Sự phụng sự Đạo pháp không chỉ là một trách nhiệm được giao phó, mà đối với chúng con và những người Huynh trưởng trong Gia Đình Phật Tử, đó là một sứ mệnh linh thiêng, một con đường mà chúng con tự nguyện dấn thân. Con đường ấy, dù trắc trở, lại được soi sáng bởi những giá trị tinh thần mà Thầy đã gieo trồng trong mỗi chúng con. Để thực sự kế thừa di sản của Thầy, chúng con phải không ngừng tự hoàn thiện bản thân, không ngừng nỗ lực tinh tấn và luôn giữ vững tâm thế của người học đạo. Những lời dạy của Thầy không chỉ là nguồn cảm hứng, mà còn là kim chỉ nam để chúng con và các anh chị em Huynh trưởng bước tiếp trên hành trình dài này.

Thầy từng dạy rằng: *"Phụng sự Đạo pháp không phải là làm những điều lớn lao, mà chính là làm những điều nhỏ bé với lòng từ bi và tinh tấn. Chính từ những hành động giản dị, nhưng chân thành ấy, chúng ta mới có thể truyền bá ánh sáng của Phật pháp đến với mọi người."* Lời dạy này luôn nhắc nhở chúng con rằng, không cần phải làm những việc quá vĩ đại hay hào nhoáng, mà quan trọng là phải làm những việc nhỏ nhất với trái tim chân thành và lòng từ bi sâu sắc. Chúng con phát nguyện sẽ mang tinh thần này vào mọi khía cạnh của cuộc sống, từ việc dạy dỗ đoàn sinh cho đến việc góp phần vào công tác phát triển tổ chức GĐPT.

Một trong những phương diện quan trọng nhất mà Thầy luôn nhấn mạnh là sự kiên trì trong tu tập. Thầy thường dạy rằng: *"Tu học không phải là một hành trình ngắn hạn, mà là sự rèn luyện cả đời. Mỗi bước đi, mỗi hành động của chúng ta đều phải phản ánh được sự tinh tấn và lòng từ bi, đó mới là sự tu tập chân chính."* Lời dạy này đã trở thành động lực lớn lao cho chúng con trong việc dẫn dắt các em đoàn sinh, giúp chúng con hiểu rằng, để truyền đạt Phật pháp một cách hiệu quả, trước hết chúng con cần phải là người tu học vững vàng và kiên trì. Chúng con phát nguyện sẽ không ngừng học hỏi, không ngừng rèn luyện bản thân để trở thành một người Huynh trưởng có đủ trí tuệ và từ bi, xứng đáng với trách nhiệm mà Thầy đã trao truyền.

Sự kiên trì không chỉ dừng lại ở việc tu tập, mà còn phải áp dụng trong việc xây dựng và phát triển tổ chức GĐPT. Trải qua nhiều năm, chúng con nhận ra rằng sự phát triển của tổ chức không thể đến từ những quyết định chóng vánh, mà phải là quá trình dài hơi, kiên nhẫn và bền bỉ. Thầy đã truyền dạy rằng: *"Mọi sự thay đổi lớn lao đều bắt nguồn từ những bước nhỏ, nhưng phải được thực hiện với lòng quyết tâm và sự kiên định."* Điều này càng làm chúng con nhận thức rõ ràng hơn rằng, để tổ chức GĐPT tiếp tục phát triển vững bền, chúng con i và các Huynh trưởng khác cần phải hành động một cách cẩn trọng, từng bước đi đều phải được tính toán kỹ lưỡng và luôn luôn giữ vững những giá trị cốt lõi của Phật giáo.

Chúng con nhận ra rằng, để thực sự kế thừa di sản của Thầy, chúng con không thể làm điều đó một mình. Sự phụng sự Đạo pháp, sự phát triển của tổ chức GĐPT và việc truyền dạy Phật pháp cho thế hệ trẻ đều là những nhiệm vụ cần sự hợp lực, cần sự đồng lòng của cả một cộng đồng. Chính vì vậy, chúng con phát nguyện sẽ luôn giữ vững tinh thần đoàn kết, sẽ luôn mở lòng lắng nghe và hỗ trợ những anh chị em Huynh trưởng khác trong mọi hoạt động. Sự đoàn kết không chỉ giúp chúng con vượt qua những thử thách, mà còn tạo nên một môi trường giáo dục lành mạnh, nơi mà tất cả các em đoàn sinh đều có thể trưởng thành trong tinh thần Phật pháp.

Một năm trôi qua kể từ ngày Thầy rời xa cõi tạm, nhưng những lời dạy của Thầy vẫn còn mãi trong tâm trí chúng con, như một ngọn đèn không bao giờ tắt. Chúng con không chỉ nhớ đến Thầy bằng nỗi tiếc thương, mà bằng lòng tri ân sâu sắc và sự phát nguyện mạnh mẽ sẽ tiếp tục sứ mệnh mà Thầy đã khởi đầu. Sự ra đi của Thầy không phải là sự kết thúc, mà là một dấu mốc để chúng con, những người học trò và đệ tử, tự nhắc nhở mình về trách nhiệm và sứ mệnh lớn lao trước mắt.

Nhớ về Thầy, chúng con không thể không cảm thấy lòng mình tràn đầy biết ơn. Biết ơn vì chúng con đã có cơ hội được học hỏi từ một bậc minh sư, người không chỉ dạy chúng con về Phật pháp mà còn dạy chúng con cách sống một cuộc đời ý nghĩa, thanh tịnh và an lạc. Nhưng lòng biết ơn đó không thể chỉ dừng lại ở lời nói, mà cần phải được chuyển hóa thành hành động. Chúng con phát nguyện sẽ tiếp tục con đường mà Thầy đã mở ra, sẽ không ngừng phụng sự Đạo pháp và sẽ luôn kiên nhẫn, tinh tấn trong từng hành động của mình.

Con đường trước mắt vẫn còn nhiều gian nan, nhưng chúng con tin rằng, với những giá trị mà Thầy đã truyền dạy, chúng con và các anh chị em Huynh trưởng sẽ vượt qua mọi thử thách. Di sản của Thầy không chỉ là một phần trong ký ức, mà là nguồn động lực sống động, tiếp tục soi sáng cho con đường chúng con đang đi. Và chúng con phát nguyện rằng, dù có phải đối diện với bao nhiêu khó khăn, chúng con sẽ không bao giờ từ bỏ sứ mệnh này.

Nhớ về Thầy trong những khoảnh khắc lặng lẽ nhất, chúng con hiểu rằng cuộc đời này vô thường, như một làn gió nhẹ qua, như mây trôi trên bầu trời. Nhưng chính trong sự vô thường ấy, di sản tinh thần mà Thầy để lại là vĩnh cửu. Những lời dạy của Thầy không bao giờ phai nhạt, mà càng thấm sâu vào lòng chúng con, trở thành nguồn động lực bất tận, giúp chúng con vững bước trên con đường đầy chông gai nhưng thiêng liêng này.

Chúng con phát nguyện rằng, dù phía trước có bao nhiêu khó khăn, chúng con sẽ không ngừng dấn thân và phụng sự Đạo pháp. Chúng con sẽ không ngừng học hỏi và tu tập để tự hoàn thiện bản thân, không chỉ với tư cách là một Huynh trưởng, mà còn là một người Phật tử chân chính, luôn giữ vững lòng từ bi và tinh tấn. Mỗi bước đi trên con đường này sẽ là một bước tiến vững chắc, mỗi hành động sẽ là minh chứng cho lòng tri ân và quyết tâm kế thừa di sản của Thầy.

Một trong những hành động cụ thể mà chúng con sẽ thực hiện là tiếp tục phát triển các chương trình giáo dục Phật pháp cho đoàn sinh trong Gia Đình Phật Tử, với nội dung phong phú và phương pháp tiếp cận phù hợp với thời đại. Chúng con hiểu rằng, để giữ vững và lan tỏa những giá trị Phật giáo mà Thầy đã dạy, chúng con cần phải áp dụng những phương pháp mới, giúp các em tiếp nhận dễ dàng hơn, nhưng vẫn giữ được những nguyên tắc truyền thống. Việc kết hợp giữa hiện đại và truyền thống, giữa công nghệ và tinh thần từ bi sẽ là một trong những hướng đi mà chúng con và các anh chị em Huynh trưởng khác sẽ cùng nhau nỗ lực thực hiện.

Ngoài ra, chúng con phát nguyện sẽ tiếp tục duy trì tinh thần đoàn kết trong tổ chức GĐPT, bởi chúng con tin rằng chỉ khi chúng con đồng lòng, hợp sức, thì tổ chức mới có thể vững mạnh và phát triển. Chúng con sẽ luôn sẵn sàng lắng nghe và hỗ trợ các đồng sự Huynh trưởng của mình, tạo nên một không gian sinh hoạt hài hòa và yêu thương, nơi mọi người đều có thể cống hiến cho sự nghiệp giáo dục Phật pháp.

Còn một điều nữa mà chúng con không thể quên, đó là tiếp tục dấn thân vào việc hoằng dương Phật pháp cho cộng đồng, không chỉ trong phạm vi của Gia Đình Phật Tử mà còn lan tỏa ra ngoài xã hội. Thầy đã từng nhắc nhở chúng con rằng: *"Phật pháp không chỉ nằm trong những buổi giảng, mà còn trong từng hành động nhỏ nhặt hằng ngày của chúng ta."* Chúng con phát nguyện sẽ thực hành lòng từ bi và trí tuệ của Phật pháp trong từng khía cạnh của cuộc sống, từ việc đối xử với mọi người đến việc giải quyết các vấn đề trong công việc và cuộc sống. Mỗi hành động, mỗi lời nói của chúng con sẽ là một sự phản chiếu của những giá trị mà Thầy đã dạy.

Một năm trôi qua kể từ ngày Thầy rời xa cõi đời phù du này, nhưng những gì Thầy để lại vẫn là nguồn sống mãi trong lòng chúng con và những người học trò của Thầy. Sự vắng bóng của Thầy không làm tắt đi ánh sáng mà Thầy đã thắp lên, mà ngược lại, càng làm cho ánh sáng ấy thêm phần rực rỡ và vĩnh cửu. Nhớ về Thầy, chúng con không chỉ nhớ đến những lời dạy, mà còn nhớ đến hình ảnh một người thầy hiền từ, bao dung, đã sống trọn vẹn với tinh thần phụng sự và yêu thương tất cả chúng sinh.

Hôm nay, trong khoảnh khắc lặng lẽ nhìn lại một năm đã qua, chúng con tri ân Thầy bằng tất cả tấm lòng, bằng những nguyện ước chân thành. Chúng con phát nguyện rằng sẽ tiếp tục con đường mà Thầy đã dẫn dắt, sẽ giữ vững di sản tinh thần mà Thầy đã để lại và sẽ luôn kiên định trên con đường phụng sự Đạo pháp và dân tộc. Chúng con biết rằng con đường phía trước sẽ còn đầy chông gai, nhưng với ánh sáng từ bi và trí tuệ của Thầy soi rọi, chúng con sẽ không bao giờ ngừng bước. Dù trăm ngàn gian khó, chúng con sẽ không bao giờ lùi bước, bởi chúng con biết rằng, mỗi bước đi của chúng con đều là sự kế thừa và tiếp nối tinh thần mà Thầy đã truyền trao.

Cuối cùng, chúng con nguyện rằng, dù cuộc đời này có biến chuyển ra sao, chúng con sẽ luôn giữ vững lòng tin vào con đường giác ngộ mà Thầy đã dẫn lối. Ánh sáng ấy, dù đã xa, nhưng vẫn mãi rọi sáng con đường chúng con đang đi và sẽ tiếp tục soi sáng cho các thế hệ mai sau. Dù là giữa cõi đời phù du, bóng trăng tàn hay ánh đèn lụi dần, di sản của Thầy sẽ mãi là ngọn đuốc dẫn đường, một ánh sáng vĩnh hằng trong tâm hồn những người con Phật.

THAY CHO LỜI HỒI HƯỚNG VÀ TRI ÂN SAU CÙNG

HOA ĐÀM

Kính bạch giác linh Thầy!

Thời gian lặng lẽ trôi qua, nhưng sự vắng bóng của Thầy vẫn còn in đậm trong tâm thức của chúng con. Hôm nay, tập san Hoa Đàm – tấm lòng tri ân của những người học trò nhỏ bé – đã đến hồi kết. Những trang báo này không chỉ là nơi lưu giữ ký niệm, mà còn là cầu nối tâm hồn của chúng con với Thầy, với những lời dạy bảo âm thầm mà Thầy đã truyền trao từ năm 1995 cho đến khi Thầy viên tịch. Chúng con, những người học trò luôn được Thầy dìu dắt, vẫn cảm nhận sự hiện diện của Thầy trong từng con chữ, từng lời kinh, từng bài giảng thấm đượm lòng từ bi và trí tuệ.

Dưới bóng dáng thanh cao và lặng lẽ của Thầy, chúng con đã được học hỏi không chỉ là Phật pháp, mà còn là cách sống đúng theo đạo lý từ bi, trí tuệ và khiêm cung. Dẫu biết rằng cuộc đời là vô thường, mọi sự đều thay đổi, nhưng nỗi nhớ thương Thầy vẫn còn mãi không thể phai nhòa. Hình ảnh Thầy – một bậc minh sư với tấm lòng khoan dung và đức hạnh cao dày – vẫn hiện lên rõ nét trong lòng chúng con, như một ngọn đuốc soi đường giữa đêm tối vô minh. Dẫu Thầy đã đi xa, nhưng ánh sáng từ bi và trí tuệ mà Thầy để lại sẽ mãi soi rọi con đường chúng con đi.

Từ những ngày đầu tiên biên tập tờ Hoa Đàm, Thầy đã âm thầm hướng dẫn chúng con, dạy cho chúng con cách làm việc với tấm lòng vô ngã, phục vụ Đạo pháp mà không màng đến danh lợi. Những trang báo được Thầy chăm chút không chỉ là nơi thể hiện những giá trị Phật pháp mà còn là sự kết nối thiêng liêng giữa Thầy và chúng con. Mỗi trang báo như một nhịp cầu, đưa chúng con đến gần hơn với sự giác ngộ, với lòng từ bi vô biên của Phật pháp. Chúng con nhận thấy rằng, công việc biên tập không chỉ là trách nhiệm, mà còn là sứ mệnh thiêng liêng mà Thầy đã giao phó.

Thầy đã dạy chúng con rằng: *"Làm việc gì cũng phải bằng tâm thành, không vì mục đích cá nhân, mà vì lợi ích chung của tất cả mọi người."* Lời dạy ấy đã thấm sâu vào lòng chúng con, trở thành kim chỉ nam cho mọi hành động, mọi suy nghĩ. Dù những khó khăn, thử thách có nhiều, nhưng nhờ có Thầy, chúng con đã vượt qua tất cả, để rồi giờ đây, tập san Hoa Đàm không chỉ là một sản phẩm trí tuệ, mà còn là biểu tượng của sự tinh tấn, của lòng thành kính và tri ân đối với Thầy.

Trong suốt quãng thời gian được Thầy hướng dẫn, chúng con nhận ra rằng Phật pháp không chỉ nằm trong sách vở, kinh điển, mà còn hiện hữu trong từng hành động, từng lời nói, từng suy nghĩ hàng ngày. Chính sự khiêm cung, lòng từ bi và trí tuệ sáng ngời của Thầy đã dạy cho chúng con rằng, làm người Phật tử, làm người học trò, không phải chỉ là hiểu Phật pháp, mà còn là sống với tinh thần từ bi và trí tuệ ấy. Thầy không chỉ dạy bằng lời nói, mà bằng chính cuộc đời thanh thoát, giản dị của Thầy, một cuộc đời hoàn toàn dành trọn cho sự nghiệp hoằng dương Phật pháp.

Giờ đây, khi tập san Hoa Đàm khép lại, chúng con xin hồi hướng mọi công đức mà chúng con đã tạo dựng từ những năm tháng được Thầy dẫn dắt. Từng trang báo, từng dòng chữ đều thấm đẫm lòng tri ân sâu sắc của chúng con đối với Thầy. Công việc biên tập tập san tuy nhỏ bé, nhưng với chúng con, đó là cơ hội để thể hiện lòng biết ơn sâu sắc, để tiếp nối con đường mà Thầy đã chỉ dẫn. Chúng con nguyện rằng, dù Thầy không còn hiện hữu trên cõi đời này, nhưng những giá trị mà Thầy để lại sẽ mãi là ngọn đèn sáng dẫn dắt chúng con đi qua những gian nan, thử thách.

Kính bạch Thầy, sự ra đi của Thầy không chỉ là một mất mát lớn lao đối với chúng con, mà còn là một lời nhắc nhở về vô thường – bài học lớn nhất trong cuộc đời. Thầy đã dạy chúng con rằng: *"Cuộc đời này chỉ là cõi tạm, hãy sống sao cho thật ý nghĩa, thật thanh tịnh, để khi rời bỏ cõi tạm này, ta không còn điều gì hối tiếc."* Lời dạy ấy đã, đang và sẽ mãi là kim chỉ nam để chúng con sống, để chúng con tu học và phụng sự Đạo pháp.

Những ngày tháng được Thầy hướng dẫn âm thầm, tuy lặng lẽ nhưng đầy ý nghĩa, đã giúp chúng con nhận ra chân lý của cuộc đời. Thầy không chỉ là một bậc thầy dạy Phật pháp, mà còn là người cha, người bạn, người đồng hành trên con đường tu tập của chúng con. Sự ân cần, chu đáo và tấm lòng bao dung của Thầy đã giúp chúng con cảm nhận được tình thương vô bờ bến mà Thầy dành cho chúng con, dành cho tất cả chúng sinh.

Giờ đây, khi Thầy đã rời xa cõi đời phù du, chúng con nguyện cầu cho giác linh Thầy mãi an nhiên trong cõi tịnh độ và chúng con sẽ tiếp tục hành trình mà Thầy đã khai mở. Tập san Hoa Đàm này, dẫu chỉ là một dấu chấm nhỏ trong sự nghiệp hoằng dương Phật pháp của Thầy, nhưng với chúng con, đó là biểu tượng của lòng thành kính, của sự tiếp nối di sản mà Thầy để lại.

Chúng con xin nguyện hồi hướng tất cả công đức từ việc biên tập và xuất bản tập san này về giác linh Thầy, mong rằng những gì chúng con làm sẽ là đóa hoa dâng lên Thầy, như một lời tri ân sâu sắc, như một lời nguyện cầu cho sự trường tồn của Phật pháp mà Thầy đã suốt đời cống hiến. Chúng con nguyện sẽ sống và tu tập đúng theo những lời Thầy dạy, sẽ mang những giá trị mà Thầy đã truyền trao vào từng hành động nhỏ nhất trong cuộc đời mình.

Cuối cùng, trong giờ phút khép lại tập san Hoa Đàm, chúng con xin cúi đầu đảnh lễ giác linh Thầy, nguyện Thầy gia hộ cho chúng con luôn tinh tấn, kiên định trên con đường tu tập và phụng sự Đạo pháp, để mãi mãi không phụ lòng tin yêu và dạy bảo mà Thầy đã dành cho chúng con.

Nam Mô Bổn Sư Thích Ca Mâu Ni Phật!

www.ingramcontent.com/pod-product-compliance
Lightning Source LLC
LaVergne TN
LVHW021951060526
838201LV00049B/1664